ยืนหยัด
อย่างมั่นคง

ยืนหยัดอย่างมั่นคง

STANDING STRONG

วิธีการต้านทาน
ศัตรูฝ่ายวิญญาณของคุณ

จอห์น แมคอาร์เธอร์

JOHN MACARTHUR

เกรซ บรรณสาร
เชียงใหม่ ประเทศไทย
www.GraceBannasan.com

THE MASTER'S ACADEMY INTERNATIONAL

ยืนหยัดอย่างมั่นคง
Standing Strong

© 2024 โดย เกรซบรรณสาร (Grace Bannasan)

เกรซบรรณสาร
Grace Bannasan
บ้านเลขที่ 10 หมู่ 1
ต.ตลาดใหญ่ อ.ดอยสะเก็ด
จ.เชียงใหม่ 50220
โทรศัพท์ 098-757-3257
gracebannasan@gmail.com;
hisbygrace@me.com
www.GraceBannasan.com

พิมพ์ในประเทศไทย Printed in Thailand.

พระคัมภีร์ทั้งหมดคัดลอกมาจากพระคัมภีร์ไทยฉบับมาตรฐาน **THSV11** เว้นแต่ระบุเป็นฉบับอื่น
Unless otherwise indicated, all scriptures taken from the THSV11

จัดพิมพ์โดย เกรซ บรรณสาร/Grace Bannasaan
โครงการภายใต้มูลนิธิมหกิจพระคุณของแบ๊บติสต์ในประเทศไทย

เผยแพร่ครั้งแรกเป็นภาษาอังกฤษภายใต้ชื่อ Standing Strong. First edition published under the title How to Meet the Enemy in 1992 ©โดย John MacArthur
หนังสือเล่มนี้ได้รับการตีพิมพ์ครั้งแรกในสหรัฐอเมริกาโดย David C. Cook, 4050 Lee Vance Drive, Colorado Springs, CO 80818, USA. ©1992, 2012 โดย John MacArthur Jr. สงวนลิขสิทธิ์

ผู้แปล: เกศินี สังข์คำ (Translator: Kasinee Sungcome)
ตรวจสอบโดย: นรินทร์ สุรเนาวรัตน์ (Editor: Narin Suranaowarat)

ข้อมูลทางบรรณานุกรมของหอสมุดแห่งชาติ
National Library of Thailand Cataloging in Publication Data

แมคอาเธอร์, จอห์น.
ยืนหยัดอย่างมั่นคง.-- เชียงใหม่ : มูลนิธิมหกิจพระคุณของแบ๊บติสต์ในประเทศไทย, 2567.
285 หน้า.

1. คริสตศาสนา -- คำสั่งสอน. I. เกศินี สังข์คำ, ผู้แปล. II. ชื่อเรื่อง.

TMAI Edition ISBN: 978-1-967358-20-5

10 ม.1 ต.ตลาดใหญ่ อ.ดอยสะเก็ด จ.เชียงใหม่ 50220
10 Moo 1, TaladYai, Doi Saket, Chiang Mai 50220
โทร 098-757-3257 gracebannasan@gmail.com
www.GraceBannasan.com

สารบัญ

บทนำ

*มีความผิดพลาดสองอย่างที่มีน้ำหนักพอ ๆ กันและอยู่กันคนละด้าน
ซึ่งทำให้เราพลาดพลั้งไปในเรื่องเกี่ยวกับมารซาตาน ความผิดพลาด
อย่างแรกคือการไม่เชื่อว่ามารซาตานมีอยู่จริง อย่างที่สอง
คือการเชื่อว่ามารซาตานมีจริงแต่มีความรู้สึกอย่างมาก
และให้ความสนใจอย่างผิด ๆ เกี่ยวกับมาร ไม่ว่าจะเป็นความผิดพลาดแบบ
ไหนก็ตาม ก็ล้วนทำให้มารดีอกดีใจทั้งสิ้น[1]*

ซี. เอส. ลูว์อิส

ลูว์อิสพูดได้ถูกต้องเลยทีเดียว แต่น่าเสียดายที่ความผิดพลาดดังกล่าวก็ยังคง
มีอยู่ในคริสตจักรทุกวันนี้ คริสเตียนบางคนเป็นพวกวัตถุนิยมและไม่เข้าใจเลย
ว่าชีวิตคริสเตียน คือการต่อสู้ฝ่ายวิญญาณอย่างดุเดือด

เหตุผลอย่างหนึ่งของท่าทีแบบพวกวัตถุนิยมคือ ความเฉยเมย เมื่อคุณ
มีชีวิตที่สุขสบาย มันเป็นเรื่องง่ายและก็ดีกว่าที่จะมีสงครามฝ่ายวิญญาณ มัน
เป็นเรื่องง่ายที่จะลืมว่าจิตวิญญาณนับล้าน ๆ ดวงในโลกตกอยู่ใต้อุ้งมือของ
ซาตาน และเป็นเรื่องง่ายที่จะลืมว่าซาตานมักจะได้เปรียบคริสเตียนที่เฉื่อยชา
เกียจคร้าน หรือคริสเตียนที่ไม่เติบโตทางฝ่ายวิญญาณ

ซาตานพึงพอใจมากที่คริสเตียนได้เปิดช่องว่างฝ่ายวิญญาณไว้ โดยการไม่ต่อสู้ในสงคราม และนั่นคือลักษณะของคริสตจักรหลายแห่งในทุกวันนี้ ผู้คนพากันทำลายการสามัคคีธรรมและในขณะเดียวกันพวกเขาไม่แยแสต่อการต่อสู้ในสงคราม

อีกเหตุผลหนึ่งของการเป็นพวกวัตถุนิยมคือ โลกียวิสัย มีคริสเตียนจำนวนมากที่ปรารถนาทรัพย์สิ่งของในโลก ปรารถนาความสุขชั่วครู่ชั่วยามแทนที่จะยืนหยัดต่อสู้ในสงคราม เขาแสวงหาชีวิตสบาย ๆ ซึ่งเป็นชีวิตที่สนุกสนานโดยไม่ตระหนักถึงบทบาทของตนเองในการต่อสู้ ผู้เชื่อที่หมกหมุ่นอยู่กับเรื่องโลกียวิสัยจะไม่เข้าใจเรื่องสงครามฝ่ายวิญญาณเลย

คริสเตียนคนหนึ่งที่ขาดความเข้าใจเรื่องพระคุณของพระเจ้าได้พูดกับผมว่า "ความน่ามหัศจรรย์อย่างหนึ่งเกี่ยวกับชีวิตคริสเตียนก็คือ เราสามารถทำอะไรก็ได้ในสิ่งที่เราอยากทำ" แต่ผู้เชื่อไม่ใช่ผู้ที่มีอิสระอยากจะทำอะไรก็ได้ที่เขาอยากทำ เขาถูกเรียกให้เชื่อฟังพระคริสต์ผู้ทรงเป็นองค์เจ้าชีวิตของเขา ในมัทธิว 16:24-25 พระเยซูตรัสว่า "ถ้าใครต้องการจะติดตามเรา ให้คนนั้นปฏิเสธตนเองรับกางเขนของตนแบกและตามเรามา เพราะว่าใครต้องการจะเอาชีวิตรอดคนนั้นจะเสียชีวิต แต่ใครยอมเสียชีวิตเพราะเห็นแก่เรา คนนั้นจะได้ชีวิตรอด"

เราไม่อาจปล่อยให้สงครามฝ่ายวิญญาณกระหน่ำอยู่รอบ ๆ ตัวเรา โดยที่เราไม่เข้าไปร่วมต่อสู้ด้วย มันเป็นเรื่องที่สำคัญมากที่เราจะประเมินเรื่องฝ่ายวิญญาณโดยการถามตนเองว่า *ฉันกำลังเฉยเมยต่อสงครามนี้หรือไม่* มีหลายคนที่พึงพอใจกับความเฉยเมยและค่านิยมแบบโลก ซาตานดีอกดีใจกับคริสเตียนประเภทนี้ คำอธิษฐานของผมก็คือ ขอให้ระดับของความสนิทสนมและการอุทิศตัวของคุณเพิ่มมากขึ้นเมื่อคุณเข้าใจถึงวิธีการที่จะเผชิญหน้ากับศัตรูของคุณ

ในอีกด้านหนึ่ง มีคริสตจักรจำนวนมากในทุกวันนี้ที่เน้นและให้ความสนใจกับเรื่องมารซาตานมากเกินไป ข้อความต่อไปนี้ซึ่งคัดมาจากนิตยสาร Los Angels times ได้อธิบายถึงแนวความคิดที่ถูกครอบงำนี้ได้เป็นอย่างดี:

> ใน "สงครามฝ่ายวิญญาณ" ที่ว่านี้ ผู้นำคริสเตียนในกลุ่มอีแวนเจลิคอลและคาริสเมติกได้เตรียมการจู่โจมเรื่องนี้ ซึ่งพวกเขาเรียกว่าโลกแห่งอำนาจมืด ความประหลาดใจจากข้อสังเกตที่ว่าซาตานคือ เจ้าแห่งอาณาจักรของวิญญาณชั่ว ทำให้หน่วยงานมิชชั่นบางแห่งและศิษยาภิบาลของคริสตจักรใหญ่ ๆ บางคนคิดวางแผนที่จะ "จู่โจม" บรรดาวิญญาณชั่วเหล่านั้นที่อ้างว่าเป็นผู้ควบคุมประเทศหรือเมืองนั้น ๆ บางคนสนับสนุนการเคลื่อนไหวเพื่อหลีกเลี่ยง เน้นการอธิษฐานขอให้คำแช่งสาปเหนือสามเหลี่ยมเบอร์มิวดาหมดไป การเคลื่อนไหวนี้เคยเกิดขึ้นในปี 1987 ในเมืองออริกอน และในปี 1984 ซึ่งเป็นการแข่งขันกีฬาโอลิมปิกฤดูร้อนที่เมืองลอสเองเจลลีส การเคลื่อนไหวนี้เป็นเหตุทำให้อัตราของอาชญากรรมลดลง บรรยากาศแห่งมิตรภาพและการได้รับการปลดปล่อยเกิดขึ้น บรรดาภาพยนตร์และหนังสือทั้งหลายที่เกี่ยวข้องกับวิญญาณคงไม่ได้เป็นผลมาจากศาสนา เพราะไม่ค่อยมีใครสนใจเรื่องสงครามฝ่ายวิญญาณเลย
>
> ปีเตอร์ แว๊กเนอร์ ซึ่งสอนอยู่ที่โรงเรียนพระคริสต์ธรรมฟูลเลอร์ ก็เป็นอีกคนหนึ่งที่สนใจเรื่องนี้ ทุกวันจันทร์เขาจะประชุมกับคน 24 คน ในหัวข้อสงครามฝ่ายวิญญาณ นอกจากนั้นในที่อื่น ๆ ก็ยังมีการจัดประชุมในลักษณะนี้ด้วย เช่นที่เท็กซัส หรือที่ออริกอน[2]

ดูเหมือนว่าผู้นำคริสเตียนจำนวนมากพยายามที่จะเป็นเลิศในด้านนี้ ผมรู้จักองค์กรมิชชั่นที่เคร่งครัดแห่งหนึ่ง องค์กรนี้ขอร้องให้มิชชันนารีทุกคนในคณะของเขาเข้ารับการอบรมพิเศษในหัวข้อที่เกี่ยวกับการเผชิญหน้าและการ

จัดการกับอำนาจมืด กลยุทธ์ที่พวกเขาได้เรียนรู้รวมไปถึงการพูดกับวิญญาณชั่ว และเทคนิคในการขับไล่ การตำหนิ และการผูกมัดซาตานนั้นกำลังเป็นที่นิยมกันเป็นอย่างมาก

ความหลงใหลนี้คืออะไร ผู้เชื่อจำเป็นต้องเข้าค่ายฝึกฝนเพื่อทำสงครามฝ่ายวิญญาณหรือไม่? เราสามารถทำลายฐานที่มั่นของวิญญาณชั่วเพื่อยึดเมืองหรือประเทศกลับคืนมาได้หรือไม่? ผู้เชื่อควรจะพูดกับวิญญาณชั่วและขับไล่มันไปหรือไม่? เราสามารถสั่งผูกมัดและตำหนิต่อว่าซาตานได้จริงหรือ?

แน่นอนว่าคริสเตียนจะต้องมีส่วนร่วมในการต่อสู้กับอำนาจแห่งความมืด ดังที่เปาโลกล่าวไว้ในเอเฟซัส 6:12 ว่า "เพราะเราไม่ได้ต่อสู้กับเนื้อหนังและเลือดแต่ต่อสู้กับพวกภูตผีที่ครอบครอง พวกภูตผีที่มีอำนาจ พวกภูตผีที่ครองพิภพ ในยุคมืดนี้ ต่อสู้กับพวกวิญญาณชั่วในสวรรคสถาน" แต่การปฏิบัติต่างๆ ในการเคลื่อนไหวเกี่ยวกับสงครามฝ่ายวิญญาณทุกวันนี้ ช่างตรงกันข้ามกับคำสอนในพระวจนะของพระเจ้า

ดร. อาร์ชิบาลด์ อเล็กซานเดอร์ ศาสตราจารย์ท่านแรกของโรงเรียนพระคริสตธรรมพรินซ์ตัน และถือเป็นนักศาสนศาสตร์ที่อัจฉริยะคนหนึ่งได้เขียนไว้ว่า

> ไม่มีอะไรจำเป็นมากไปกว่าการแยกแยะระหว่างประสบการณ์ทางศาสนาที่แท้จริงและเทียมเท็จ ซึ่งนั่นก็คือการ "พยายามทดสอบวิญญาณว่ามาจากพระเจ้าหรือไม่" และในการแยกแยะนี้ก็ไม่มีแบบทดสอบใดนอกเหนือไปจากพระวจนะของพระเจ้าซึ่งถูกต้องแม่นยำนั่นก็หมายความว่าเราต้องนำความคิดทุกอย่าง แรงจูงใจทุกอย่าง แรงกระตุ้นทุกอย่าง และอารมณ์ความรู้สึกทุกอย่าง มาตรวจสอบกับมาตรฐานแห่งพระวจนะของพระเจ้า ถ้ามันไม่สอดคล้องกับพระวจนะของพระเจ้าก็แสดงว่ามันไม่จริง"[3]

พระวจนะของพระเจ้าเท่านั้นที่เป็นแนวทางในความเชื่อและในการปฏิบัติ ของเรา ขอให้เราตรวจสอบว่า พระวจนะของพระเจ้าได้ตรัสสอนอย่างไรเกี่ยวกับ สงครามฝ่ายวิญญาณที่ตรงข้ามกับความเชื่อ การปฏิบัติและประสบการณ์ของ การเคลื่อนไหวในเรื่องสงครามฝ่ายวิญญาณอย่างในทุกวันนี้

๑

เข้าสู่สนามรบ

สมาชิกวุฒิสภาท่านหนึ่งได้กล่าวยอมรับไว้อย่างไม่อายในจดหมายลาออก
ของเขาว่า

ในช่วงหลายปีที่ผ่านมา ขณะผมตกเป็นทาสของสุรา สิ่งที่
สำคัญในห้องทำงานของผมก็ผิดเพี้ยนไป ความสำเร็จและ
การเป็นที่รู้จักกลายเป็นอดีตไปแล้ว ความซื่อสัตย์และการ
ปฏิบัติตามกฎหมายไม่ได้เป็นสิ่งที่ผมยึดถืออีกต่อไป ซึ่ง
ก็เหมือนกับหลาย ๆ คนก่อนหน้าผม ผมเน้นการหาเงิน
อย่างมาก ความสำเร็จของผมคือฐานะทางการเมืองและ
การทำให้เพื่อน ๆ ของผมประทับใจในตัวผม การอ่อนข้อ
ต่อกฎหมายของผมทำให้ผมปฏิบัติหน้าที่ได้โดยไม่ขัดแย้ง
กับใครในหลายปีที่ผ่านมา

ผมปรารถนาดีต่อเพื่อนร่วมงานของผม และผมจะ
พอใจมากถ้ามีใครบางคนได้รับประโยชน์จากสิ่งที่ผมพูด

และอุทิศตัวที่จะดำเนินชีวิตให้ห่างจากเส้นขอบเขต เมื่อ
คุณจงใจที่จะเดินไปริม ๆ เส้นขอบเขตไม่ว่าเพื่อความสำเร็จ
ทางด้านการเมือง ประโยชน์ส่วนตัว หรือเพื่อช่วยเพื่อน ๆ
ของคุณ คุณก็กำลังเสี่ยงที่จะตื่นขึ้นมาในวันหนึ่งและพบว่า
ตัวคุณเองได้ล้ำเส้นขอบเขตมาไกลแล้วทั้ง ๆ ที่คุณเอง
เคยปฏิญาณไว้ว่าจะไม่ยอมล้ำเส้นนี้ นี่คือสิ่งที่ผมเป็นอยู่
ในขณะนี้ ลาก่อน ขอให้โชคดี ขอบคุณ ขอโทษ และโปรด
อย่าลืมระลึกถึงผมในคำอธิษฐานของคุณ[1]

ท่านวุฒิสมาชิกที่กล่าวถึงนี้ ไม่ใช่คนแรกและคนสุดท้ายที่ตกอยู่ภายใต้
อำนาจและอิทธิพลของสุราจนได้ก้าวล้ำเส้นขอบเขตที่แบ่งแยกระหว่าง
ความดีและความชั่ว ทุกวันนี้ คนเป็นจำนวนมากอุทิศตนเพื่อชื่อเสียง อำนาจ
และอิทธิพล ดูเหมือนเป็นเรื่องไม่น่าเชื่อที่การก้าวล้ำเส้นขอบเขตครั้งแรก
เกิดขึ้นในสวรรค์

ในยุคแรกเริ่มนั้น ไม่มีสงครามและการกบฏ ไม่มีใครต่อต้านสิทธิอำนาจ
รวมทั้งขัดขืนพระประสงค์และน้ำพระทัยอันบริสุทธิ์ของพระเจ้า แต่แล้ว
เหตุการณ์เลวร้ายก็ได้เกิดขึ้น และนั่นคือสัญลักษณ์ของการเริ่มต้นสงคราม
ฝ่ายวิญญาณ

พระเจ้าตรัสดังนี้ว่า "เราแต่งตั้งเจ้าไว้โดยมีเครูบเป็นผู้พิทักษ์
เจ้าอยู่บนภูเขาบริสุทธิ์ของพระเจ้า และเจ้าเดินอยู่ท่ามกลาง
ศิลาเพลิง "บุตรมนุษย์เอ๋ย จงกล่าวบทคร่ำครวญเพื่อกษัตริย์
ไทระ และจงกล่าวกับเขาว่า พระยาห์เวห์องค์เจ้านายตรัส
ดังนี้ว่า เจ้าเป็นแบบอย่างของความสมบูรณ์ เต็มด้วยสติ
ปัญญาและมีความงามพร้อม เจ้าอยู่ในสวนเอเดน พระอุทยาน
ของพระเจ้า อัญมณีทุกอย่างเป็นเครื่องแต่งกายของเจ้า คือ

คาร์เนเลียน เพอริโด เพชร เบริล โอนิกซ์ และแจสเพอร์ ไพลิน เทอร์คอยซ์ และมรกต อัญมณีเหล่านี้ฝังในทองคำ ที่แกะสลักเป็นลวดลาย สิ่งเหล่านั้นจัดเตรียมไว้แล้ว ในวันที่ เจ้าถูกสร้างขึ้นมา เจ้าปราศจากตำหนิในวิถีทางของเจ้า ตั้งแต่วันที่เจ้าถูกสร้างขึ้น จนเมื่อพบบาปชั่วในตัวเจ้า ใน การค้ามากมายของเจ้านั้น เจ้าเต็มไปด้วยการทารุณ และ เจ้าทำบาป เราขับเจ้าไปจากภูเขาของพระเจ้าอย่างไร้เกียรติ และเครูบผู้พิทักษ์นั้นก็ขับเจ้าออกไป จากท่ามกลางศิลา เพลิง ใจเจ้าผยองขึ้นเพราะความงามของเจ้า เจ้าทำให้ ปัญญาของเจ้าวิปริตไป เนื่องด้วยความสง่างามของเจ้า เรา เหวี่ยงเจ้าลงบนดินแล้ว เราให้เจ้าถูกกษัตริย์ทั้งหลายมอง อย่างดูแคลน เจ้าทำให้สถานนมัสการของเจ้าเสื่อมเกียรติ ด้วยความผิดบาปมากมายในการค้าอธรรมของเจ้า เรา จึงนำไฟมาจากท่ามกลางเจ้า ไฟก็เผาผลาญเจ้า เราทำให้ เจ้ากลายเป็นเถ้าถ่านบนพื้นโลก ในสายตาของทุกคนที่ เห็นเจ้า” (เอเสเคียล 28:12-18)

พระคัมภีร์ตอนนี้พูดถึงผู้ซึ่งเป็นแบบอย่างแห่งความสมบูรณ์ แน่นอนว่าไม่ได้หมายถึงมนุษย์ ในข้อ 13 ผู้เขียนได้กล่าวสิ่งทรงสร้างที่บริสุทธิ์นี้อยู่ใน “สวนเอเดน พระอุทยานของพระเจ้า” ชัดเจนว่าคำพยากรณ์นี้หมายถึง ซาตาน เจ้างูร้ายซึ่งเป็นศัตรูในสวนเอเดน

ในข้อ 14 ผู้เขียนพระคัมภีร์กล่าวถึงซาตานว่า “เราแต่งตั้งเจ้าไว้โดยมีเครูบเป็นผู้พิทักษ์ เจ้าอยู่บนภูเขาบริสุทธิ์ของพระเจ้า และเจ้าเดินอยู่ท่ามกลางศิลาเพลิง” พระเจ้าได้ทรงออกแบบหีบพันธสัญญาโดยให้มีทูตสวรรค์สององค์ซึ่งอยู่คนละด้านของหีบ ทูตสวรรค์จะกางปีกออกคลุมพระที่นั่งกรุณา ทูตสวรรค์เหล่านี้คือเครูบผู้พิทักษ์ สัญลักษณ์นี้เป็นตัวแทนของทูตสวรรค์ที่เกี่ยวข้องกับความ

บริสุทธิ์ของพระเจ้าผู้อยู่เหนือสถานที่ซึ่งมนุษย์จะได้รับการลบล้างความบาป
จากพระเจ้าโดยการประพรมโลหิต เครูบผู้พิทักษ์จะคอยรับใช้เหล่าทูตสวรรค์
ชั้นสูง ซึ่งก็คือ "เครูบที่ได้รับการเจิมตั้งไว้" ทูตสวรรค์เหล่านี้เป็นทูตสวรรค์ชั้นสูง
ที่เต็มด้วยสง่าราศี และความบริสุทธิ์และอยู่จำเพาะพระพักตร์ของพระเจ้า

พระคัมภีร์กล่าวถึงทูตสวรรค์และหัวหน้าทูตสวรรค์ เครูบ และเสราฟิมเทพ
ผู้ครองและศักดิเทพ ชื่อเหล่านี้แสดงให้เห็นว่าพระเจ้าได้ทรงวางเครือข่ายของ
ทูตสวรรค์ที่จะทำให้พระประสงค์ของพระองค์สำเร็จ มีทูตสวรรค์องค์หนึ่งซึ่ง
เป็นทูตสวรรค์ชั้นสูงที่พระเจ้าทรงสร้างขึ้น เพื่อให้เป็นเครูบที่ได้รับการเจิมตั้งไว้

การล้มลงของซาตาน

ทูตสวรรค์ชั้นสูงสุดนี้บริสุทธิ์ปราศจากตำหนิตั้งแต่วันที่ถูกสร้างขึ้นมา อย่างไร
ก็ตาม แต่เมื่อเวลาผ่านไปก็ได้พบบาปชั่วในตัวเขา (ข้อ 15) บาปชั่วที่พบในตัวเขา
นั้นคืออะไร? นั่นก็คือการที่จิตของเขากบฏต่อพระเจ้า ข้อความที่ว่า "จิตใจ
ของเจ้าผยองขึ้นเพราะความงามของเจ้า (ข้อ 17) แสดงให้เห็นว่าหัวหน้า
ทูตสวรรค์องค์นี้ยอมให้ความสมบูรณ์แบบของตนเองมาเป็นเหตุให้ตนมีจิตใจ
ที่กบฏ ความบาปชั่วนี้ไม่ได้เป็นส่วนหนึ่งในการทรงสร้างของพระเจ้า แต่มัน
เกิดขึ้นภายหลังเพราะความหยิ่งผยอง

ข้อ 18 กล่าวถึงการตอบสนองของพระเจ้าต่อความบาปชั่วของเขา: "เจ้า
ทำให้สถานนมัสการของเจ้าเสื่อมเกียรติ ด้วยความผิดบาปมากมายในการค้า
อธรรมของเจ้า เราจึงนำไฟมาจากท่ามกลางเจ้า ไฟก็เผาผลาญเจ้า เราทำให้เจ้า
กลายเป็นเถ้าถ่านบนพื้นโลก ในสายตาของทุกคนที่เห็นเจ้า" พระเจ้าได้ทรงไล่
ทูตสวรรค์องค์นี้ออกจากสวรรค์เพื่อจะทำลายเสีย

อิสยาห์บันทึกเหตุการณ์นี้ไว้ว่า

> "โอ เจ้าร่วงลงจากฟ้าสวรรค์อย่างไรหนอ เจ้าผู้ส่องแสง คือ
> โอรสแห่งรุ่งอรุณ เจ้าถูกเหวี่ยงลงมายังพื้นดินอย่างไรหนอ
> เจ้าผู้ทำให้ประชาชาติทั้งหลายตกต่ำ เจ้าเองรำพึงในใจของ
> เจ้าว่า 'ข้าจะขึ้นไปยังฟ้าสวรรค์ ข้าจะตั้งพระที่นั่งของข้า
> เหนือดวงดาวทั้งหลายของพระเจ้า ข้าจะนั่งบนขุนเขาแห่ง
> การชุมนุม ณ สุดปลายอุดรอันไกลโพ้น ข้าจะขึ้นไปเหนือ
> ความสูงของเมฆ ข้าจะทำให้ตัวของข้าเองเหมือนองค์
> ผู้สูงสุด' แต่เจ้าถูกนำลงมาสู่แดนคนตาย ยังก้นบาดาล"
> (อิสยาห์ 14:12-15)

ชื่อ ลูซิเฟอร์ หมายถึง "ดาวประจำรุ่ง" และ "โอรสแห่งรุ่งอรุณ" ซาตาน
หมายถึง "ผู้กล่าวโทษ" ลูซิเฟอร์กลายมาเป็นซาตานเมื่อพระเจ้าทรงขับไล่มัน
ออกจากสวรรค์ ข้อพระคัมภีร์ที่ว่า "เจ้าถูกเหวี่ยงลงมายังพื้นดินอย่างไรหนอ"
(ข้อ 12) กล่าวถึงการล้มลงของซาตาน พระเยซูตรัสว่า "เราเห็นซาตาน ตกจาก
ฟ้าเหมือนฟ้าแลบ" (ลูกา 10:18) พระคริสต์เป็นพยานถึงการล้มลงของลูซิเฟอร์
ก่อนที่พระองค์จะเสด็จมาบังเกิดในโลก ขอให้สังเกตคำพูดของลูซิเฟอร์ที่พูด
ซ้ำ ๆ ว่า "เราจะ" ในอิสยาห์บทที่ 14 แสดงให้เห็นถึงความหยิ่งผยองของ
ลูซิเฟอร์ และความหยิ่งผยองนี้เองที่ทำให้มันไม่พึงพอใจฐานะอันสูงส่งเหนือหมู่
ทูตสวรรค์อีกต่อไป มันต้องการเป็นเหมือนพระเจ้า

ในข้อ 15 พระเจ้าได้ตอบสนองต่อความบาปชั่วของซาตาน พระคัมภีร์กล่าว
ว่า "แต่เจ้าถูกนำลงมาสู่แดนคนตาย ยังก้นบาดาล" การกบฏของซาตานจะจบลง
ด้วยการถูกทำลาย วิวรณ์ 20:10 ได้พยากรณ์ถึงจุดจบของซาตานว่า "ส่วนมาร
ที่ล่อลวงเขาทั้งหลายก็ถูกโยนลงไปในบึงไฟและกำมะถัน ที่ซึ่งสัตว์ร้ายและผู้เผย
พระวจนะเท็จอยู่นั้น และพวกมันจะถูกทรมานทั้งกลางวันและกลางคืนตลอดไป
เป็นนิตย์"

กองทัพของซาตาน

เมื่อซาตานล้มลง มันไม่ได้ล้มลงแต่เพียงลำพัง ยอห์นได้กล่าวในวิวรณ์ 12:4 ว่า "และหางของพญานาคตวัดดวงดาวหนึ่งส่วนสามในท้องฟ้า" ในข้อ 9 กล่าวถึงดวงดาวเหล่านั้นว่าหมายถึงทูตสวรรค์ที่ทำบาปหรือวิญญาณที่เป็นบริวารของซาตาน แม้ว่าซาตานจะมีฤทธิ์อำนาจและมีอิทธิพลเหนือรัฐบาลหลายรัฐบาลและหลายประเทศ แต่มันก็ไม่ได้สถิตทั่วทุกหนแห่งเหมือนพระเจ้า มันทำงานโดยอาศัยกองทัพของบริวารทูตสวรรค์หนึ่งในสามนั้น

หนึ่งในสามนั้นมีจำนวนเท่าไร เราไม่รู้ เรารู้แต่เพียงว่าทูตสวรรค์นั้นไม่สืบพันธุ์และไม่ตาย (มัทธิว 22.30) ทุกวันนี้มีทูตสวรรค์อยู่เป็นจำนวนมากเหมือนเมื่อครั้งที่ทูตสวรรค์เหล่านี้ถูกสร้างขึ้น จำนวนของทูตสวรรค์ไม่ได้ลดลงหรือเพิ่มขึ้นเลย พระคัมภีร์ได้กล่าวถึงจำนวนของทูตสวรรค์ที่บริสุทธิ์ว่า "มีจำนวนนับเป็นแสนๆ เป็นล้านๆ" (วิวรณ์ 5:11) คำว่า "ล้าน" เป็นจำนวนที่มากที่สุดในการนับ บางทีอาจจะหมายความว่ามีจำนวนมากจนนับไม่ได้

ทูตสวรรค์ที่ล้มลงบางตนถูกจองจำไว้ด้วยโซ่อันไม่รู้จักสลาย (ยูดา 6) ผมเชื่อว่าทูตสวรรค์เหล่านี้เป็นทูตสวรรค์ที่ทำบาปเมื่อครั้งน้ำท่วมโลก ดังที่อธิบายไว้ในปฐมกาล 6:1-7 เพราะว่า "บุตรของพระเจ้า" เหล่านี้ได้อยู่ด้วยกันฉันท์สามีภรรยากับมนุษย์ทำให้เกิดลูกผสม พระเจ้าได้กำจัดลูกหลานมนุษย์เหล่านี้ด้วยการให้น้ำท่วม และพระองค์ทรงล่ามพวกทูตสวรรค์ไว้ด้วยโซ่ บางทีตลอดประวัติศาสตร์แห่งการทรงไถ่ที่ผ่านมา พระเจ้าได้จับผีร้ายวิญญาณชั่วใส่ไว้ในที่คุมขังเป็นจำนวนมากขึ้นและมากขึ้น ในลูกา 8:31 บรรดาผีที่เมืองเก-ราซา "อ้อนวอนขอพระองค์ (พระเยซู) อย่าสั่งให้มันกลับไปที่นรกขุมลึก" วิญญาณชั่วบางตนถูกจำจองไว้ชั่วคราว ตามที่บันทึกไว้ในวิวรณ์ 9:2 ผีบางตนจะถูกปล่อยออกมาในช่วงแห่งการทนทุกข์ครั้งใหญ่

วิญญาณชั่วซึ่งเป็นกองทัพของซาตานนั้นมีระบบการจัดการที่ดีมาก ผู้เชื่อกำลังต่อสู้กับ "ภูตผีที่ครอบครอง พวกภูตผีที่มีอำนาจ พวกภูตผีที่ครองพิภพในยุคมืดนี้ ต่อสู้กับ กับพวกวิญญาณที่ชั่วในสวรรคสถาน" (เอเฟซัส 6:12) "ภูตผี

ที่ครอบครอง พวกภูตผีที่มีอำนาจ" คือ วิญญาณชั่วที่มีตำแหน่งสูงในอาณาจักร
ของซาตาน บางทีคำว่า "ภูตผีที่ครองพิภพ" อาจหมายถึง วิญญาณชั่วที่แทรกซึม
อยู่ในโครงสร้างทางการเมืองของโลกนี้และมันมีอิทธิพลในการตัดสินใจ "ยุคมืด"
หมายถึง นรก ในมัทธิว 8:12 พระเยซูทรงเรียกนรกว่า "ที่มืดที่นั่นจะมีเสียง
ร้องไห้ขบเขี้ยวเคี้ยวฟัน"

ผู้คนมักจะถามผมว่า ผมเชื่อว่ามีการวางแผนการลับของวิญญาณชั่วเพื่อ
พยายามควบคุมโลกหรือไม่? ผมไม่เชื่อว่าจะมีแผนการเช่นนี้ในหมู่มนุษย์ แต่
ผมรู้ตามที่พระคัมภีร์สอนว่า มีโลกฝ่ายวิญญาณที่มองไม่เห็นซึ่งมีซาตานเป็น
หัวหน้า และมีมนุษย์รวมทั้งองค์การหลายแห่งในโลกที่เข้าไปมีส่วนโดยไม่รู้ตัว
พระคัมภีร์พันธสัญญาเดิมกล่าวว่า บรรดาพระของโลกนี้คือวิญญาณชั่ว (อ้างอิง
สดุดี 96:5; 1 โครินธ์ 10:19-20) ใน 1 ยอห์น 5:19 ยอห์นกล่าวว่า "เรารู้ว่าเรา
เกิดจากพระเจ้า แต่โลกทั้งหมดอยู่ในมือของมารร้าย" ซาตานคือพระของโลกนี้
(2 โครินธ์ 4:4) ดังนั้น มันจึงเป็นผู้ควบคุมหลายสิ่งหลายอย่างที่เกิดขึ้นในโลก

เป้าหมายของซาตาน
พระคริสต์

เป้าหมายหลักของซาตานก็คือพระคริสต์ ทำไมล่ะ? ก็เพราะว่าแผนการ
ของพระเจ้าคือ "เพื่อโดยทางความตายนั้น พระองค์ [พระคริสต์] จะทรงทำลาย
มารผู้มีอำนาจ แห่งความตาย และจะทรงปลดปล่อยบรรดาคนเหล่านั้นที่ตกเป็น
ทาสมาตลอดชีวิตเนื่องจากความกลัวตาย" (ฮีบรู 2:14-15) แผนการของซาตาน
ที่จะทำลายล้างเชื้อสายของพระเมสสิยาห์เพื่อไม่ให้พระคริสต์ทรงบังเกิดนั้น
ล้มเหลว เมื่อพระองค์ทรงบังเกิดกษัตริย์เฮโรดได้ออกคำสั่งให้ค้นหาพระองค์
และจัดการทำลายเสีย (มัทธิว 2:16-18) นี่เป็นแผนการของซาตาน เมื่อมัน
ไม่ได้ผล ซาตานจึงพยายามเล่นงานพระคริสต์ขณะที่พระองค์อยู่ในถิ่นทุรกันดาร
(มัทธิว 4:1-11) บางทีบนไม้กางเขนนั้นซาตานอาจจะคิดว่ามันมีชัยชนะเหนือ
พระคริสต์แล้ว แต่พระคริสต์ได้ทรงประกาศชัยชนะของพระองค์เหนืออำนาจ

ของความตาย (1 เปโตร 3:18-20) ทรงเป็นขึ้นมาจากความตายอย่างมีสง่าราศี และเสด็จกลับสู่สวรรค์

ซาตานต่อต้านทุกสิ่งทุกอย่างที่พระคริสต์ทรงกระทำ พระคริสต์ทรงสำแดงความจริง (ยอห์น 1:17) แต่ซาตานปิดบังความจริง ในยอห์น 8:44 พระเยซูตรัสว่า ซาตาน "ไม่ได้ตั้งอยู่ในสัจจะ เพราะมันไม่มีสัจจะ เมื่อมันพูดเท็จมันก็พูดตามสันดานของมันเอง เพราะมันเป็นผู้มุสา และเป็นพ่อของการมุสา"

พระคริสต์ทรงประทานชีวิต แต่ซาตานทำลายชีวิต คนที่ไว้วางใจพระคริสต์เป็นพระผู้ช่วยให้รอดและองค์พระผู้เป็นเจ้าได้ "ผ่านพ้นความตายไปสู่ชีวิตแล้ว" (ยอห์น 5:24) อย่างไรก็ตาม ซาตานก็ยัง "เป็นผู้ฆ่าคนตั้งแต่ปฐมกาล" (ยอห์น 8:44) และมันมี "อำนาจแห่งความตาย" (ฮีบรู 2:14)

พระคริสต์กระทำให้เกิดผลฝ่ายวิญญาณในชีวิตของผู้เชื่อคือ ความปลาบปลื้มใจ สันติสุข ความอดกลั้นใจ ความปราณี ความดี ความสัตย์ซื่อ ความสุภาพอ่อนน้อม และการรู้จักบังคับตน (กาลาเทีย 5:22-23) แต่ซาตานต้องการเห็นผลของเนื้อหนังคือ "'การงานของเนื้อหนัง นั้นเห็นได้ชัด คือการล่วงประเวณี การโสโครก การเสเพล การนับถือรูปเคารพ การถือวิทยาคม การเป็นศัตรูกัน การวิวาทกัน การริษยากัน การฉุนเฉียวกัน การใฝ่สูง การทุ่มเถียงกัน การแตกก๊กกัน การอิจฉากัน การเมาเหล้า การเล่นเป็นพาลเกเร และการอื่นๆ ในทำนองนี้ซึ่งข้าพเจ้าเคยเตือนพวกท่านมาก่อนว่า คนที่ประพฤติเช่นนั้นจะไม่มีส่วนในแผ่นดินของพระเจ้า" (ข้อ 19-21)

พระคริสต์ทรงอนุญาตให้มีการทดสอบและการทดลองในชีวิตของผู้เชื่อเพื่อทำให้เราเติบโตในฝ่ายวิญญาณ (ยากอบ 1:3) แต่ซาตานล่อลวงเราด้วยการทดลองเพื่อทำลายเรา (1 เปโตร 5:8) พระคริสต์ทำให้ผู้เชื่อมีเสรีภาพ (ยอห์น 8:31-32) แต่ซาตานทำให้ผู้หลงหายกลายเป็นทาสของมัน (2 ทิโมธี 2:26) พระคริสต์ปกป้องผู้เชื่อ (1 ยอห์น 2:1) แต่ซาตานกล่าวโทษผู้เชื่อ (วิวรณ์ 12:10)

ทุกวันนี้ซาตานยังคงต่อต้านพระราชกิจของพระคริสต์อยู่ มันจะต่อต้านพระคริสต์เมื่อพระองค์เสด็จกลับมาอีกครั้งและในที่สุดมันจะถูกจัดการ พระคริสต์จะทิ้งมันลงไปในบึงไฟนรก

ทูตสวรรค์บริสุทธิ์

อีกหนึ่งเป้าหมายของซาตานและลูกสมุนของมันก็คือ ทูตสวรรค์บริสุทธิ์ ทูตสวรรค์บริสุทธิ์ปรากฏตัวกับดาเนียลและพูดกับท่านว่า

> "ดาเนียลเอ๋ย อย่ากลัวเลย เพราะตั้งแต่วันแรกที่ท่านตั้งใจ
> จะเข้าใจและถ่อมตัวลงเฉพาะพระพักตร์พระเจ้าของท่าน
> นั้น พระเจ้าทรงฟังถ้อยคำของท่าน และเรามาด้วยเรื่อง
> ถ้อยคำนั้น แต่เจ้าผู้ครอบครองราชอาณาจักรเปอร์เซียได้
> ขัดขวางเราไว้ถึง 21 วัน แต่มีคาเอล เจ้าผู้ครอบครองชั้น
> หัวหน้าผู้หนึ่งมาช่วยเรา เพราะเราถูกละไว้ที่นั่นให้อยู่กับ
> บรรดากษัตริย์เปอร์เซีย เรามาเพื่อช่วยให้ท่านเข้าใจถึงสิ่ง
> ซึ่งจะเกิดขึ้นกับชนชาติของท่านในอนาคต เพราะนิมิตนั้น
> เกี่ยวกับเวลาภายหน้า" (ดาเนียล 10:12-14)

ดาเนียลได้ใส่ใจในการทำความเข้าใจว่าทำไมประชากรของท่านไม่ได้กลับ อิสราเอล ท่านจึงได้อดอาหาร และอธิษฐานเป็นระยะเวลานาน (ข้อ 2-3) ทูตสวรรค์ บริสุทธิ์ได้มาปรากฏแก่ท่านเพื่อยืนยันกับท่านว่า พระเจ้าไม่ได้เพิกเฉยต่อคำ อธิษฐานของท่าน พระเจ้าทรงฟังคำอธิษฐานของท่านตั้งแต่วันแรกแล้ว แต่ การนำคำตอบของพระองค์มาล่าช้า ถึง 21 วัน

ทูตสวรรค์ได้อธิบายว่า "แต่เจ้าผู้ครอบครองราชอาณาจักรเปอร์เซียได้ ขัดขวางเราไว้" (ข้อ 13) เจ้าผู้ครอบครองที่กล่าวถึงในตอนนี้ไม่ได้หมายถึงมนุษย์ ไม่มีมนุษย์คนไหนสามารถสกัดกั้นทูตสวรรค์ได้ บางทีอาจหมายถึง วิญญาณชั่ว ที่สิงอยู่ในกษัตริย์เปอร์เซีย ด้วยฐานะของมัน มันจึงมีอิทธิพลต่อเหตุการณ์ต่างๆ ในอาณาจักรเปอร์เซียและเป็นอุปสรรคต่อแผนการของพระเจ้าเกี่ยวกับอนาคต ของอิสราเอล ความสัมพันธ์ของมันกับอาณาจักรเปอร์เซียยังคงดำเนินต่อไป ในภายหลังมันจะสู้กับทูตของพระเจ้าอีก (10:20)

พระเจ้าได้ส่งหัวหน้าทูตสวรรค์ที่มีชื่อว่ามีคาเอลมาช่วย (ข้อ 10:13) ชื่อ
มีคาเอลถูกกล่าวถึงอีกสองครั้งในพันธสัญญาเดิม (10:21, 12:1) และอีกสองครั้ง
ในพระคัมภีร์ใหม่ (ยูดา 9; วิวรณ์ 12:7) ดูเหมือนว่าพระเจ้าทรงมอบหมาย
หน้าที่พิเศษให้มีคาเอลคือปกป้องดูแลชนชาติอิสราเอล ความจริงแล้วพระเจ้า
ทรงมอบหมายให้ทูตสวรรค์บริสุทธิ์มีหน้าที่ดูแลแต่ละประเทศชาติ เพื่อทำให้
พระประสงค์ของพระองค์สำเร็จ เป็นไปได้ว่ามีคาเอลคือทูตสวรรค์ชั้นสูงสุด
มีคาเอลและทูตสวรรค์บริสุทธิ์องค์อื่นๆ ได้ต่อสู้กับวิญญาณชั่วซึ่งเป็นเจ้าแห่ง
อาณาจักรเปอร์เซีย เมื่อทูตสวรรค์เหล่านี้ร่วมกันต่อสู้ พวกเขาก็ได้รับชัยชนะ

เมื่อการต่อสู้กับเปอร์เซียสิ้นสุดลง ทูตสวรรค์บริสุทธิ์จะเริ่มต่อสู้กับเจ้า
แห่งกรีกซึ่งเป็นมหาอำนาจของโลกยุคต่อไป (ดาเนียล 10:20) ซาตานทำงาน
ในระดับสูงเพื่อขัดขวางแผนการของพระเจ้า เมื่อเปอร์เซียเรืองอำนาจ ซาตาน
ได้มอบหมายให้วิญญาณชั่วเข้าไปควบคุมอาณาจักรนี้เพื่อเล่นงานพระเจ้า
ประมาณ 2 ศตวรรษต่อมาเมื่อกรีกเรืองอำนาจ มันก็มอบหมายให้วิญญาณชั่ว
อีกตนหนึ่งมาควบคุมอาณาจักรนี้ ทูตสวรรค์บริสุทธิ์คงจะอยู่ที่นั่นเพื่อต่อต้านมัน
และมีคาเอลก็คงจะพร้อมให้ความช่วยเหลือตลอดเวลา (ข้อ 21)

พระธรรมยูดาได้ให้ภาพจำลองการต่อสู้นี้ ในข้อ 9 ยูดากล่าวว่า "แม้แต่
มีคาเอลหัวหน้าทูตสวรรค์ เมื่อโต้เถียงกับมารเรื่องศพของโมเสส ท่านเองก็ยัง
ไม่บังอาจพูดลบหลู่มารเลย แต่พูดเพียงว่า *"ให้องค์พระผู้เป็นเจ้าทรงดุว่าเจ้าเถิด"*
ทำไมมารต้องการศพของโมเสส เราไม่รู้จริงๆ บางทีมันอาจจะต้องการแสดงศพ
ของโมเสสต่อประชาชนเพื่อให้ประชาชนนมัสการศพนั้น และถือเป็นรูปเคารพ
ตลอดหลายทศวรรษประชาชนได้นมัสการสิ่งที่มนุษย์สร้างขึ้น ไม่ว่าจะด้วย
เหตุผลอะไรก็ตาม มีคาเอลก็ได้ทูลวิงวอนต่อพระเจ้า ซึ่งไม่เหมือนกับ "ผู้เชี่ยวชาญ"
ในสงครามฝ่ายวิญญาณทุกวันนี้ มีคาเอลไม่ได้ก้าวร้าวหรือติเตียนมารเลย
มีคาเอลได้อุทธรณ์เรื่องนี้โดยอ้างถึงพระนามของพระเจ้า เป็นที่แน่ชัดว่ามีคาเอล
มีชัยชนะในการต่อสู้นี้ ในเฉลยธรรมบัญญัติ 34:5 ผู้เขียนได้กล่าวว่า องค์พระ
ผู้เป็นเจ้าทรงฝังศพของโมเสส "ไว้ในหุบเขาในแผ่นดินโมอับตรงข้ามเบธเปโอร์
จนถึงทุกวันนี้ไม่มีใครรู้จักที่ฝังศพของท่าน"

อิสราเอล

ตลอดประวัติศาสตร์ที่ผ่านมา ซาตานได้พยายามอย่างยิ่งที่จะทำลายล้าง
ชนชาติอิสราเอล เพราะมันรู้ว่าชนชาตินี้มีความสำคัญต่อแผนการของพระเจ้า
เนื่องด้วยพระองค์ได้ทรงทำพันธสัญญากับอับราฮัม ประวัติศาสตร์ของชนชาติ
อิสราเอลเป็นเรื่องราวของการถูกข่มเหงและหายนะ การทำลายล้างชาวยิว
ครั้งยิ่งใหญ่ภายใต้การนำของฮิตเลอร์ เป็นเพียงการข่มเหงครั้งหลังที่ซาตาน
นำมาเท่านั้น ในช่วงแห่งการทนทุกข์ครั้งใหญ่ หายนะที่ยิ่งใหญ่กว่านี้จะเกิดขึ้น
บนแผ่นดินโลกเมื่อซาตานโจมตีชนชาติอิสราเอล แต่พระเจ้าจะทรงปกป้อง
ชนชาติของพระองค์ไว้อย่างน่าอัศจรรย์ (วิวรณ์ 12:4-6)

ผู้เชื่อ

เป้าหมายอีกสิ่งหนึ่งของซาตานคือ ผู้เชื่อ ในวิวรณ์ 12:10 กล่าวถึงเสียงหนึ่ง
ที่ดังขึ้นในสวรรค์ว่า "เพราะว่าผู้กล่าวหาพี่น้องของเรา ถูกโยนลงไปแล้ว คือผู้ที่
กล่าวหาพวกเขาเฉพาะพระพักตร์พระเจ้าของเราทั้งกลางวันและกลางคืนนั้น"
ซาตานไม่เพียงแต่กล่าวโทษผู้เชื่ออย่างรุนแรงเท่านั้น แต่มันยังเป็นปฏิปักษ์กับ
ทุกคนที่เชื่อในพระคริสต์ ในบทต่อๆ ไปของหนังสือเล่มนี้ เราจะกล่าวถึงการ
ต่อต้านนี้อย่างละเอียด

สงครามฝ่ายวิญญาณคืออะไร? ก็คือสงครามสากลระหว่างพระเจ้าและ
ความจริงของพระองค์กับซาตานและคำมุสาของมัน เป็นสงครามระหว่าง
พระประสงค์ของพระเจ้าและจุดมุ่งหมายของซาตาน มันเป็นความขัดแย้ง
ที่รุนแรงระหว่างพระเจ้ากับสิ่งทรงสร้างสูงสุดที่พระองค์ได้สร้างมาและมีผล
กระทบต่อมนุษย์ทุกคน ซาตานและกองทัพวิญญาณชั่วของมันกำลังต่อสู้กับ
พระคริสต์ ทูตสวรรค์บริสุทธิ์ ชนชาติอิสราเอล และบรรดาผู้เชื่อ สนามรบได้
ปรากฏให้เห็นแล้วอย่างชัดเจน

2

ซาตานเป็นเครื่องมือของพระเจ้า

ผีสามารถสิงในผู้เชื่อได้หรือไม่? คนส่วนใหญ่ที่สนับสนุนแนวความคิดเรื่อง
สงครามฝ่ายวิญญาณอย่างในทุกวันนี้ต่างก็คิดว่าผีเข้าสิงผู้เชื่อได้ ศาสตราจารย์
ซี. เฟรด ดิกคาสัน ได้กล่าวไว้ว่า "คริสเตียนแท้อาจถูกผีเข้าสิงได้ในระดับหนึ่ง
หรือถึงขนาดที่พูดด้วยเสียงแปลกๆ หรือพูดภาษาต่างประเทศ"[1]

ในหนังสือเล่มต่อจากเล่มนั้น เขามักจะใช้คำว่า "ถูกผีควบคุม"
(demonization) มากกว่าใช้คำว่า "ถูกผีเข้าสิง" (demon possession) เขา
อธิบายว่า "การถูกผีควบคุมจะเกิดขึ้นได้เสมอ [ตามที่ปรากฏในพระคัมภีร์]
ในขณะที่วิญญาณตนนั้นอาศัยอยู่ในมนุษย์"[2] ดังนั้น ดร.ดิกคาสัน จึงกล่าวอ้าง
ว่า ผู้เชื่อคนหนึ่งแม้จะมีพระเจ้าเป็นเจ้าของแล้ว แต่ผีก็ยังสามารถเข้ามาอาศัย
อยู่ในตัวเขาได้

เขายอมรับว่า เราไม่อาจจะหาข้อสนับสนุนในเรื่องนี้จากพระคัมภีร์ได้[3] เขา
ได้พยายามที่จะพิสูจน์เรื่องนี้โดยได้เข้าไปสังเกตการณ์ในคลินิกให้คำปรึกษา
เพื่อช่วยตัดสินใจ โดยการอาศัยประสบการณ์ในการให้คำปรึกษาของเขาเอง
และของคนอื่นๆ (ซึ่งเคยสนทนากับผู้ให้คำปรึกษาและผี) เขาสรุปว่า "จากการ

ค้นคว้าหลักฐานต่างๆ ทั้งจากพระคัมภีร์และคลินิกให้คำปรึกษา เราอาจสรุปได้ว่า คริสเตียนสามารถถูกผีเข้าได้”[4] และเขายังได้เขียนไว้ในหนังสือของเขาอีกด้วยว่า “สิ่งแรกและสิ่งที่สำคัญที่สุดของผลลัพท์ในการขับผีออกก็คือ การขับไล่วิญญาณชั่วที่เคยอาศัยอยู่ในบุคคลนั้นออกไป”[5] ดิกคาสันไม่ใช่คนเดียวที่มีแนวคิดเช่นนี้ ศาสตราจารย์อีกคนหนึ่ง เมอร์รีล อังเกอร์ กล่าวไว้ว่า

> ใครจะกล้าบอกว่าผีจะไม่จู่โจมชีวิตของผู้เชื่อซึ่งทำให้พระวิญญาณบริสุทธิ์เสียพระทัยด้วยการทำบาปและดับพระวิญญาณด้วยการไม่เชื่อฟังพระองค์? ... วิญญาณชั่ว... เข้ามาเหมือนสัตว์ร้ายที่หมอบคอยอยู่และพุ่งกระโจนเข้ามา และพร้อมที่จะเล่นงานเราในทุกขณะ เพียงแค่ผู้เชื่อล้มเหลวที่จะดำเนินชีวิตด้วยความเชื่อ มันก็ทำให้เขาล้มลงในความบาป ซึ่งถ้าเขาไม่สารภาพและไม่ควบคุมมัน ผลสุดท้ายก็คือเขาจะสูญเสียฤทธิ์อำนาจของพระวิญญาณที่ปกป้องเขาไว้จากการรุกรานของวิญญาณชั่ว[6]

ข้อยกเว้นเหล่านี้ สะท้อนให้เห็นถึงแนวความคิดของการเคลื่อนไหวของสงครามฝ่ายวิญญาณทุกวันนี้ของคนเหล่านั้น อย่างไรก็ตาม คนที่สอนว่าวิญญาณชั่วสามารถเข้าสิงผู้เชื่อได้นั้นถูกบีบคั้นให้แสดงหลักฐานสนับสนุน จนทำให้พวกเขาต้องนำประสบการณ์ส่วนตัวมาสนับสนุนมากกว่าค้นหาจากคำสอนที่ชัดเจนจากพระวจนะของพระเจ้า

มาตรฐานในการตรวจสอบความจริง

การใช้ข้อมูลจากคลินิกให้คำปรึกษาหรือจากการพูดคุยกับวิญญาณชั่วมากกว่าคำสอนในพระคัมภีร์นั้นเป็นสิ่งที่ยอมรับไม่ได้ โยนาธาน เอ็ดเวิร์ด หนึ่งในนักศาสนศาสตร์ผู้มีชื่อเสียงมี่สุดของอเมริกาเขียนอย่างถูกต้องไว้ว่า

ความเข้าใจฝ่ายวิญญาณคือการเข้าใจตามพระคัมภีร์
ที่ได้สอนไว้ ไม่ใช่เป็นการสร้างความหมายใหม่ การสร้าง
ความหมายใหม่ให้กับพระคัมภีร์ก็เท่ากับการสร้างพระคัมภีร์
อีกเล่มหนึ่ง มันเป็นการเพิ่มเติมพระคำของพระเจ้าซึ่งเป็น
เหตุให้ถูกลงโทษ (สุภาษิต 30:6) ศาสนาเทียมเท็จส่วนใหญ่
ในโลกเกิดขึ้นจากการนำเอาประสบการณ์และข้อสังเกต
ผิด ๆ ที่พวกเขาได้ก่อขึ้น คำสอนต่าง ๆ นอกเหนือไปจาก
พระคัมภีร์เต็มไปด้วยสิ่งที่กล่าวมานี้ ดังที่ปรากฏในประวัติ
ศาสตร์ของคริสตจักร ประสบการณ์เหล่านี้ทำให้ผู้คน
หลงใหล เพราะซาตานสามารถปลอมเป็นทูตของความสว่าง
เพื่อหลอกลวงประชาชนและบิดเบือนความจริงของ
พระคัมภีร์ได้ ผู้นำคริสตจักรจะต้องยืนหยัดต่อต้าน
การล่อลวงเหล่านี้[7]

พระวจนะของพระเจ้าเท่านั้นที่เป็นแหล่งแห่งความจริงเกี่ยวกับซาตานและ
วิญญาณชั่วของเรา ดร. ชาร์จ ฮอดจ์ ได้กล่าวเตือนอย่างถูกต้องไว้ว่า

ไม่มีการเรียนรู้ใดหรือความสามารถพิเศษใด หรือแม้แต่
แรงบันดาลใจใดๆ ที่จะสามารถโต้แย้งความจริงซึ่งบรรดา
คนที่ได้การดลใจจากพระเจ้าได้เป็นพยานเอาไว้ นี่คือ
มาตรฐานที่จะใช้ตรวจสอบคำสอน หากแม้ทูตสวรรค์
สอนต่างไปจากสิ่งที่กล่าวไว้ในพระวจนะของพระเจ้า ก็จะ
ถูกแช่งสาป (กาลาเทีย 1:8) เราต้องขอบคุณพระเจ้า
ที่เรามีมาตรฐานไว้ใช้เพื่อทดสอบว่าวิญญาณนั้น ๆ มาจาก
พระเจ้าหรือไม่[8]

พระวจนะของพระเจ้าซึ่งเป็นมาตรฐานในการตรวจสอบความจริงกล่าวว่าอย่างไร? ผีสามารถเข้าสิงผู้เชื่อที่มีความเชื่ออย่างแท้จจริงได้หรือไม่? มันสามารถเดินผ่านประตูเข้ามาและกลายเป็นสัตว์ที่หมอบอยู่ได้หรือไม่? ผู้สนับสนุนแนวความคิดการเคลื่อนไหวของสงครามฝ่ายวิญญาณทุกวันนี้จะตอบว่า "ได้" แต่คำตอบของพวกเขานั้นตั้งอยู่บนประสบการณ์ของพวกเขาเอง ไม่ใช่จากพระวจนะของพระเจ้า พระคัมภีร์ได้กล่าวไว้อย่างชัดเจนว่าคำกล่าวอ้างเช่นนี้ไม่มีมูลฐานอันสมเหตุสมผล

ไม่มีตัวอย่างในพระคัมภีร์ที่ชัดเจนว่าผู้เชื่อแท้สามารถถูกผีเข้าหรือถูกร้าวรานได้ จดหมายฝากในพระคัมภีร์พันธสัญญาใหม่ไม่เคยเตือนผู้เชื่อให้ระวังการถูกผีเข้าสิง ทั้งยังไม่พบว่ามีใครที่ขับผีออกจากผู้เชื่อ ในจดหมายฝากไม่เคยสั่งให้ผู้เชื่อขับผี ไม่ว่าจะเป็นการขับออกจากผู้เชื่อหรือผู้ไม่เชื่อ พระเยซูคริสต์และเหล่าอัครทูตเท่านั้นที่เคยขับผีออก แต่ทุกๆ ครั้งเป็นการขับผีที่เข้าสิงในคนที่ไม่เชื่อ

คำสอนโดยสรุปจากพระคัมภีร์คือ พระคัมภีร์สอนว่าผีไม่สามารถเข้าสิงผู้เชื่อที่แท้จริงได้ เราจะพบตัวอย่างที่ชัดเจนใน 2 โครินธ์ 6 ที่ว่าพระวิญญาณบริสุทธิ์ไม่อาจอยู่ร่วมกับผีวิญญาณชั่วได้

> "พระคริสต์กับเบลีอัลจะไปด้วยกันได้อย่างไร? หรือคนที่เชื่อจะมีส่วนอะไรกับคนที่ไม่เชื่อ? วิหารของพระเจ้าจะตกลงอะไรกับรูปเคารพ? เพราะว่าเราเป็นวิหารของพระเจ้าผู้ทรงพระชนม์ ดังที่พระเจ้าตรัสไว้ว่า "เราจะอยู่ในเขาทั้งหลายและจะดำเนินในหมู่พวกเขา เราจะเป็นพระเจ้าของพวกเขา และเขาจะเป็นประชากรของเรา" (ข้อ 15-16)

ในโคโลสี 1:13 เปาโลกล่าวว่า พระเจ้า "ทรงช่วยเราให้พ้นจากอำนาจของความมืด และทรงย้ายเราเข้ามาไว้ในอาณาจักรของพระบุตรที่รักของพระองค์"

ความรอดนำมาซึ่งการปลดปล่อยอย่างแท้จริงและการปกป้องจากมารซาตาน ในโรม 8:37 เปาโลกล่าวว่าเรามีชัยชนะอย่างเหลือล้นโดยพระเยซูคริสต์ ใน 1 โครินธ์ 5:57 ท่านกล่าวว่าพระเจ้าได้ทรงประทานชัยชนะให้แก่เรา ใน 2 โครินธ์ 2:14 ท่านกล่าวว่าพระเจ้าทรงนำเราให้มีชัยชนะเสมอ ใน 1 ยอห์น 2:13 ยอห์นกล่าวว่าเราได้ชนะมารร้ายแล้ว และใน 4:4 ท่านได้กล่าวว่าพระวิญญาณที่ประทับอยู่ในเราเป็นใหญ่กว่าซาตาน ในเมื่อความจริงจากพระวจนะของพระเจ้ากล่าวอย่างชัดเจนเช่นนี้ แล้วผีจะเข้าสิงผู้เชื่อที่แท้จริงได้อย่างไร

ความหมายที่แท้จริงของการกลับใจเชื่อ

ผู้นำจำนวนมากที่เป็นเสียงของการเคลื่อนไหวของสงครามฝ่ายวิญญาณทุกวันนี้ด่วนแสดงความดีใจเมื่อมีใครรับเชื่อ โดยถือว่าเขาคนนั้นได้รับความรอดแล้ว นี่สะท้อนให้เห็นว่าความเชื่อแบบง่ายดายกำลังครอบงำคนในรุ่นเรา

ความเข้าใจเกี่ยวกับคำสอนของการกลับใจเชื่อตามหลักพระคัมภีร์อย่างละเอียดนั้นเป็นที่ชัดเจนว่า ผีหรือวิญญาณชั่วไม่สามารถเข้าสิงหรือมีอิทธิพลต่อผู้เชื่อ โยนาธาน เอ็ดเวิร์ด ได้เขียนถึงการกลับใจเชื่อไว้ว่า

> พระคัมภีร์อธิบายถึงการกลับใจเชื่อว่าเป็นการเปลี่ยนแปลงธรรมชาติที่เป็นอยู่คือ เป็นการบังเกิดอีกครั้งหนึ่ง การเป็นคนใหม่ การเป็นขึ้นมาจากความตาย การได้รับการสร้างความคิดจิตใจเสียใหม่ การตายต่อบาปและดำเนินชีวิตอย่างผู้ชอบธรรม การทิ้งตัวเก่าและสวมใส่สภาพใหม่ การเข้าส่วนในธรรมชาติของพระเจ้า และอีกมากมาย
>
> คนที่คิดว่าตนเองกลับใจเชื่อแล้วแต่ไม่เห็นมีการเปลี่ยนแปลงในชีวิตเลยนั้น ความเชื่อของเขาก็ไร้ค่า แม้ว่าเขาจะมีประสบการณ์ อย่างไรก็ตาม การกลับใจเชื่อคือ

การหันกลับจากความบาปมาหาพระเจ้า แน่นอน พระเจ้า
สามารถหยุดยั้งคนที่ยังไม่ได้กลับใจเชื่อไม่ให้ทำบาปได้ แต่
คนที่กลับใจเชื่อแล้วจะหันจิตใจและธรรมชาติของเขาจาก
ความบาปไปสู่ความบริสุทธิ์ คนที่กลับใจเชื่อแล้วจะเป็น
ศัตรูของบาป

แล้วเราจะทำอย่างไรกับคนที่กล่าวว่าเขามีประสบการณ์
ในการกลับใจเชื่อแล้ว แต่ความเชื่อตามศาสนาอารมณ์
ความรู้สึกของเขากำลังตายไป ปล่อยเขาให้เป็นคนเดิม
อย่างที่เคยเป็นล่ะ? ดูเหมือนเขาเป็นคนที่เห็นแก่ตัว หลง
ระเริงอยู่กับโลกียวิสัย ประพฤติผิดศีลธรรม และไม่มี
ลักษณะชีวิตคริสเตียนเหมือนอย่างที่เขาเคยเป็น ถ้อยคำ
เหล่านี้จะวิเคราะห์ชีวิตของเขาได้ดีกว่าประสบการณ์ใด ๆ
ที่เขามี

ในพระเยซูคริสต์นั้น ไม่ว่าจะเข้าสุหนัตหรือไม่เข้า
สุหนัต ไม่ว่าจะมีประสบการณ์มาอย่างโชกโชนหรือเพียง
เล็กน้อย ไม่ว่าจะมีคำพยานที่น่าตื่นเต้นหรือไม่ค่อยมีคำพยาน
ทุกอย่างล้วนไม่มีความหมายทั้งสิ้น สิ่งเดียวเท่านั้นที่มี
ความหมายคือ การถูกสร้างใหม่[9]

ในมัทธิว 12 พระเยซูทรงตำหนิบรรดาผู้ที่ติดตามพระองค์เพียงเพราะ
ได้เห็นหมายสำคัญและการอัศจรรย์ว่า

"เมื่อผีโสโครกออกมาจากใครแล้ว มันก็ท่องเที่ยวไปในที่
กันดารน้ำเพื่อแสวงหาที่หยุดพัก แต่เมื่อไม่พบ มันจึงกล่าว
ว่า 'ข้าจะกลับไปที่บ้านของข้า ที่ข้าจากมานั้น' และเมื่อ
มาถึงก็พบว่าบ้านนั้นว่าง ถูกปัดกวาดและจัดเป็นระเบียบ

> มันจึงไปพาผีอื่นอีกเจ็ดตัวที่ร้ายกว่าตัวมันเองเข้าไปอาศัยอยู่ที่นั่น แล้วในที่สุดคนนั้นก็ตกอยู่ในสภาพที่เลวร้ายกว่าตอนแรก คนในยุคชั่วร้ายนี้ก็จะเป็นอย่างนั้น” (ข้อ 43-45)

แทนที่พระเยซูจะตอบสนองความต้องการของประชาชนที่อยากเห็นหมายสำคัญและการอัศจรรย์ พระองค์กลับตรัสถึงความรอดซึ่งเป็นสิ่งที่จำเป็นสำหรับพวกเขา มีหลายคนที่ดำเนินชีวิตอย่างมีระเบียบ แต่ในความเป็นจริง เขายังไม่ได้ไว้วางใจพระเยซูคริสต์ให้เป็นพระผู้ช่วยให้รอดและองค์พระผู้เป็นเจ้าของเขาเลย จิตวิญญาณของเขายังอยู่ในสภาพ “ว่างเปล่า” นั่นคือ พระวิญญาณบริสุทธิ์ยังไม่ได้ทรงสถิตอยู่ในชีวิตของเขา นั่นก็หมายความว่าเขากำลังเปิดใจคอยต้อนรับการเข้ามาของวิญญาณชั่ว เหตุการณ์นี้จะไม่เกิดขึ้นกับผู้ที่ร่างกายของเขาเป็นวิหารของพระวิญญาณบริสุทธิ์ (อ้างอิง 2 โครินธ์ 6:16)

ตามที่กล่าวไว้ใน 1 เปโตร 1:5 เมื่อพระคริสต์ทรงครอบครองอยู่ในชีวิตของผู้ใด ผู้นั้นก็จะได้รับการปกป้องไว้ด้วยฤทธิ์อำนาจของพระเจ้า ผลก็คือ “มารร้ายไม่แตะต้องเขา” (1 ยอห์น 5.18) เมื่อพระวิญญาณประทับอยู่ในชีวิตของใคร วิญญาณร้ายก็ไม่อาจบุกรุกชีวิตของคนนั้นได้ การที่มีวิญญาณชั่วสิงอยู่แสดงให้เห็นว่าคนนั้นยังไม่ได้รับความรอด

ทุกสิ่งเพื่อผลดี

แม้ว่าซาตานจะไม่สามารถเข้าสิงผู้เชื่อได้ แต่บางครั้งพระเจ้าก็ทรงอนุญาตให้มันใช้สภาพแวดล้อมเลวร้ายเพื่อทำให้คริสเตียนทุกข์ยากลำบากทางเนื้อหนัง เราไม่ทราบเหตุผลจริง ๆ ว่าทำไมต้องเป็นเช่นนั้น แต่เราทราบว่าพระเจ้าสามารถควบคุมสถานการณ์ทุกอย่างให้เป็นไปตามพระประสงค์ของพระองค์ได้ ความทุกข์ยากลำบากทุกอย่างในชีวิตของเราจะก่อให้เกิดผลดีต่อตัวเราเอง (โรม 8:28) ให้เราดูตัวอย่างจากพระคัมภีร์ว่านี่เป็นไปได้อย่างไร

การยืนหยัดของโยบ

พระธรรมโยบเป็นภาพคำอธิบายที่ยอดเยี่ยมว่า ทำไมบางครั้งพระเจ้าจึง
ทรงอนุญาตให้ซาตานนำความเดือดร้อนมาถึงคนของพระองค์ พระธรรมโยบ
ทำให้เราได้เห็นถึงบทสนทนาสำคัญระหว่างพระเจ้าและซาตานในสวรรค์

> พระยาห์เวห์ตรัสถามซาตานว่า "เจ้ามาจากไหน?" ซาตาน
> ทูลตอบพระยาห์เวห์ว่า "จากไปๆ มาๆ บนแผ่นดินโลก
> และจากเดินไปเรื่อยๆ บนนั้น" และพระยาห์เวห์ตรัสกับ
> ซาตานว่า "เจ้าได้พิจารณาดูโยบผู้รับใช้ของเราหรือไม่ว่า
> ในแผ่นดินโลกไม่มีใครเหมือนเขา เป็นคนดีพร้อมและ
> เที่ยงธรรม เป็นผู้ยำเกรงพระเจ้าและหันจากความชั่วร้าย?"
> แล้วซาตานทูลตอบพระยาห์เวห์ว่า "โยบยำเกรงพระเจ้า
> เปล่าๆ หรือ? พระองค์ไม่ได้ทรงกั้นรั้วรอบตัวเขา ครอบครัว
> ของเขา และทุกสิ่งที่เขามีอยู่เสียทุกด้านหรือ? พระองค์
> ได้ทรงอวยพรงานที่มือเขาทำ และฝูงปศุสัตว์ของเขาได้
> ทวีขึ้นในแผ่นดิน แต่ขอยื่นพระหัตถ์แตะต้องสิ่งของทั้งสิ้น
> ที่เขามีอยู่ แล้วเขาจะแช่งพระองค์ต่อพระพักตร์พระองค์"
> และพระยาห์เวห์ตรัสกับซาตานว่า "ดูเถิด ทุกสิ่งที่เขา
> มี ก็อยู่ในมือของเจ้า เพียงแต่อย่ายื่นมือแตะต้องตัวเขา"
> ซาตานจึงออกไปจากเบื้องพระพักตร์พระยาห์เวห์ ' (โยบ
> 1:7-12)

โยบเป็นคนชอบธรรมซึ่งพระเจ้าทรงอวยพรท่านด้วยทรัพย์สมบัติอันมั่งคั่ง
คือ แกะ 7,000 ตัว อูฐ 3,000 ตัว วัว 500 คู่ ลา 500 ตัว และคนใช้จำนวน
มากมาย ตามที่บันทึกไว้ในข้อที่ 3 "ชายผู้นี้จึงมั่งคั่งที่สุดในบรรดาชาวตะวันออก"

ซาตานได้เข้ามาเฝ้าพระเจ้าบนสวรรค์และกล่าวหาโยบว่ารับใช้พระเจ้า
ด้วยเหตุผลที่เห็นแก่ตัว เพราะเขาได้รับการปกป้องและได้รับความเจริญรุ่งเรือง

ซาตานท้าทายพระเจ้าให้นำบรรดาพระพรของพระองค์ออกจากชีวิตของโยบ ชั่วคราว มันหวังว่าสิ่งนี้จะพิสูจน์ให้เห็นธาตุแท้ของโยบ พระเจ้าทรงยอมรับ คำท้านี้ และพระองค์ทรงอนุญาตให้ซาตานนำความเดือดร้อนมาถึงโยบ พระองค์ ยอมให้ซาตานทำลายทรัพย์สมบัติของโยบ แต่พระองค์ห้ามไม่ให้มันทำอันตราย ต่อตัวโยบ

ไม่นานนักความวิบัติก็เกิดขึ้น มีลูกไฟตกลงมาจากท้องฟ้าและทำลาย ชีวิตแกะของโยบ มีโจรมาปล้นอูฐของเขาไป คนใช้ทุกคนถูกฆ่าเหลือคนเดียวที่ หนีรอดมาได้ ซาตานจบการทำลายโยบด้วยหมัดเด็ดของมันคือขณะที่ลูก ๆ ของ โยบนั่งรับประทานอาหารด้วยกัน "และดูเถิด มีพายุข้ามถิ่นทุรกันดารมาปะทะ บ้านทั้งสี่มุมจนพังลงทับคนหนุ่มสาว และพวกเขาก็ตาย" (โยบ 1:19) มันเป็น หายนะสุดรุนแรงพอที่จะทำลายความเชื่อของโยบได้

แต่โยบไม่ได้ตอบสนองอย่างที่ซาตานหวังไว้ และยิ่งไปกว่านั้น พระคัมภีร์ กล่าวว่า "แล้วโยบก็ลุกขึ้น ฉีกเสื้อคลุมของตน โกนศีรษะ กราบลงถึงดินนมัสการ ท่านว่า "ข้ามาจากครรภ์มารดาตัวเปล่า และข้าจะกลับไปตัวเปล่า พระยาห์เวห์ ประทาน และพระยาห์เวห์ทรงเอาไปเสีย สาธุการแด่พระนามพระยาห์เวห์ ในเหตุการณ์นี้ทั้งสิ้น โยบไม่ได้ทำบาปหรือกล่าวโทษพระเจ้า" (ข้อ 20-22) โยบกราบลงนมัสการพระเจ้า ยอมรับพระประสงค์ของพระเจ้า ทั้ง ๆ ที่เขาเอง ก็ไม่รู้ว่าทำไมเขาจึงต้องได้รับความทุกข์ทรมาน

เจ. ไอ. แพคเกอร์ เขียนไว้ว่า

> เหตุผลที่พระเจ้าทรงให้ชีวิตของเราประสบกับความยุ่งยาก
> และความยุ่งเหยิงครั้งแล้วครั้งเล่า ก็เพื่อให้เราได้เรียนรู้
> ที่จะพึ่งพระองค์ สาเหตุที่พระคัมภีร์กล่าวซ้ำแล้วซ้ำเล่าว่า
> พระเจ้าทรงเป็นที่กำบังอันเข้มแข็ง เป็นผู้ปกป้องที่มั่นคง
> เป็นที่ลี้ภัย และเป็นแหล่งแห่งความช่วยเหลือสำหรับคน
> ที่อ่อนแอ ก็เพราะว่าพระเจ้าทรงใช้เวลาอย่างมากที่ช่วย

ให้เรารู้ว่าเราเป็นคนที่อ่อนแอทั้งทางด้านจิตใจและด้าน
ศีลธรรม และพระองค์ไม่ต้องการให้เราวางใจตัวเราเอง
ในการแสวงหาหนทางที่ถูกต้อง...พระเจ้าต้องการให้เรา
รู้สึกว่า วิถีชีวิตของเราช่างมีแต่ความยุ่งยากและความ
ยุ่งเหยิง เพื่อเราจะได้เรียนรู้ที่จะพึ่งพระองค์ ดังนั้น
พระองค์จึงทรงกระทำให้เราละความมั่นใจในตัวเอง แล้วมา
ไว้วางใจในพระองค์[10]

แต่ซาตานยังไม่ยอมแพ้:

และอยู่มาวันหนึ่ง เมื่อเหล่าทูตสวรรค์มารายงานตัวต่อ
พระยาห์เวห์ ซาตานได้มาในหมู่เขา เพื่อรายงานตัวต่อ
พระยาห์เวห์ด้วย..."และพระยาห์เวห์ตรัสกับซาตานว่า
"เจ้าได้พิจารณาดูโยบผู้รับใช้ของเราหรือไม่ว่า ในแผ่นดิน
โลกไม่มีใครเหมือนเขา เป็นคนดีพร้อมและเที่ยงธรรม เป็น
ผู้ยำเกรงพระเจ้าและหันจากความชั่วร้าย? เขายังยึดมั่น
ในความซื่อสัตย์ของเขาอยู่ ถึงแม้เจ้าชวนเราให้ต่อสู้กับเขา
เพื่อทำลายเขาโดยไม่มีเหตุ" แล้วซาตานทูลตอบพระยาห์เวห์
ว่า "หนังแทนหนัง คนย่อมให้ทุกอย่างที่เขามีอยู่แทนชีวิต
ของเขา แต่บัดนี้ขอเหยียดพระหัตถ์แตะต้องกระดูกและ
เนื้อของเขา แล้วเขาจะแช่งพระองค์ต่อพระพักตร์พระองค์"
และพระยาห์เวห์ตรัสกับซาตานว่า "ดูเถิด เขาอยู่ในมือเจ้า
จงไว้ชีวิตเขาเท่านั้น" ซาตานจึงออกไปจากเบื้องพระพักตร์
พระยาห์เวห์ และทำให้โยบเป็นฝีร้าย ตั้งแต่ฝ่าเท้าจนถึง
กระหม่อม" (โยบ 2:1, 3-7)

ซาตานกล่าวหาโยบว่าที่ยังคงซื่อสัตย์ต่อพระเจ้าก็เพราะพระองค์ยังทรงปกป้องสุขภาพของเขาอยู่ อีกครั้งหนึ่งที่พระเจ้าทรงอนุญาตให้ซาตานนำความเดือดร้อนมาสู่โยบ แต่ห้ามไม่ให้เอาชีวิตของโยบไป ซาตานจึงทำให้โยบเป็นฝีร้ายตั้งแต่ฝ่าเท้าจนถึงกระหม่อม (ข้อ 7) สภาพของโยบนั้นน่าสงสารมากจนทำให้ภรรยาของเขาแช่งด่าพระเจ้า แต่โยบไม่ได้ทำเช่นนั้น (ข้อ 10)

โยบยังคงไม่รู้ว่าทำไมเขาจึงได้รับความทุกข์ทรมาน เขาร้องออกมาว่า "โอ ข้าอยากทราบว่าจะพบพระองค์ได้ที่ไหน เพื่อข้าจะมาถึงที่ประทับของพระองค์ ข้าจะยื่นคดีของข้าเฉพาะพระพักตร์พระองค์ และบรรจุข้อโต้แย้งให้เต็มปากข้า" (โยบ 23:3-4) แต่สวรรค์นิ่งเงียบ โยบไม่รู้ความจริงที่เกิดขึ้นระหว่างพระเจ้าและซาตาน ในภายหลังพระเจ้าได้ตรัสตอบเขาออกมาจากพายุ แต่โยบก็ยังคงไม่เข้าใจเหตุผลอยู่ดีว่าทำไมเขาจึงต้องได้รับความทุกข์ทรมาน

รูปแบบของการให้คำปรึกษาในทุกวันนี้ คงจะแนะนำโยบให้พูดว่า "ซาตาน เราขอผูกมัดเจ้า" แม้ว่าโยบจะเป็นผู้รับใช้ของพระเจ้าที่ได้รับการเลือกสรรมาเป็นพิเศษ แต่ความทุกข์ของเขาก็เป็นส่วนหนึ่งในแผนการของพระองค์ และมันเป็นอย่างเดียวกันนี้กับคนจำนวนมากมายที่ได้รับความทุกข์ยากอยู่ในทุกวันนี้ด้วย บรรดา "ผู้เชี่ยวชาญ" ของการเคลื่อนไหวของสงครามฝ่ายวิญญาณทุกวันนี้สามารถบรรลุถึงพระประสงค์อันยิ่งใหญ่ของพระเจ้าและต่อว่าซาตานได้หรือไม่? แน่นอนว่าทำไมได้

ความเดือดร้อนที่เกิดจากซาตานสามารถเป็นประโยชน์ต่อผู้เชื่อได้หรือไม่? คำตอบคือ "ได้" โยบเป็นตัวอย่างที่ดีในเรื่องนี้ เขาได้เห็นความยิ่งใหญ่ของพระเจ้ามากขึ้น และพบว่าตนเองเป็นคนบาป (โยบ 40:4-5) เขายังได้เรียนรู้ที่จะยอมจำนนต่อพระเจ้าไม่ว่าจะต้องสูญเสียมากขนาดไหน (42:2-6) กรีสันอาร์เชอร์ ได้เขียนไว้ในหนังสืออรรถาธิบายพระคัมภีร์พระธรรมโยบไว้ว่า

> พระธรรมโยบชี้ให้เราได้เห็นว่า โดยการยอมจำนนต่อความทุกข์ยากทุกอย่างที่โยบได้รับ ทำให้พระประสงค์อันยิ่งใหญ่

ของพระเจ้าสำเร็จ โยบได้รับเกียรติอย่างยิ่งใหญ่ เพราะ
พระเจ้าได้ทรงเลือกเขาไว้เป็นพิเศษเพื่อสาธิตให้เห็นถึง
การยอมจำนนอย่างสิ้นเชิงต่อพระเจ้า ซาตานได้ท้าทาย
พระเจ้าให้ทดสอบว่าความเอาจริงเอาจังของโยบขึ้นอยู่
กับสิ่งของเท่านั้น...

มันเป็นเกียรติอันยิ่งใหญ่สำหรับโยบที่ได้รับการ
ทรงเลือกเพื่อพิสูจน์ว่าซาตานเป็นฝ่ายผิดในเรื่องที่สำคัญ
เรื่องนี้ ถ้าโยบรู้ล่วงหน้าว่าประสบการณ์ทุกข์ทรมานที่เขา
ได้รับจะทำให้พระประสงค์ของพระเจ้าสำเร็จ มันก็คงง่าย
สำหรับโยบที่จะยอมรับความทุกข์อย่างเต็มใจและด้วย
จิตใจที่แข็งแกร่ง แต่ถ้าเขารู้ตัวมาก่อน การทดสอบก็คง
ไม่มีประโยชน์อะไร ทำไมนะหรือ ก็เพราะว่ามันจำเป็นที่
ผู้ซึ่งได้รับความทุกข์ทรมานจะต้องไว้วางใจพระเจ้าและ
ยอมจำนนต่อพระองค์ทุกประการ แม้ว่าเขาจะไม่เข้าใจเลย
สักนิดว่าทำไมพระเจ้าจึงปล่อยเขาไว้ในอุ้งมือของซาตาน[11]

คุณอาจจะกำลังทนทุกข์หรือรู้จักใครบางคนที่กำลังได้รับความทุกข์ยาก
แต่คุณก็ไม่มีทางรู้ได้เลยว่าทำไม การดูตัวอย่างของโยบจะทำให้คุณจะได้รับ
การเล้าโลมใจ กำลังใจ และความหวัง อัครทูตเปโตรได้เขียนไว้ว่า "ดังนั้น
ขอให้คนทั้งหลายที่ทนทุกข์ตามพระประสงค์ของพระเจ้า ฝากวิญญาณจิต
ของตนไว้กับพระผู้สร้าง ผู้ซื่อสัตย์ และทำดีต่อไป" (1 เปโตร 4:19) ขอพระเจ้า
ทรงโปรดช่วยเราในการเสริมสร้างทัศนคติของชีวิต

หนามของเปาโล

พระเจ้าทรงอนุญาตให้ซาตานนำความเดือดร้อนมาถึงเปาโลด้วยเช่นกัน
เปาโลได้รับนิมิตเกี่ยวกับการเป็นขึ้นมาจากความตายของพระคริสต์ในสาม

โอกาส เห็นได้ชัดว่าเปาโลได้ต่อสู้กับความโอ้อวด ท่านกล่าวว่า “และเพื่อไม่ให้ข้าพเจ้ายกตัวเกินไป เนื่องจากการสำแดงอันยิ่งใหญ่ ก็ทรงให้มีหนามในเนื้อของข้าพเจ้า ซึ่งเป็นทูตของซาตานที่คอยโบยตีข้าพเจ้าเพื่อข้าพเจ้าจะไม่ยกตัวเกินไป” (2 โครินธ์ 12:7)

เปาโลมีหนามในกายของเขา มีหลายคนได้ให้ความเห็นว่าหนามนี้คืออะไร ไม่ว่าจะเป็นปัญหาส่วนตัวของเปาโล การข่มเหง รูปร่างกายภาพของเปาโล โรคลมบ้าหมู มาเลเรีย หรือปัญหาสายตา หนามนี้คืออะไร? เราไม่รู้จริงๆ แต่ไม่ว่ามันจะเป็นอะไร มันก็ทำให้เปาโลเจ็บปวด เนื่องจากความทุกข์ทรมานจากหนามนี้ เปาโลได้อธิษฐานถึงสามครั้งเพื่อขอพระเจ้านำมันออกไป (ข้อ 8)

ขอให้สังเกตว่าเปาโลไม่ได้พยายามผูกมัด ตำหนิ หรือขับไล่ผีมารตัวนี้ออกไป ท่านเพียงแต่อธิษฐานต่อพระเจ้าขอให้เอามันออกไป แน่นอนพระเจ้าสามารถทำตามที่เปาโลอธิษฐานได้ แต่พระองค์เลือกที่จะไม่ทำ (ข้อ 9) เจอร์รี บริดเจสได้ให้ข้อสังเกตในเรื่องนี้ว่า

> ด้วยพระสติปัญญาอันล้ำลึกของพระเจ้า พระองค์ทรงรู้ว่าความทุกข์ทรมานแบบไหนที่จะทำให้เราเติบโตมากยิ่งขึ้นเพื่อจะมีลักษณะเหมือนพระบุตรของพระองค์ พระองค์ไม่เพียงแต่รู้ว่าอะไรจำเป็นสำหรับเรา แต่พระองค์ทรงรู้ด้วยว่าเมื่อไรที่เราจำเป็นและมันจะเกิดขึ้นอย่างไรจึงจะเป็นผลดีต่อชีวิตของเรา พระองค์เป็นพระอาจารย์ที่ดีเลิศ เป็นโค้ชที่ยอดเยี่ยม การฝึกวินัยของพระองค์เหมาะสมกับความจำเป็นของเราเสมอ พระองค์ไม่เคยฝึกสอนเรามากจนเกินไปโดยการยอมให้มีความทุกข์เกิดขึ้นมากในชีวิตของเรา[12]

เปาโลเต็มใจยอมรับพระประสงค์ของพระเจ้าที่มีต่อชีวิตของตน "เพราะฉะนั้น ข้าพเจ้าจะอวดบรรดาความอ่อนแอของข้าพเจ้ามากขึ้นด้วยความยินดีอย่างยิ่ง เพื่อว่าฤทธานุภาพของพระคริสต์จะอยู่ในข้าพเจ้า เพราะเหตุนี้ เพื่อเห็นแก่พระคริสต์ ข้าพเจ้าจึงพอใจในบรรดาความอ่อนแอ ในการถูกเยาะเย้ยต่างๆ ในความลำบาก ในการถูกข่มเหง ในเหตุวิบัติต่างๆ เพราะว่าข้าพเจ้าอ่อนแอเมื่อใด ข้าพเจ้าก็จะเข้มแข็งมากเมื่อนั้น" (ข้อ 9-10)

ถ้าเป็นไปได้ที่จะเอาหนามนี้ออกจากเนื้อหนังโดยการกล่าวว่า "ทูตของซาตาน เราขอผูกมัดเข้า" แผนการของพระเจ้าก็คงจะไม่ประสบความสำเร็จ ในตอนท้ายเปาโลชื่นใจในบรรดาความทุกข์ของท่าน เพราะว่ามันช่วยให้ท่านเติบโตขึ้นในฝ่ายวิญญาณ

การฝัดร่อนของเปโตร

ในลูกา 22:31-32 พระคริสต์ตรัสกับเปโตรว่า "ซาตานได้ขอพวกท่านไว้เพื่อจะฝัดร่อนเหมือนฝัดข้าวสาลี แต่เราได้อธิษฐานเผื่อตัวท่าน เพื่อความเชื่อของท่านจะได้ไม่ขาด และเมื่อท่านได้หันกลับแล้ว จงชูกำลังที่น้องทั้งหลายของท่าน"

ซาตานต้องการเปโตรเพราะว่าเขาเป็นบุคคลที่สำคัญในการพัฒนาคริสตจักรในยุคแรก เมื่อเปโตรได้ยินว่าซาตานต้องการท่าน ท่านตอบว่า "พระองค์เจ้าข้า ข้าพระองค์พร้อมแล้วที่จะไปกับพระองค์ ถึงจะต้องติดคุกหรือตายก็ดี" (ข้อ 33) ต่อมาในเย็นวันเดียวกัน เปโตรปฏิเสธพระเยซูถึงสามครั้ง หลังจากนั้นเขา "ก็ออกไปข้างนอกร้องไห้เป็นทุกข์นัก" (ข้อ 62) นั่นเป็นเครื่องหมายของการกลับใจเชื่อและการกลับคืนดีกับพระเจ้า

เปโตรได้เรียนรู้อะไรจากการฝัดร่อนของซาตานน่ะหรือ? ก็คือท่านจะยืนอยู่ด้วยกำลังของตนเองไม่ได้ และเหตุการณ์นี้ทำให้เขาเป็นภาชนะที่มีประโยชน์มากสำหรับพระเจ้า เพราะพระเยซูตรัสสั่งให้ท่านชูกำลังคนอื่นหลังจากที่ท่านกลับใจ (ข้อ 32) เปโตรรู้ดีถึงคุณค่าของขบวนการกลั่นกรอง เพราะว่าหลายปี

หลังจากนั้นท่านได้เขียนจดหมายถึงผู้เชื่อที่ถูกข่มเหงว่า

> ในสิ่งนี้พวกท่านชื่นชมยินดี ถึงแม้ว่าเดี๋ยวนี้ จำเป็นที่พวกท่านต้องทนทุกข์ในการทดลองต่างๆ นานาชั่วระยะหนึ่ง เพื่อการทดสอบความเชื่อของพวกท่าน (อันล้ำค่ายิ่งกว่าทองคำที่แม้ว่าจะเสื่อมสลายไปได้ก็ยังถูกทดสอบด้วยไฟ) จะนำไปสู่การสรรเสริญ ศักดิ์ศรี และเกียรติ ในเวลาที่พระเยซูคริสต์จะเสด็จมาปรากฏ (1 เปโตร 1:6-7)

พระเจ้าทรงใช้ความทุกข์ยากที่เกิดจากซาตานเพื่อประโยชน์ฝ่ายวิญญาณของโยบ เปาโล และเปโตร พวกเขาทั้งสามคนไม่ได้ออกคำสั่ง ต่อว่า หรือผูกมัดซาตานเลย เพราะว่าสาเหตุที่แท้จริงนั้นไม่ได้เป็นงานของซาตาน แต่เพื่อให้สำเร็จตามพระประสงค์อันสูงสุดของพระเจ้า เราเองก็ไม่ควรจะมีท่าทีที่แตกต่างไปจากนี้

การพิพากษาของพระเจ้า

บางครั้งพระประสงค์ของพระเจ้าไม่ได้อ่อนโยนขนาดนั้น พระคัมภีร์เปิดเผยให้เราเห็นว่าพระเจ้าทรงมอบผู้คนไว้ในมือของซาตานเพื่อลงโทษความบาปและความไม่เชื่อฟังของพวกเขา ขอให้พิจารณาตัวอย่างสองสามเรื่องต่อไปนี้

ความทุกข์ทรมานของซาอูล

พระคัมภีร์บอกเราว่า “วิญญาณชั่วจากพระเจ้าก็ทรมานซาอูล” (1 ซามูเอล 16:14) ข้อพระคัมภีร์ข้อนี้ไม่ได้หมายความว่าพระเจ้าทรงเป็นวิญญาณชั่วหรือวิญญาณชั่วเข้าสิงในพระเจ้า แต่หมายความว่าซาอูลได้รับการทรมานจากวิญญาณชั่วซึ่งได้รับอนุญาตจากพระเจ้าแล้ว ซาตานและสมุนของมันไม่อาจทำอะไรได้โดยไม่ได้รับอนุญาตจากพระเจ้า

ทำไมพระเจ้าจึงทรงอนุญาตให้วิญญาณชั่วทรมานซาอูลล่ะ? ก็เพราะซาอูล
ต้องการทำตามวิธีการของตนเองแทนที่จะทำตามวิธีการของพระเจ้า ตัวอย่างหนึ่ง
ของเรื่องนี้เกิดขึ้นใน 1 ซามูเอล 13 ผู้เผยพระวจนะซามูเอลสั่งให้ซาอูลรอเจ็ดวัน
เพื่อท่านจะได้เดินทางมาถวายเครื่องบูชาแด่พระเจ้าที่กิลกาล และจะได้บอก
ซาอูลถึงสงครามกับชนชาติฟีลิสเตีย แต่อย่างไรก็ตาม หลังจากวันที่เจ็ดซามูเอล
ก็ยังไม่ยอมมา บางทีซามูเอลอาจต้องการทดสอบซาอูลว่าเชื่อฟังคำสั่งของ
พระเจ้าหรือไม่ จะเห็นได้ว่าในขณะที่เขารอคอยอยู่นั้น ซาอูลไม่ได้แสวงหาการ
ทรงนำของพระเจ้าจากพระคัมภีร์หรือจากการอธิษฐานเลย

จากนั้นเกิดอะไรขึ้น? ซาอูลถวายเครื่องบูชาแด่พระเจ้าด้วยตัวของเขาเอง
(ข้อ 9-10) นั่นเป็นความบาปที่รุนแรงมาก เพราะว่าคนที่ถูกเลือกเป็นพิเศษ
เท่านั้นที่จะสามารถปรนนิบัติในฐานะของปุโรหิตได้ (กันดารวิถี 16:40; 18:1-7)
เมื่อซาอูลถวายเครื่องบูชาเสร็จ ซามูเอลก็เดินทางมาถึง และคำสนทนาของ
พวกเขาเป็น ดังนี้

> ซามูเอลทูลว่า "ท่านได้ทำอะไรไปแล้วนี่?"
> และซาอูลตรัสตอบว่า "เมื่อข้าพเจ้าเห็นประชาชน
> แตกกระจายไปจากข้าพเจ้า และท่านก็ไม่ได้มาภายใน
> วันที่กำหนดไว้ และพวกฟีลิสเตียก็ชุมนุมกันที่มิคมาช
> ข้าพเจ้าจึงว่า 'บัดนี้ พวกฟีลิสเตียจะยกมารบกับข้าพเจ้า
> ที่กิลกาล และข้าพเจ้ายังไม่ได้ทูลวิงวอนเฉพาะพระพักตร์
> พระยาห์เวห์' ข้าพเจ้าจึงบังคับตัวเองขึ้นไปถวายเครื่อง
> บูชาเผาทั้งตัว"
> และซามูเอลทูลซาอูลว่า "ท่านได้ทำการที่โง่เขลา
> ท่านไม่ได้รักษาพระบัญชาของพระยาห์เวห์พระเจ้าของ
> ท่าน ซึ่งพระองค์ทรงบัญชาท่านไว้ เพราะพระยาห์เวห์
> จะได้ทรงสถาปนาราชอาณาจักรของท่านเหนืออิสราเอล

ตลอดไป แต่บัดนี้ราชอาณาจักรของท่านจะไม่ยั่งยืน
พระยาห์เวห์ทรงหาชายอีกคนหนึ่งตามชอบพระทัย
พระองค์แล้ว และพระยาห์เวห์ทรงแต่งตั้งชายผู้นั้นให้เป็น
เจ้านายเหนือชนชาติของพระองค์ เพราะท่านไม่ได้รักษา
สิ่งซึ่งพระเจ้าทรงบัญชาท่านไว้" (1 ซามูเอล 13:11-14)

เพราะว่าซาอูลแก้ตัวในความบาปที่เขาได้ทำไปแทนที่จะกลับใจ
ราชอาณาจักรของเขาจึงตกไปเป็นของดาวิด

วิญญาณชั่วทรมานซาอูลอย่างไร? โดยการที่ซาอูลอยากเห็นดาวิดตาย
ดาวิดได้รับการเจิมตั้งเพื่อทำพระราชกิจที่พระเจ้าจะทรงมอบหมายให้ (16:13)
ตั้งแต่เวลาที่พระวิญญาณของพระเจ้าพรากไปจากซาอูล (ข้อ 14) เขาก็สูญเสีย
ทั้งความปรารถนาและความสามารถในการเป็นกษัตริย์ที่ดี ผลก็คือประชาชน
นิยมชมชอบดาวิดมากขึ้นเรื่อย ๆ ใน 1 ซามูเอล 18:6-9 ผู้เขียนพระคัมภีร์
ตอนนี้กล่าวว่า

เมื่อพวกเขากำลังกลับเข้ามา ดาวิดก็กลับจากการฆ่าคน
ฟีลิสเตีย พวกผู้หญิงก็ออกมาจากเมืองทั้งหมดของ
อิสราเอล ร้องเพลงและเต้นรำต้อนรับพระราชาซาอูลด้วย
รำมะนา ด้วยเพลงร่าเริง และด้วยเครื่องดนตรี และพวก
ผู้หญิงร้องรับเมื่อเต้นรำกันว่า "ซาอูลฆ่าคนเป็นพันๆ และ
ดาวิดฆ่าคนเป็นหมื่นๆ" ซาอูลกริ้วยิ่งนัก คำที่ร้องนี้ไม่เป็น
ที่พอพระทัยพระองค์เลย พระองค์ตรัสว่า "พวกเขายกย่อง
ดาวิดว่าฆ่าคนเป็นหมื่นๆ ส่วนเราเขาว่าฆ่าแต่เพียงเป็น
พันๆ นอกจากราชอาณาจักรแล้ว ดาวิดจะได้อะไรอีกเล่า"
ซาอูลก็ทรงจับตาดูดาวิดตั้งแต่วันนั้นเป็นต้นไป

ซาอูลอิจฉาดาวิด และเขารู้สึกเจ็บปวดที่รู้ว่าพระเจ้าทรงอวยพรชีวิตของ
ดาวิดให้มีตำแหน่งเท่าเทียมกับพระองค์

เรื่องดำเนินต่อไปว่า

> ในวันต่อมาวิญญาณชั่วจากพระเจ้าก็เข้าสิงซาอูล ซาอูลก็
> ทรงเพ้ออยู่ในวังของพระองค์ ดาวิดก็กำลังดีดพิณอย่างที่
> เขาเคยดีดถวายทุกวันมา ซาอูลทรงถือหอกอยู่ และซาอูล
> ก็ทรงพุ่งหอก ด้วยทรงนึกว่า "ข้าจะปักดาวิดให้ติดกับผนัง
> เสีย" แต่ดาวิดก็หนีไปได้ถึงสองครั้ง
> ซาอูลก็ทรงกลัวดาวิด เพราะว่าพระยาห์เวห์สถิต
> กับเขา แต่ได้ทรงละจากซาอูลแล้ว (ข้อ 10-12)

ดาวิดได้รับใช้อยู่ในวังของซาอูล เมื่อวิญญาณชั่วเข้าสิงซาอูล เขาจะควบคุม
ตัวเองไม่ได้ ดาวิดจะต้องช่วยผ่อนคลายอารมณ์ของซาอูลด้วยการเล่นดนตรี
ถวาย แต่ด้วยอิทธิพลของวิญญาณชั่ว ซาอูลได้พุ่งหอกใส่ดาวิดโดยหวังว่าจะ
สำเร็จ ตามความปรารถนาชั่วของตนเพื่อจัดการดาวิดเสีย

เรื่องราวของซาอูลดำเนินจากจุดที่แย่ไปจนถึงจุดที่แย่ที่สุด ซาอูลไม่อาจ
ควบคุมตัวเองได้อีกต่อไป ซาอูลเปลือยกายและนอนหลับอยู่บนพื้น (19:22-24)
และไปขอให้คนทรงเรียกวิญญาณของคนตายมาพูดคุยด้วย (28:7-20) จนใน
ท้ายที่สุด พระองค์ก็ทรงฆ่าตัวตาย

บางทีคุณอาจสงสัยและถามว่า *"ซาอูลเป็นตัวอย่างของผู้เชื่อที่ถูกผีเข้า
ไม่ใช่หรือ?"* ไม่ใช่เลย คำถามที่ว่าซาอูลเป็นผู้เชื่อที่แท้จริงหรือไม่นั้น ยังคงเป็น
เรื่องที่นักศึกษาพระคัมภีร์โต้เถียงกันอยู่ ทางที่ดีที่สุดซึ่งเราอาจจะพูดได้ก็คือ
พระคัมภีร์กล่าวถึงบั้นปลายของซาอูลเป็นสองนัย ยิ่งกว่านั้น เมื่อซาอูลมีปัญหา
และตกอยู่ใต้อิทธิพลของวิญญาณชั่ว ไม่มีอะไรยืนยันว่าซาอูลถูกวิญญาณชั่ว

เข้าสิง เขาไม่อาจถูกอ้างเป็นอ้างข้อพิสูจน์จากพระคัมภีร์ได้ว่าวิญญาณชั่วสามารถเข้าสิงผู้เชื่อได้ พระเจ้าทรงมอบซาอูลไว้ในมือของซาตานเพื่อพิพากษาความบาปของเขา

ยูดาสผู้ทรยศ

บนห้องชั้นบนก่อนที่พระเยซูจะถูกตรึงบนไม้กางเขน พระเยซูได้บอกกับสาวกของพระองค์ว่าจะมีสาวกคนหนึ่งที่ทรยศพระองค์ (ยอห์น 13:21) เมื่อสาวกทูลขอให้พระเยซูบอกถึงลักษณะของคนที่จะทรยศพระองค์ พระเยซูตอบว่า

> "เป็นคนที่เราจะเอาขนมปังนี้จิ้มส่งให้" เมื่อพระองค์ทรงเอาขนมปังนั้นจิ้มแล้วก็ทรงยื่นให้กับยูดาสบุตรของซีโมนอิสคาริโอท เมื่อยูดาสกินขนมปังนั้นแล้ว ซาตานก็เข้าไปสิงในตัวเขา พระเยซูจึงตรัสกับเขาว่า "ท่านจะทำอะไรก็จงทำเร็วๆ" (ข้อ 26-27)

ยูดาสได้อยู่กับพระเยซูมาเป็นเวลาสามปี เขาได้เห็นการงานที่พระเยซูทำและได้ฟังทำสอนของพระองค์ เขารู้ถึงความสมบูรณ์และฤทธิ์อำนาจของพระคริสต์ แต่ปฏิเสธที่จะกลับใจและเชื่อในพระคริสต์เพื่อรับความรอด ดังนั้นพระเจ้าจึงมอบเข้าไว้กับซาตาน ข้อพระคัมภีร์ตอนเดียวกันในพระธรรมลูกากล่าวว่า

> ซาตานเข้าดลใจยูดาสที่เรียกว่าอิสคาริโอทซึ่งเป็นหนึ่งในสาวกสิบสองคน ยูดาสไปปรึกษากับพวกหัวหน้าปุโรหิตและพวกนายทหารรักษาพระวิหารว่าจะมอบพระองค์ให้กับพวกเขาด้วยวิธีใด พวกเขาดีใจและสัญญากับยูดาสว่าจะให้เงิน (ลูกา 22:3-5)

ด้วยอิทธิพลของซาตาน ทำให้ยูดาสขายพระเยซู

> ซาตานได้ให้ยูดาสเป็นเครื่องมือด้วยการดลใจให้ยูดาส
> คิดทรยศและเร่งเร้าให้เขาทรยศ นี่เป็นการครอบครองทาง
> ความคิด คือซาตานเข้าควบคุมความคิด จิตใจและความ
> ตั้งใจ " ซาตานเข้าสิงในใจ" ยูดาส ไม่ได้เป็นเรื่องของการ
> ถูกบีบบังคับ แต่เป็นเหมือนกับการที่เรายอมเป็นทาสของ
> อาจารย์ที่มีชื่อเสียงอย่างเต็มใจ[13]

ผลบั้นปลายในชีวิตของยูดาสก็เหมือนกับของซาอูลคือ เขาฆ่าตัวตาย

การผิดประเวณีของชาวโครินธ์

พระเจ้าทรงใช้ซาตานเป็นเครื่องมือในการพิพากษาคนของพระองค์ใน
คริสตจักรหรือไม่? แน่นอน พระองค์ทรงใช้เปาโลเขียนจดหมายถึงคริสตจักร
เมืองโครินธ์ว่า "มีเรื่องที่ได้ยินมากับหูว่า ในพวกท่านมีการผิดประเวณี และ
แม้ในพวกต่างชาติก็ไม่มีการผิดประเวณีเช่นนี้ คือคนหนึ่งได้เอาภรรยาของบิดา
มาเป็นเมีย" (1 โครินธ์ 5:1) "ภรรยาของบิดา" อาจจะหมายถึงแม่เลี้ยง ไม่ใช่
แม่จริง ๆ ของเขา แต่ไม่ว่าจะในกรณีใดก็ตาม การกระทำเช่นนี้ถือเป็นความผิด
ในสายพระเนตรของพระเจ้า (เลวีนิติ 18:7-8)

เป็นเรื่องที่ไม่น่าเชื่อสำหรับชาวโครินธ์ แทนที่พวกเขาจะรู้สึกโศกเศร้ากับ
สถานการณ์ที่ผิดศีลธรรมเช่นนี้ พวกเขากลับอวดอ้างตัวเอง (ข้อ 2) เปาโลตอบ
สนองด้วยคำตักเตือนว่า "พวกท่านจงมอบคนเช่นนี้ให้ซาตานทำลายเนื้อหนัง
เพื่อจิตวิญญาณของเขาจะได้รับความรอด ในวันขององค์พระผู้เป็นเจ้า" (ข้อ 5)

การมอบไว้กับซาตานหมายความว่าอย่างไร? หมายความว่าให้คนที่ทำผิด
ออกไปจากคริสตจักร คือ ตัดคนนั้นออกจากการปกป้องของพี่น้องคริสเตียน ใน
ข้อ 2 เปาโลได้พูดอย่างรุนแรงว่าพวกเขาควรจะตัดคนที่กระทำผิดออกเสียจาก

ท่ามกลางพวกเขา คนที่ทำผิดจะต้องถูกตัดออกจากชุมชนของบุตรของพระเจ้า และจากโต๊ะขององค์พระผู้เป็นเจ้า

เปาโลย้ำถึงความสำคัญของการลงวินัยคริสตจักรโดยการกล่าวอุทาหรณ์ว่า

> การที่พวกท่านโอ้อวดนั้นไม่ใช่สิ่งดีเลย ท่านรู้แล้วไม่ใช่หรือว่าเชื้อขนมเพียงนิดเดียว ย่อมทำให้แป้งดิบฟูขึ้นทั้งก้อน? จงชำระเชื้อเก่าเสีย เพื่อท่านทั้งหลายจะได้เป็นแป้งดิบก้อนใหม่ ดังเช่นที่ท่านเป็นพวกไร้เชื้อ เพราะพระคริสต์ผู้ทรงเป็นปัสกาของเราถูกถวายบูชาแล้ว เพราะฉะนั้นให้เราถือปัสกานั้น ไม่ใช่ด้วยเชื้อเก่าซึ่งเป็นเชื้อของความชั่วและความเลว แต่ด้วยขนมปังที่ไม่มีเชื้อ คือความจริงใจและสัจจะ (1 โครินธ์ 5:6-8)

เชื้อคือตัวแทนของความบาป และแป้งดิบเป็นตัวแทนของคริสตจักร ถ้าเราเปิดโอกาสให้มัน ความบาปก็จะแทรกซึมเข้าไปทั้งคริสตจักรเหมือนดังที่เชื้อแทรกซึมเข้าไปในก่อนขนมบปังทั้งก้อน โดยธรรมชาติแล้ว เชื้อบาปจะแพร่กระจาย แต่พระคริสต์ลูกแกะปัสกาอันบริสุทธิ์ของพระเจ้าจะแยกเราออกมาจากการครอบงำของบาป เหตุฉะนั้น เราจะต้องละทิ้งทุกสิ่งทุกอย่างจากชีวิตเก่าที่อาจะแทรกซึมเข้าไปในชีวิตเสีย เราจะต้องกินขนมปังแห่งความซื่อสัตย์ ความไว้วางใจได้ และความจริง ไม่ใช่ขนมปังแห่งความอธรรม

จากนั้นเปาโลก็ได้ประยุกต์อุทาหรณ์นี้กับชาวโครินธ์ว่า

> แต่บัดนี้ข้าพเจ้ากำลังเขียนบอกพวกท่านว่า จงอย่าคบคนที่ได้ชื่อว่าเป็นพี่น้องแล้ว แต่ยังล่วงประเวณี โลภ ไหว้รูปเคารพ ชอบกล่าวร้าย เป็นคนขี้เมา และเป็นคนฉ้อโกง แม้จะกินด้วยก็อย่าเลย... จงกำจัดคนชั่วออกจากพวกท่านเสียเถิด (ข้อ 11, 13)

พระเยซูได้ตรัสไว้อย่างชัดเจนว่า ถ้าใครก็ตามที่อ้างว่าเขาเป็นผู้เชื่อแต่ยัง
ทำบาปอยู่เสมอและไม่ยอมรับคำแนะนำของคริสตจักร เขาจะต้องถูกตัดออก
จากการสามัคคีธรรมของคริสตจักรและรับการปฏิบัติเสมือนคนที่ไม่เชื่อ (มัทธิว
18:15-17) นั่นก็คือปล่อยให้คนตกอยู่ภายใต้การควบคุมของซาตานอย่างเต็มที่
1 ยอห์น 5:19 กล่าวว่า "โลกทั้งหมดอยู่ในมือของมารร้าย" โลกอยู่ในมือของ
มารร้ายก็เพราะความบาป แต่เนื่องจากคริสตจักรคือ สิ่งที่พระเจ้าทรงห่วงใย รัก
และทรงอวยพร คริสตจักรจึงถูกแยกออกมาจากบาปและได้รับการปกป้องจาก
พระเจ้า การลงวินัยคริสตจักรคือการตัดสมาชิกที่ทำบาปออกจากการปกป้อง
ที่ว่านี้แล้วมอบเขาไว้กับซาตาน

เปาโลบอกให้ชาวโครินธ์มอบคนที่ทำผิดนั้นไว้กับซาตานเพื่อ "ให้ซาตาน
ทำลายเนื้อหนังเสีย" (1 โครินธ์ 5:5) นั่นอาจหมายถึง ความเจ็บป่วยหรือความ
ตายฝ่ายร่างกาย แต่ไม่ว่าจะเป็นอะไรก็ตาม คำแนะนำของเปาโลก็ยังคงแตกต่าง
ไปจากการปฏิบัติของกลุ่มการเคลื่อนไหวของสงครามฝ่ายวิญญาณสมัยใหม่
แทนที่จะเป็นการช่วยคนออกมาจากซาตาน เปาโลกล่าวว่าบางครั้งคริสตจักร
มีความรับผิดชอบที่จะมอบคนไว้กับซาตาน นี่เป็นรูปแบบของ "พันธกิจแห่ง
การปลดปล่อย" ที่ทุกวันนี้มีเพียงไม่กี่คนเท่านั้นที่พูดถึง

คนที่ล่วงประเวณีกับภรรยาของพ่อนั้นเป็นผู้เชื่อหรือไม่? เราไม่รู้จริง ๆ
เปาโลเพียงแต่อธิบายลักษณะของเขาว่า "ได้ชื่อว่าเป็นพี่น้อง" (ข้อ 11)

บางครั้งพระเจ้าก็ทรงใช้วิธีอื่นแทนที่จะเป็นการลงวินัยเพื่อตัดคนเช่นนี้
ออกจากคริสตจักร บางทีคุณอาจจะเคยเห็นบุคคลที่ถอนตัวออกจากการมา
เกี่ยวข้องกับคริสตจักรซึ่งคุณเองก็ไม่รู้ว่าเพราะอะไร และต่อมาคุณก็ได้ยินว่าการ
ดำเนินชีวิตของเขาน่าอับอายมาก ชีวิตแต่งงานของเขาล้มเหลว เขาทำเรื่องผิด
ศีลธรรม หรือติดเหล้า บางทีพระเจ้าทรงชำระพวกเขาออกจากคริสตจักรเพราะ
ความบาปของพวกเขา

ความเชื่อที่อับปางของฮีเมเนอัสและอเล็กซานเดอร์

นอกจาก 1 โครินธ์ 5 แล้ว 1 ทิโมธี 1 ก็ยังเป็นอีกตอนหนึ่งที่เปาโลได้พูดถึงเรื่องการมอบคนบางคนไว้ในมือของซาตาน เขาบอกกับทิโมธีว่า

> ทิโมธีลูกรัก คำกำชับนี้ ข้าพเจ้ามอบไว้กับท่านตามคำเผยพระวจนะซึ่งเล็งถึงท่าน เพื่อว่าข้อความเหล่านี้จะช่วยให้ท่านสู้รบได้ดี ให้ยึดความเชื่อไว้ และรักษามโนธรรมให้ดีซึ่งเป็นสิ่งที่บางคนละทิ้งไป ทำให้ความเชื่อของพวกเขาอับปางลง ในคนพวกนั้นมีฮีเมเนอัสและอเล็กซานเดอร์ผู้ซึ่งข้าพเจ้ามอบไว้กับซาตานแล้ว เพื่อเขาจะได้เรียนรู้ที่จะไม่หมิ่นพระเกียรติพระเจ้า (ข้อ 18-20)

"ยึดความเชื่อ" กล่าวถึง การเชื่อความจริงและยึดถือความจริงนั้นไว้ การรักษาความเชื่อเป็นการอุทิศเวลาในการเชื่อความจริงของพระเจ้าตลอดชีวิต "รักษามโนธรรม" กล่าวถึง ความบริสุทธิ์ทางศีลธรรมทั้งต่อพระเจ้าและต่อเพื่อนมนุษย์

ตามที่กล่าวไว้ในข้อ 19 บางคนได้ปฏิเสธทั้งสองสิ่งนี้ พวกเขาเป็นใครกัน? พวกเขาเป็นผู้นำคริสตจักรในเอเฟซัสหรือบางทีอาจจะเป็นคริสตจักรที่อยู่รอบ ๆ ก็ได้ (ข้อ 3-7) พวกเขาปฏิเสธพระวจนะของพระเจ้าซึ่งเป็นเหตุให้พวกเขาหันไปตอบสนองตัณหาและความพึงพอใจของตนเอง ผลก็คือ ความเชื่อของพวกเขา "อับปาง" ลง คำเหล่านี้หมายถึงเรือที่แตกออกเป็นเสี่ยง ๆ ซึ่งหมายถึงการพังพินาศของจิตวิญญาณและศีลธรรม เปาโลได้บอกถึงคนสองคนที่ต้องทนทุกข์กับชะตากรรมเช่นนั้น คือ ฮีเมเนอัสและอเล็กซานเดอร์ เราไม่สามารถบอกได้ว่าพวกเขาเป็นผู้เชื่อหรือไม่ใช่ผู้เชื่อ

เปาโลตอบสนองอย่างไรน่ะหรือ? ท่านได้มอบคนเหล่านั้นไว้กับซาตาน นั่นก็คือ ท่านลงวินัยสองคนนี้ด้วยการตัดพวกเขาออกจากคริสตจักร "เพื่อเขา

จะได้เรียนรู้และจะไม่หลู่พระเกียรติพระเจ้า" (ข้อ 20) คำภาษากรีกของคำว่า
"เรียนรู้" หมายถึง การลงโทษที่ทำให้เจ็บปวดทางร่างกาย พระคัมภีร์ตอนอื่น ๆ
ใช้คำนี้เพื่อหมายถึงความเจ็บป่วยและความตายซึ่งเกิดขึ้นกับคนที่ทำให้โต๊ะของ
องค์พระผู้เป็นเจ้าเสื่อมเสีย (1 โครินธ์ 11:32-34) การลงโทษเช่นนี้มีจุดประสงค์
อะไร? ก็เพื่อสอนพวกเขาไม่ให้หมิ่นประมาทพระเจ้าด้วยคำสอนผิด ๆ และการ
ดำเนินชีวิตที่ไม่บริสุทธิ์ ดร. โฮเมอร์ เคนท์ เขียนไว้ว่า

> การถูกตัดออกจากคริสตจักร (การลงวินัยคริสตจักร)
> เป็นการส่งคนที่ทำผิดกลับไปยังโลกซึ่งซาตานครอบครอง
> อยู่ ดังนั้น การมอบไว้กับซาตานจึงมีความหมายเดียวกัน
> กับการนำเขากลับไปสู่โลก... การตัดคนออกจากคริสตจักร
> โดยตัวของมันเองแล้วเป็นการแก้ไข เพราะหากยอมให้ครู
> ที่สอนผิดปฏิบัติสิ่งชั่วร้ายของเขาต่อไป เขาไม่เพียงแต่จะ
> นำให้คนอื่นหลงผิดไปเท่านั้น เขายังหลอกตัวเองให้มีความ
> มั่นใจฝ่ายวิญญาณอย่างผิด ๆ อีกด้วย แต่การมอบเขาไว้
> กับซาตานจะทำให้คนที่ทำผิดได้เผชิญกับประเด็นปัญหา
> ถ้าเขาได้รับความรอดอย่างแท้จริง ความทุกข์ทรมานที่
> เกิดจากซาตานจะทำให้เขาเห็นความผิดพลาดของตนเอง
> และละทิ้งบาปของเขาไปเสีย[14]

คำโกหกของอานาเนียกับสัปฟีรา

ในกิจการ 5:1-11 เราได้เห็นผู้รับเชื่อสองคนในคริสตจักรยุคแรกที่หันไป
หาซาตาน:

> มีชายคนหนึ่งชื่ออานาเนียกับภรรยาชื่อสัปฟีราขายที่ดิน
> ของตน แล้วเก็บเงินค่าที่ดินส่วนหนึ่งไว้ ภรรยาของเขา

ก็รู้ด้วย อีกส่วนหนึ่งนั้นเขานำมาวางไว้ที่เท้าของพวก
อัครทูต เปโตรจึงถามว่า "อานาเนีย ทำไมซาตานจึง
ควบคุมใจของเจ้าให้โกหกต่อพระวิญญาณบริสุทธิ์ และ
ทำให้เจ้าเก็บค่าที่ดินส่วนหนึ่งไว้? เมื่อที่ดินยังอยู่ก็เป็น
ของเจ้าไม่ใช่หรือ? เมื่อขายแล้วเงินก็ยังอยู่ในสิทธิอำนาจ
ของเจ้าไม่ใช่หรือ? มีอะไรทำให้ใจของเจ้าคิดทำอย่างนี้?
เจ้าไม่ได้โกหกมนุษย์แต่โกหกพระเจ้า" เมื่ออานาเนียได้ยิน
คำเหล่านั้นก็ล้มลงและสิ้นใจ ทุกคนที่รู้เรื่องก็เกิดความ
เกรงกลัวอย่างยิ่ง พวกคนหนุ่มก็มาห่อศพเขาแล้วหามไปฝัง
หลังจากนั้นประมาณสามชั่วโมง ภรรยาของเขาซึ่ง
ยังไม่ทราบเหตุการณ์ที่เกิดขึ้นก็เข้าไป เปโตรถามนางว่า
"เจ้าขายที่ดินได้ราคาเท่านั้นหรือ จงบอกข้าเถิด?" นางจึง
ตอบว่า "ได้เท่านั้นค่ะ" เปโตรจึงถามนางว่า "ทำไมเจ้า
สองคนถึงพร้อมใจกันทดลองพระวิญญาณขององค์พระ
ผู้เป็นเจ้าเล่า? นี่แน่ะ เท้าของพวกคนที่ฝังศพสามีเจ้าอยู่ที่
ประตู และพวกเขาจะหามศพของเจ้าออกไปด้วย" ทันใดนั้น
นางก็ล้มลงสิ้นใจแทบเท้าของเปโตร เมื่อพวกคนหนุ่มเข้ามา
พบว่านางตายแล้ว ก็หามศพออกไปฝังไว้ข้างสามีของนาง
ทั่วคริสตจักรและทุกคนที่ได้ยินเหตุการณ์นั้นก็เกิดความ
เกรงกลัวอย่างยิ่ง

เป็นที่แน่ชัดว่าอานาเนียและสัปฟีราได้สัญญาว่าจะมอบเงินที่ได้จากการ
ขายที่ดินทั้งหมดให้แก่พระเจ้า แต่พวกเขาได้ยักยอกส่วนหนึ่งไว้ เป็นเหตุให้
พวกเขาโกหกต่อพระวิญญาณ พวกเขาอ้างว่าได้นำเงินทั้งหมดที่ได้จากการขาย
ที่ดินมาวางไว้ที่เท้าของอัครทูตแล้ว แต่เพราะคำโกหกของพวกเขา พวกเขาจึง
ถูกปรับโทษถึงตาย

นี่เป็นการตัดคนออกด้วยวิธีที่รุนแรงที่สุด! อานาเนียและสัปฟีราเป็นคริสเตียนแท้หรือไม่? พระคัมภีร์ไม่ได้กล่าวเอาไว้ พวกเขาถูกซาตานควบคุมจิตใจอย่างไร? ซาตานเข้าสิงพวกเขาใช่หรือไม่? พระคัมภีร์ไม่มีคำตอบสำหรับเราในเรื่องนี้เลย แต่แน่นอนว่าซาตานได้ใส่ความคิดชั่วร้าย คำโกหกหลอกลวงและความโลภไว้ในใจของเขาทั้งสอง ส่วนการเข้าสิงนั้นพระคัมภีร์ไม่ได้กล่าวไว้ บางคนจะบอกว่าอานาเนียและสัปฟีราคือตัวอย่างของคริสเตียนที่ถูกผีเข้าหรือตกอยู่ภายใต้การควบคุมของซาตาน แต่เนื้อหาพระคัมภีร์ตอนนี้ไม่ได้ยืนยันเอาไว้อย่างนั้น

เช่นเดียวกับคนอื่นๆ ที่เราได้เห็นมาแล้ว พระเจ้าทรงอนุญาตให้ซาตานเล่นงานอนาเนียและสัปฟีราเพื่อเป็นการลงโทษ

แม้ว่าซาตานและวิญญาณชั่วของมันจะไม่สามารถเข้าสิงคริสเตียนแท้ได้ พระเจ้าสามารถใช้พวกมันสำหรับการลงวินัยคริสเตียนที่ไม่กลับใจจากบาปที่เขาทำ สิ่งนี้เป็นการแสดงให้เห็นชัดเจนถึงท่าทีของพระเจ้าต่อความบาปและการปกป้องรักษาความบริสุทธิ์ของคริสตจักร คุณจะหลีกเลี่ยงการพิพากษาความบาปได้อย่างไรน่ะหรือ? ไม่ใช่ด้วยการพูดว่า “ซาตาน เราขอผูกมัดเจ้า” ไม่ใช้ด้วยการออกคำสั่งต่อวิญญาณชั่ว แต่โดยการยอมรับเอาความจริงของพระวจนะของพระเจ้าและสะท้อนความบริสุทธิ์ของพระคริสต์ออกมา

ถ้าคุณเป็นผู้เชื่อที่แท้จริง ขอได้โปรดใคร่ครวญคำหนุนใจของผู้เชื่อพิวริตันท่านนี้:

> พระเจ้าทรงเปี่ยมด้วยความรักในทุกสิ่งทุกอย่างที่พระองค์ทรงกระทำต่อคนของพระองค์ ความรักคือ พื้นฐานของสิ่งที่พระองค์ปฏิบัติกับเรา (แม้ว่าสถานการณ์นั้นจะเป็นเรื่องของความบาป) พระองค์กระทำต่อเราด้วยท่าทีแห่งความรัก พระประสงค์ของพระองค์ที่ลงโทษเราก็เพราะพระองค์รักเรา พระองค์ทรงห่วงใยถึงประโยชน์ที่เราจะ

ได้รับ คือต้องการให้เรามีส่วนในความบริสุทธิ์ของพระองค์ และให้เราได้รับศักดิ์ศรีในภายหลัง คือมีส่วนในการรับ ศักดิ์ศรีของพระองค์[15]

เปาโลเองก็อธิบายความคิดเช่นเดียวกันนี้ โดยท่านกล่าวว่า "เรารู้ว่า เหตุการณ์ทุกอย่างร่วมกันก่อผลดีแก่คนที่รักพระเจ้า คือแก่คนทั้งหลายที่ พระองค์ทรงเรียกตามพระประสงค์ของพระองค์ เพราะว่าทุกคนที่พระองค์ ได้ทรงเลือกไว้แล้ว พระองค์ทรงกำหนดไว้ก่อนให้เป็นตามพระฉายาแห่งพระบุตร ของพระองค์ เพื่อพระบุตรนั้นจะได้เป็นบุตรหัวปีท่ามกลางพี่น้องจำนวนมาก" (โรม 8.28-29)

3

ซาตานโจมตีคริสตจักร

แฟรงค์ เปเรตติ นักเขียนนวนิยายที่ขายดิบขายดี ชื่อหนังสือ *ความมืด ในทุกวันนี้* (This Present Darkness) และ*ทะลุทะลวงความมืด* (Piercing the Darkness) ได้เติมเชื้อไฟให้กับกลุ่มการเคลื่อนไหวของสงครามฝ่ายวิญญาณ ทุกวันนี้ เรื่องราวที่เขาเขียนบรรยายถึงการต่อสู้ของคริสเตียนกับเหล่าวิญญาณชั่ว ผู้ยึดครองเมืองและแทรกซึมอยู่ในคณะรัฐบาล ระบบการศึกษา และคริสตจักร

น่าเสียดายที่บรรดาผู้สนับสนุนการเคลื่อนไหวของสงครามฝ่ายวิญญาณ ดูเหมือนจะรับเอาเรื่องแต่งดังกล่าวมาเป็นข้อเท็จจริง พวกเขายืนยันว่าผู้เชื่อ จะต้องค้นหาและเผชิญหน้ากับวิญญาณชั่วที่เกี่ยวข้องกับเมืองต่าง ๆ เพื่อน บ้าน และสถานที่หนึ่งที่ใดโดยเฉพาะเจาะจง พวกเขาเรียกสิ่งนี้ว่า "อาณาจักร สงคราม" ผู้สนับสนุนคนหนึ่งได้เขียนไว้ว่า

> ผมเชื่อว่าซาตานได้เชิญวิญญาณชั่วให้ไปแทรกแซง
> คณะรัฐบาลทุกรัฐบาลในโลก และเชื่อว่าพวกมันแฝงอยู่ใน
> ท่ามกลางหลักการและสิทธิอำนาจต่างๆ ที่เราต่อสู้อยู่[1]

นิตยสารหนึ่งใน *Charisma and the Christian Life* มีเรื่องของศิษยาภิบาลคนหนึ่งที่มีประสบการณ์ในสงครามเช่นนี้:

> *อเวนส์ตัน อิลลินอยส์* สตีฟ นิโคลสัน ได้ประกาศข่าวประเสริฐในบริเวณที่เขาอยู่มาเป็นเวลาถึง 6 ปี แต่ไม่เกิดผลเลย นิโคลสันจึงเริ่มอดอาหารและอธิษฐานอย่างเอาจริงเอาจัง
>
> มีตัวประหลาดตัวหนึ่งได้มาปรากฏกับเขา มันขู่คำรามใส่เขาว่า "เจ้ามายุ่งกับเราทำไม" มันบอกว่าตัวมันเองคือเจ้าผู้ครองบริเวณนี้
>
> ในสงครามที่ดุเดือด นิโคลสันได้เรียกชื่อถนนต่างๆ ที่อยู่รอบ ๆ บริเวณนั้น วิญญาณชั่วได้โต้ตอบว่า "เราให้มากขนาดนั้นไม่ได้" นิโคสันจึงสั่งการในพระนามของพระเยซูให้วิญญาณชั่วนั้นยกดินแดนให้เขา
>
> ในสามเดือนต่อมาคริสตจักรก็เติบโตขึ้นเป็นเท่าตัว คือจากสมาชิก 70 คน เป็น 150 คน ซึ่งส่วนใหญ่แล้วเป็นคนที่กลับใจเชื่อออกมาจากเวทมนตร์คาถา และอีกไม่นานผู้เชื่อใหม่เหล่านี้ก็จะได้รับการปลดปล่อยจากวิญญาณชั่ว[2]

ผู้นำอีกคนหนึ่งในการเคลื่อนไหวนี้กล่าวเตือนว่า

> การจัดการกับวิญญาณชั่วที่ครอบครองดินแดนนั้นเป็นการทำสงครามที่สำคัญมาก :ซึ่งจะทำลวก ๆ ไม่ได้ ผมรู้จักเพียงไม่กี่คนที่มีความเชี่ยวชาญที่จำเป็นนี้ และถ้าคุณไม่รู้ว่าคุณกำลังทำอะไรอยู่ คุณก็จะตกเป็นอาหารมื้อเช้าของซาตานแน่[3]

แน่นอนว่าวิญญาณชั่วซึ่งเป็นกองทัพของซาตานนั้นมีการจัดระบบกันไว้ (เอเฟซัส 6:12) และจากที่เราได้สังเกต ดาเนียลบทที่ 10 ได้ให้หลักฐานให้เราได้รู้ว่ามีการต่อสู้กันระหว่างวิญญาณชั่วและทูตสวรรค์บริสุทธิ์เหนือดินแดนนั้น แต่มันหมายความว่าคริสตจักรต้องเข้าไปทำสงครามกับซาตานอย่างนั้นหรือ? เราสามารถที่จะกล่าวชื่อถนนในเมืองของเราและขับไล่วิญญาณชั่วออกไปโดยการอ้างถึงพระนามของพระเยซูได้ไหม? การกระทำเหล่านี้ไม่ได้มีรากฐานมาจากพระคัมภีร์

การต่อสู้ที่เกิดขึ้นในดาเนียลบทที่ 10 เป็นการต่อสู้ในสวรรค์ ไม่ใช่บนแผ่นดินโลก มันเกี่ยวข้องกับทูตสวรรค์สององค์และวิญญาณชั่วตนหนึ่ง ไม่มีมนุษย์เข้าไปเกี่ยวข้องเลย เมื่อทูตสวรรค์ต้องการความช่วยเหลือในการต่อสู้กับผู้พิทักษ์อาณาจักรเปอร์เซีย พระเจ้าทรงทำอะไร? พระองค์ได้ขอให้ดาเนียลอธิษฐานเผื่อทูตสวรรค์นั้น และอธิษฐานผูกมัดวิญญาณชั่วหรือ? เปล่าเลย ดาเนียลไม่รู้เรื่องอะไรเลยเกี่ยวกับการต่อสู้ในสวรรค์จนกระทั่งการต่อสู้นั้นจบสิ้น และทูตสรรค์มาบอกกล่าวให้เขาทราบ วิธีการของพระเจ้าในการจัดการกับสถานการณ์นี้คือ การส่งหัวหน้าทูตสวรรค์อย่างมีคาเอลมาปลดปล่อยไม่ใช่มาเพื่อฝึกอบรมผู้เชื่อ (ข้อ 13) พระคัมภีร์ไม่ได้กล่าวถึงสงครามเรื่องดินแดนว่าเป็นสงครามฝ่ายวิญญาณ

พระคัมภีร์ได้กล่าวไว้เป็นนัยว่า สมุนของซาตานนั้นมีตำแหน่งสูงมาก (เอเฟซัส 6:12) แต่ไม่มีตอนใดเลยในพระคัมภีร์ที่กล่าวว่า ซาตานได้มอบหมายให้พวกสมุนไปแทรกแซงการปกครองในทุก ๆ ด้าน พระคัมภีร์ไม่มีสักตัวอย่างของผู้เชื่อที่เผชิญหน้าและกล่าวโทษวิญญาณชั่วที่ครอบครองดินแดนเลย มีตอนไหนในพระวจนะของพระเจ้าที่บอกเราให้สั่งวิญญาณชั่วยกดินแดนแก่เรา ไม่มีสักตอนเดียวในพระคัมภีร์ที่มีคำสั่งเกี่ยวกับสงครามแย่งชิงดินแดนเลย ไม่มี "ผู้เชี่ยวชาญ" (เขาอ้างเช่นนั้น) คนไหนจะสามารถอ้างถึงความรู้และประสบการณ์เรื่องนี้จากพระคัมภีร์ได้

แผนการของพระเจ้าในเรื่องสงครามฝ่ายวิญญาณไม่ใช่เรื่องของผู้เชี่ยวชาญเพียงไม่กี่คน มันไม่ใช่เรื่องราวลึกลับ มันไม่ใช่เรื่องที่สลับซับซ้อน มันไม่ใช่สิ่งจำเป็นที่จะเข้ารับการฝึกอบรม แผนการของพระเจ้าซึ่งปรากฏชัดเจนในพระวจนะของพระองค์คือ "จงต่อสู้กับมารแล้วมันจะหนีท่านไป" (ยากอบ 4:7) บรรดาผู้นำชั้นแนวหน้าคิดว่ามันง่ายเกินไปหรือเปล่า ที่จะวางใจว่าแผนการของพระเจ้านั้นใช้ได้

เราจะเป็นอาหารเช้าของซาตานอย่างนั้นหรือ? เราควรที่จะกลัวว่าซาตานจะทำให้เราเป็นขนมปังปิ้งไหม? นี่ไม่ใช่ภาพที่เราได้มาจากเปาโลเลย เปาโลกล่าวว่าพระเจ้า "ทรงนำเราเสมอมา โดยพระคริสต์ด้วยความมีชัย และทรงโปรดประทานกลิ่นหอมแห่งความรู้ของพระองค์ให้ปรากฏด้วยตัวเราทุกแห่ง" (2 โครินธ์ 2:14)

ในโรม 8:37-39 เปาโลยังกล่าวอีกด้วยว่า

> แต่ว่าในเหตุการณ์ทั้งหมดนี้ เรามีชัยเหลือล้นโดยพระองค์ผู้ทรงรักเราทั้งหลาย เพราะข้าพเจ้าแน่ใจว่า แม้ความตายหรือชีวิต หรือบรรดาทูตสวรรค์ หรือเทพเจ้า หรือสิ่งซึ่งมีอยู่ในปัจจุบันนี้ หรือสิ่งซึ่งจะมีในภายหน้า หรือฤทธิ์เดชทั้งหลาย หรือซึ่งสูง หรือซึ่งลึก หรือสิ่งใดๆ อื่นที่ได้ทรงสร้างแล้วนั้น จะไม่สามารถทำให้เราขาดจากความรักของพระเจ้าซึ่งมีอยู่ในพระเยซูคริสต์องค์พระผู้เป็นเจ้าของเราได้

คำภาษากรีกคำว่า "เทพเจ้า" หมายถึง ทั้งทูตสวรรค์ดีและทูตสวรรค์ชั่ว แต่ในข้อ 38 น่าจะหมายถึง ทูตสวรรค์ชั่วมากกว่า ในพระเยซูคริสต์เราได้รับการปกป้องไว้จากวิญญาณชั่ว คำภาษากรีกคำว่า "ซึ่งสูง" และ "ซึ่งลึก" เป็นคำที่ใช้ในทางดาราศาสตร์ คำแรกหมายถึงดวงดาวซึ่งอยู่สูงที่สุด และคำหลังหมายถึงดวงดาวซึ่งอยู่ต่ำที่สุด เราได้รับการปกป้องไว้จาก *ทุกสิ่งทุกอย่าง* ใน

จักรวาลนี้รวมทั้งผีร้ายวิญญาณชั่วด้วย นั่นเป็นความมั่นคงปลอดภัยบนพื้นดิน!

แม้ว่าเราจะมีความยินดีในความปลอดภัยในพระคริสต์ แต่ซาตานก็ไม่เคยหยุดที่จะโจมตีคริสตจักร การเป็นขึ้นมาจากตายของพระคริสต์ทำให้เรื่องนี้ชัดเจน ในวิวรณ์ 2-3 ซึ่งกล่าวถึงจดหมายที่พระองค์ทรงส่งให้คริสตจักรทั้งเจ็ดแห่งในเมืองเอเฟซัส สเมอร์นา เปอร์กามัม ธิยาทิรา ซาร์ดิส ฟีลาเดเฟีย และเลาดีเซีย แม้ว่าคริสตจักรต่าง ๆ เหล่านี้เป็นคริสตจักรที่เคยมีอยู่ในประวัติศาสตร์ แต่ก็เป็นแบบอย่างของคริสตจักรในทุกยุคทุกสมัยด้วย คริสตจักรแต่ละแห่งมีเอกลักษณ์ตามที่องค์พระผู้เป็นเจ้าได้ตรัสเอาไว้

องค์พระผู้เป็นเจ้าได้ตรัสอะไรกับคริสตจักรเหล่านั้น? จดหมายห้าฉบับเป็นคำเตือน แต่อีกสองฉบับไม่เป็นอย่างนั้น คริสตจักรสเมอร์นาและคริสตจักรฟีลาเดเฟียนั้นไม่จำเป็นต้องรับคำเตือน แต่อีกห้าคริสตจักรที่เหลือจำเป็นต้องได้รับการตักเตือน การเตือนนั้นมีลำดับขั้นของความรุนแรง การเตือนครั้งที่สองรุนแรงกว่าครั้งแรกและเป็นลำดับต่อไปเรื่อย ๆ การเตือนครั้งสุดท้ายระบุถึงการละทิ้งความเชื่อ คริสตจักรทุกแห่งได้เริ่มต้นมาอย่างดี แต่ความเสื่อมทางฝ่ายวิญญาณนำพวกเขาให้ล้มลงในฝ่ายวิญญาณ

เมื่อองค์พระผู้เป็นเจ้าทรงเตือนคริสตจักรต่าง ๆ พระองค์ไม่เคยสั่งให้เข้าร่วมในสงครามแย่งชิงดินแดน พระองค์ไม่เคยสั่งให้พวกเขาออกคำสั่งกับซาตานหรือวิญญาณชั่ว พระองค์ไม่เคยสั่งให้พวกเขาอ้างถึงชัยชนะและออกไปเผชิญหน้ากับอำนาจมืด คำสั่งของพระองค์ไม่เหมือนกับคำกล่าวของบรรดาผู้สนับสนุนสงครามฝ่ายวิญญาณซึ่งอ้างตัวเองว่าเป็นผู้เชี่ยวชาญ

แล้วพระองค์ตรัสอะไรจริงๆ ล่ะ? ให้เรามาศึกษากัน ในระหว่างที่เรากำลังศึกษา เราจะได้เห็นไม่ใช่แค่การแทรกซึมของซาตานในคริสตจักรเท่านั้น แต่ยังได้เห็นถึงวิธีที่องค์พระผู้เป็นเจ้าทรงตรัสสอนเราให้รับมือกับการโจมตีของซาตานด้วย

คริสตจักรเอเฟซัส

คริสตจักรเอเฟซัสเริ่มต้นมาอย่างพิเศษสุด ผู้ก่อตั้งไม่ใช่ใครนอกจากอัครทูต
เปาโล ศิษยาภิบาลของคริสตจักรคือออพอลโลและทิโมธี คริสตจักรเริ่มต้นโดย
ไม่มีปัญหาใด ๆ สมาชิกของคริสตจักรประสบความสำเร็จในการประกาศและ
หยุดยั้งผู้คนที่กำลังหลงไหลในศาสนาเทียมเท็จที่มีอยู่ในเวลานั้น ดังนั้น จึงไม่น่า
แปลกใจเลยที่องค์พระผู้เป็นเจ้าทรงเริ่มจดหมายของพระองค์โดยการชมเชย
พวกเขา

> "เรารู้จักความประพฤติของเจ้า รู้เรื่องการตรากตรำและ
> ความทรหดอดทนของเจ้า และรู้ว่าเจ้าไม่ยอมทนต่อพวก
> คนชั่ว เจ้าทดสอบพวกที่อ้างตัวว่าเป็นอัครทูต แต่ไม่ได้
> เป็น และเจ้าก็พบว่าพวกเขาโกหก เรารู้ว่าพวกเจ้ามีความ
> ทรหดอดทน และยอมทนเพราะนามของเรา และไม่ได้
> อ่อนระอา (วิวรณ์ 2:2-3)

เมืองเอเฟซัสไม่ใช่เมืองที่จะอาศัยอยู่ได้อย่างสบาย ๆ ใจกลางเมืองมีวิหาร
ของเทพไดอานาซึ่งถือว่าเป็นหนึ่งในสิ่งอัศจรรย์ทั้งเจ็ดของโลกยุคโบราณ ที่วิหารนี้
มีขันทีเป็นจำนวนมาก มีโสเภณีประจำวิหารนับเป็นพัน ๆ คน มีนักดนตรีเป็น
จำนวนมากมายเพื่อเล่นดนตรีขับกล่อม มีพิธีกรรมต่าง ๆ รวมทั้งการดื่มเหล้า
เฮราคลีตัส นักปราชญ์ที่มีชื่อเสียงของกรีกซึ่งมาจากเอเฟซัสกล่าวว่า ศีลธรรม
ของเมืองนี้เลวร้ายอย่างไม่มีข้อสงสัยเลย

จากทุกสิ่งที่กล่าวมานี้ องค์พระผู้เป็นเจ้าทรงใช้คำเทศนาของเปาโลเพื่อ
เข้าถึงคนจำนวนมากเพื่อพระคริสต์ ผู้เชื่อได้ทำงานอย่างหนักและยืนหยัดต่อ
สถานการณ์ที่ยากลำบากอย่างอดทน พวกเขาเกลียดชังความบาปและไม่ยอมให้
ความบาปอยู่ท่ามกลางพวกเขา ในข้อ 6 พระเยซูตรัสกับพวกเขาว่า "แต่ว่าเจ้า
ยังมีข้อดีอยู่ คือว่าเจ้าเกลียดชังความประพฤติของพวกนิโคเลาส์ที่เราเอง

ก็เกลียดชัง" พวกนิโคเลาส์นิยมคือพวกที่ปฏิบัติตามคำสอนของนิโคลัสซึ่งสนับสนุนเรื่องการผิดศีลธรรมทางเพศ เคลเมนท์แห่งอเล็กซานเดรียนักเขียนสมัยโบราณกล่าวว่า พวกนิโคเลาส์นิยมปล่อยตัวไปกับเรื่องกามโลกีย์ เราไม่แน่ใจในเรื่องความเชื่อของพวกเขา แต่เรารู้ว่าการประพฤติของพวกเขาแหวกแนวมาก

คริสตจักรยังได้จัดการกับผู้ที่สอนผิด คือพวกเขา "ได้ทดสอบพวกที่อ้างตัวว่าเป็นอัครทูต" (ข้อ 2) พวกเขาใช้บรรทัดฐานทางพระคัมภีร์ (หลักข้อเชื่อ) มาตรวจสอบคนที่อวดอ้างตนเอง พวกเขามีความเชื่อที่ถูกต้อง ในข้อ 3 ยอห์นกล่าวว่า พวกเขายอมทนเพราะเห็นแก่พระนามของพระคริสต์ แรงจูงใจของพวกเขาก็เพื่อถวายเกียรติแด่พระคริสต์ ซึ่งถือว่าเป็นแรงจูงใจสำคัญที่สุดซึ่งคริสเตียนควรจะมี (1 โครินธ์ 10:31) แต่คริสตจักรก็มีข้อบกพร่องอย่างหนึ่งองค์พระผู้เป็นเจ้าตรัสดังนี้ว่า "แต่เรามีข้อที่จะต่อว่าเจ้าบ้าง คือว่าเจ้าละทิ้งความรักครั้งแรกของเจ้า" (วิวรณ์ 2:4) ความรักได้ตายไปจากคริสตจักรเอเฟซัส พวกเขาสนับสนุนเรื่องหลักข้อเชื่อ แต่ไม่กระตือรือร้นที่จะรักพระคริสต์ จิตใจที่ร้อนรนเปลี่ยนไปกลายเป็นเยือกเย็น พวกเขากระทำพันธกิจโดยปราศจากความรัก นี่เป็นปัญหาที่ใหญ่ ขอให้ลองจินตนาการแบบนี้ สมมุติว่าสามีของคุณกลับมาถึงบ้านแล้วพูดว่า "ผมไม่รักคุณอีกต่อไปแล้ว แต่ไม่ต้องกังวล จะไม่มีอะไรเปลี่ยนแปลง ผมจะยังคงเป็นผู้เลี้ยงดูครอบครัว และทานอาหารร่วมกับคุณ นอนกับคุณ ไปไหนมาไหนกับคุณ และยังเป็นพ่อของลูก ๆ ของเรา ทุกอย่างจะยังคงเหมือนเดิม ผมยังคงเป็นสามีของคุณ เพียงแค่ว่าผมไม่รักคุณอีกต่อไปแล้วเท่านั้น"

คุณจะรู้สึกอย่างไรถ้าคู่สมรสของคุณพูดเช่นนี้กับคุณ? ความสัมพันธ์ในลักษณะนี้เพียงพอสำหรับคุณหรือไม่? ทีนี้ลองคิดดูซิว่า องค์พระผู้เป็นเจ้าจะรู้สึกอย่างไร ถ้าคุณพูดว่า "พระองค์เจ้าข้า ข้าพระองค์ไม่รักพระองค์เหมือนที่เคยรักมาก่อนแล้ว สิ่งนั้นมันผ่านไปแล้ว แต่ข้าพระองค์อยากให้พระองค์ทราบว่าข้าพระองค์จะยังคงมาคริสตจักร ยังคงร้องเพลง จะยังคงถวายทรัพย์ และยังคงเชื่อในความจริงของพระองค์ เพียงแต่ข้าพระองค์ไม่รักพระองค์เท่านั้น" คงไม่มี

ใครที่จะพูดแบบนี้ออกมาแน่ แต่องค์พระผู้เป็นเจ้าทรงทราบว่ามันเป็นความจริงหรือไม่

แล้วคุณล่ะ? ความกระตือรือร้นสำหรับพระคริสต์ของคุณยังอยู่หรือไม่? คุณยังคงมีความรักเหมือนเดิมต่อพระองค์อย่างที่คุณเคยรักหรือไม่? ผมหวังว่าคุณจะพบว่าตัวคุณเองรักพระองค์มากขึ้นและมากขึ้นทุก ๆ วัน แต่ถ้าคุณพบว่าคุณรักสิ่งอื่น ๆ เช่น ตัวคุณเอง ครอบครัวของคุณ เวลาว่างของคุณ เงิน หรือความสำเร็จ มากกว่ารักพระคริสต์ คุณก็ได้ละทิ้งความรักครั้งแรกไปเสียแล้ว ถ้าคุณปรนนิบัติรับใช้พระคริสต์แต่ไม่รักพระองค์ คุณก็ไม่เข้าใจจุดประสงค์ในการเป็นคริสเตียนเลย

คุณจะกลับมามีความรักครั้งแรกได้อย่างไร? โดยการระลึกว่าชีวิตของคุณกับพระคริสต์เป็นอย่างไรก่อนที่ความรักของคุณจะเยือกเย็นลง (วิวรณ์ 2:5) ขอให้ระลึกถึงความอบอุ่น ความชื่นชมยินดี ความตื่นเต้นที่คุณเคยมีกับพระองค์ การระลึกถึงสิ่งเหล่านี้เป็นสิ่งที่จำเป็นต่อการกลับใจ ถ้าการตอบสนองเบื้องต้นที่คุณมีต่อพระคริสต์เป็นเรื่องอื่น นอกเหนือจากความปรารถนาอันแรงกล้าที่จะรู้จักและรับใช้พระองค์ ความรักครั้งแรกของคุณก็หายไปแล้ว ถ้าการตอบสนองเบื้องต้นของคุณต่อพี่น้องคริสเตียนเป็นเรื่องอื่นนอกจากความรักใคร่เอ็นดู ความรักครั้งแรกของคุณก็ไม่มีอีกแล้ว คุณจำเป็นต้องกลับใจ

ผลของการกลับใจ คือการที่คุณจะกลับไปทำสิ่งที่คุณเคยทำมาแล้วอีกครั้งหนึ่ง (ข้อ 5) ถ้าการปรนนิบัติรับใช้ของคุณเยือกเย็นลงและเป็นเหมือนเครื่องจักรที่ไม่มีความรู้สึก อย่าเข้าร่วมการสัมมนาสงครามฝ่ายวิญญาณ แต่ขอให้กลับไปยังจุดที่คุณเริ่มต้นอีกครั้งหนึ่ง กลับไปคุกเข่าอธิษฐาน กลับไปอ่านพระคัมภีร์ กลับไปเป็นพยาน กลับไปสามัคคีธรรม ขอให้อยู่ใกล้กับไฟเข้าไว้!

คริสตจักรเปอร์กามัม

เปอร์กามัมเป็นเมืองที่เข้มแข็ง เป็นศูนย์กลางของการนมัสการเทพซูส ซึ่งเป็นเทพเจ้าที่สำคัญที่สุดของกรีก มีแท่นบูชาขนาดใหญ่ซึ่งสร้างเป็นรูปบัลลังก์

ของเทพซูสตั้งอยู่ที่เมืองนี้ นักศาสนศาสตร์บางคนเชื่อว่า ที่นั่งของซาตานซึ่ง
กล่าวถึงในข้อ 13 หมายถึง แท่นบูชาของเทพซูสซึ่งเป็นแท่นบูชาที่มีชื่อเสียง
ที่สุดในสมัยนั้น

เปอร์กามัมยังมีเทพเจ้าของตนเองอีกด้วยคือ แอสคลีเพียส เทพเจ้าองค์นี้
เป็นเทพเจ้าเกี่ยวกับแพทย์และมักจะนำมาเกี่ยวข้องกับงูเสมอ คาดูเซียสซึ่งเป็น
รูปงูพันกันอยู่เป็นสัญลักษณ์ของคนที่เป็นหมอ สัญลักษณ์นี้มาจากเทพนิยายของ
กรีกและเป็นสัญลักษณ์ของเทพแอสคลีเพียสซึ่งถือว่าเป็นบิดาแห่งวงการแพทย์
ในวิหารของเทพองค์นี้จะมีโรงเรียนแพทย์ซึ่งมีงูชนิดไม่มีพิษอยู่เยอะแยะ คนที่
เจ็บป่วยจะถูกวางลงบนพื้นและให้งูเลื้อยไปบนตัวเขา เมื่องูถูกต้องตัวคนป่วย
พวกเขาก็เชื่อว่าคนป่วยได้รับการรักษาแล้ว

ในท่ามกลางลัทธินอกรีตเช่นนี้ มีกลุ่มผู้เชื่อกลุ่มเล็ก ๆ ซึ่งพระคริสต์ได้
ตรัสชมว่า

> "เรารู้จักที่อยู่ของเจ้า ที่ซึ่งเป็นบัลลังก์ของซาตาน ถึง
> กระนั้นเจ้าก็ยึดมั่นในนามของเรา และไม่ปฏิเสธความเชื่อ
> ในเรา แม้ในเวลาที่อันทีพาสพยานผู้ซื่อสัตย์ของเราต้อง
> ถูกฆ่าท่ามกลางพวกเจ้า ในที่ซึ่งซาตานอยู่นั้น" (ข้อ 13)

องค์พระผู้เป็นเจ้ากำลังตรัสว่า "เรารู้ทุกอย่างเกี่ยวกับเจ้า เรารู้ว่าเจ้าทำ
พันธกิจของเรา แม้ในเมืองที่การรับใช้เป็นไปอย่างยากลำบาก เรารู้ว่าเจ้าอยู่ใน
ที่ของซาตาน เรารู้ว่าเจ้ายึดมั่นนามของเราและไม่ยอมละทิ้งความเชื่อ พวกเจ้า
บางคนต้องพลีชีพเพื่อรักษาความเชื่อ ซึ่งก็รวมถึงอันทีพาส" แม้ว่าคริสตจักรจะ
อดทนต่อความยากลำบาก องค์พระผู้เป็นเจ้าก็ยังมีบางสิ่งที่จะต้องตำหนิพวกเขา

> แต่เรามีข้อที่จะต่อว่าเจ้าสองสามข้อ คือเจ้ามีบางคนที่
> ยึดถือคำสอนของบาลาอัมอยู่ที่นั่น ผู้ซึ่งสอนบาลาคให้วาง

> สิ่งสะดุดต่อหน้าพวกอิสราเอล คือให้พวกเขากินอาหารที่บูชารูปเคารพและล่วงประเวณี (ข้อ 14)

บาลาอัมได้นำให้คนอิสราเอลไปแต่งงานกับคนต่างชาติจนหันไปนมัสการรูปเคารพของพวกเขา (กันดารวิถี 24:10-25:13) ปัญหาเดียวกันนี้ เกิดขึ้นที่คริสตจักรเปอร์กามัม สมาชิกที่นั่นอะลุ่มอล่วยกับโลก ผมไม่แน่ใจว่าคริสเตียนที่เปอร์กามัมแต่งงานกับคนที่ไม่เป็นคริสเตียนหรือเปล่า แต่คริสตจักรนี้เริ่มที่จะอ่อนข้อให้กับโลกรวมทั้งอิทธิพลของโลกด้วย

คริสตจักรยังยอมให้บางคนถือลัทธินิโคเลาส์นิยม เมื่อคริสตจักรยอมให้มีความบาปเกิดขึ้น ชาวโลกจะไม่ยอมเชื่อถือคำพยานของคริสตจักรอีกเลย แม้คำสอนของคริสตจักรไม่ได้เปลี่ยนแปลง นี่คือเหตุผลที่เปาโลเขียนไว้ว่า

> อย่าเข้าเทียมแอกกับคนที่ไม่เชื่อ เพราะว่าความชอบธรรมจะมีส่วนอะไรกับความอธรรม? และความสว่างจะมีส่วนกับความมืดได้อย่างไร? พระคริสต์กับเบลีอัลจะไปด้วยกันได้อย่างไร? หรือคนที่เชื่อจะมีส่วนอะไรกับคนที่ไม่เชื่อ?... “ฉะนั้นพวกเจ้าจงออกจากท่ามกลางพวกเขา และจงแยกตัวออกจากเขาทั้งหลาย องค์พระผู้เป็นเจ้าได้ตรัส อย่าแตะต้องสิ่งที่ไม่สะอาด แล้วเราจึงจะรับพวกเจ้าไว้ (2 โครินธ์ 6:14-15, 17)

ผมรู้สึกแปลกใจที่เห็นคริสตจักรทุกวันนี้ชอบเลียนแบบโลก ถ้าทัศนคติของโลกในเรื่องครอบครัว ผู้หญิง หรือการรักร่วมเพศเปลี่ยนไป คริสตจักรก็ยอมรับการเปลี่ยนแปลงนั้น คริสตจักรกลายเป็นพวกวัตถุนิยมเพราะว่าโลกเป็นพวกวัตถุนิยม คริสตจักรหลงใหลความบันเทิงเริงรมย์เพราะว่าโลกหลงใหลสิ่งเหล่านี้ คริสตจักรในทุกวันนี้มีแนวโน้มที่จะวิ่งตามกระแสนิยมของโลก เพราะ

ว่าคริสเตียนทุกวันนี้อยากจะเป็นส่วนหนึ่งของโลก คริสตจักรไม่ควรแสร้งแสดงความเมตตาและอ่อนสุภาพเพียงเพื่อจะได้รับชื่อเสียง หรือความนิยมและการยอมรับ ดูเหมือนคริสเตียนทุกวันนี้คิดว่าถ้าโลกเหมือนเรา โลกก็คงจะชื่นชอบองค์พระผู้เป็นเจ้าของรา แต่มันไม่ได้เป็นเช่นนั้นเลย (ยอห์น 15:8)

คริสตจักรในทุกวันนี้อยากจะเข้าไปเป็นส่วนหนึ่งของโลก แต่พระเยซูสั่งให้คริสตจักรทำในสิ่งที่ตรงกันข้ามคือ “อย่ารักโลกหรือสิ่งของในโลก ถ้าใครรักโลกความรักของพระบิดาไม่ได้อยู่ในผู้นั้น” (1 ยอห์น 2:15)

โดยการถูกรายล้อมไปด้วยลัทธินอกรีตและความอธรรมทั้งหลาย คริสตจักรเปอร์กามัมกำลังเข้าไปเป็นส่วนหนึ่งของโลก ถ้าคิดถึงเมืองต่าง ๆ ที่ต้องทำสงครามแย่งชิงดินแดน เปอร์กามัมถือเป็นเมืองสำคัญอันดับหนึ่งเลยทีเดียวเพราะว่าซาตานอยู่ที่เมืองนี้ (วิวรณ์ 2:13) คนที่สนับสนุนการเคลื่อนไหวของสงครามฝ่ายวิญญาณทุกวันนี้จะตอบสนองต่อเมืองที่มีลักษณะเหมือนเปอร์กามัมอย่างไร? ต่อไปนี้คือสิ่งที่ “ผู้เชี่ยวชาญ” คนหนึ่งได้กระทำต่อเพื่อนบ้านของเขา:

> ในช่วงสิบปีที่ผ่านมา ผมอาศัยอยู่ในชุมชนของคนผิวดำในเมืองลอสแองเจิลลีส ผมและเพื่อนบ้านของผมมีศัตรูเหมือนกัน เราถูกรบกวนด้วยการทำลายล้าง ความสิ้นหวัง ความเก็บกด ความท้อใจ และการถูกปฏิเสธที่เจ็บปวดในชุมชนแห่งนี้...
>
> ปีที่ผ่านมา ผมและเพื่อนร่วมงานของผมได้ไปเดินอธิษฐานรอบๆ ชุมชน เราหยุดยืนอธิษฐานที่หน้าบ้านของเพื่อนบ้านทุกหลังเพื่อขับไล่ซาตานในพระนามของพระเยซูและอธิษฐานขอให้พระเจ้าทรงสำแดงพระเยซูในชีวิตของแต่ละครอบครัว[4]

นั่นเป็นวิธีที่เราจะเอาชนะเพื่อนบ้านของเราได้หรือ? พระเยซูคริสต์ได้ตรัส
สั่งให้คริสเตียนที่เปอร์กามัมเดินไปตามถนนและ "ขับไล่ซาตานในพระนามของ
พระเยซู" หรือ? พระองค์สั่งให้คริสเตียนที่นั่นขับไล่วิญญาณชั่วและการละเมิด
ศีลธรรมออกไปจากเมืองหรือ? เปล่าเลย

พระคัมภีร์ได้บอกกับเราอย่างชัดเจนว่าวิธีที่เราจะเอาชนะเพื่อนบ้านคือ
การนำเสนอข่าวประเสริฐให้กับคนที่หลงหาย (มัทธิว 28:19-20) การนำเสนอ
ของเราจะเชื่อถือได้อย่างไรน่ะหรือ? ไม่ใช่ด้วยการออกคำสั่งต่อวิญญาณชั่ว แต่
โดยการดำเนินชีวิตที่บริสุทธิ์ (1 เปโตร 2:12) นั่นเป็นเหตุผลที่คริสตจักรเปอร์
กามัมจำเป็นจะต้องกลับใจ (วิวรณ์ 2:16)

เมื่อซาตานโจมตีคริสตจักร มันเริ่มต้นอย่างชาญฉลาดโดยการทำให้เรา
ละทิ้งความรักครั้งแรก จากนั้นเราก็จะเริ่มอะลุ่มอล่วยกับโลก เมื่อความรัก
ของเราเยือกเย็นลง มันก็ง่ายที่เราจะตกไปในกับดักของระบบของโลก โดยการ
ไม่รักพระเจ้าเราก็มีแนวโน้มที่จะรักสิ่งที่อยู่รอบ ๆ ตัวเรา

ถ้าคุณเข้าไปมีส่วนกับโลก แผนการสงครามของพระเจ้าสำหรับคุณคือ
อะไร? ไม่ใช่การเผชิญหน้ากับอำนาจแห่งความมืด แต่คือการเชื่อฟังคำสั่งของ
พระคริสต์ด้วยการกลับใจ ถ้าคุณรักพระเจ้าอย่างสิ้นสุดจิต สุดใจ สุดความคิด
และสุดกำลัง คือรักพระองค์เหนือสิ่งอื่นใดทั้งหมด คุณจะรักษาไว้ซึ่งเกียรติยศ
ของพระเจ้า

คริสตจักรธิยาทิรา

คริสตจักรเปอร์กามัมนั้นอาจแต่งงานกับโลกไปแล้ว แต่คริสตจักรธิยาทิรานั้น
กำลังฉลองครบรอบวันแต่งงาน คริสตจักรเอเฟซัสละทิ้งความรักครั้งแรก
คริสตจักรเปอร์กามัมอะลุ่มอล่วยกับโลก แต่คริสตจักรธิยาทิราเปิดกว้างให้กับ
ความบาป ดังนั้น พระเยซูจึงตำหนิพวกเขาว่า

> แต่เรามีข้อที่จะต่อว่าเจ้าบ้าง คือเจ้าทนฟังเยเซเบล ผู้หญิงที่อ้างตัวเป็นผู้เผยพระวจนะ นางสอนและล่อลวงบรรดาผู้รับใช้ของเราให้ล่วงประเวณีและกินอาหารที่บูชารูปเคารพ (ข้อ 20)

คริสตจักรยังคงรัก รับใช้ และมีความเชื่อ (ข้อ 19) แต่ผู้สอนเทียมเท็จซึ่งใช้ชื่อสัญลักษณ์ว่าเยเซเบลได้ล่อลวงคริสตจักรให้ไปนมัสการรูปเคารพของสมัยนั้น การนมัสการรูปเคารพนั้นเกี่ยวข้องกับกิจกรรมทางเพศ ข้อ 24 ชี้ให้เราเห็นว่าเยเซเบลและเหล่าผู้ติดตามเธอได้เข้าไปใน “ความล้ำลึกของซาตาน”

คริสตจักรจะจัดการกับคนเหล่านี้อย่างไร? เราจะต้องขับไล่วิญญาณชั่วออกจากพวกเขาหรือเปล่า? ชายหนุ่มคนหนึ่งได้เล่าถึงการที่เขาได้หลุดพ้นจากอำนาจของความบาป ต่อไปนี้เป็นคำพยานของเขา:

> โดยการเติบโตมาในคริสตจักรแบ๊บติสต์ ผมรับเชื่อพระเยซูคริสต์มาเป็นพระผู้ช่วยให้รอดตั้งแต่อายุ 6 ขวบ พ่อของผมเป็นมัคนายกของคริสตจักร ส่วนแม่ของผมก็มีส่วนในกิจกรรมทุกอย่างของกลุ่มสตรี ไม่นานผมก็ตกลงไปในกับดักของความเคร่งศาสนา ซึ่งเป็นสัญลักษณ์ว่าวิญญาณจิตของผมเติบโตโดยขึ้นอยู่กับรางวัลที่ได้จากการมาคริสตจักรอย่างสม่ำเสมอ... ผมมีความรู้ในหลักคำสอนของพระคัมภีร์อย่างมาก แต่จิตวิญญาณของผมตายแล้ว คือ รู้ความจริงแต่ล้มเหลวที่จะดำเนินชีวิตตามความจริงนั้น
>
> ข้อสรุปของผมเกี่ยวกับศาสนาคริสต์ก็คือ มันเป็นสิ่งที่ดีสำหรับชีวิตหลังความตาย แต่ว่าในเวลานี้ผมต้องการสิ่งอื่นมากกว่า ผมไปลองดูศาสนาเซน ศาสนาของอินเดียและหลักปรัชญาต่าง ๆ เพื่อค้นหาแนวทางการดำเนินชีวิต

> แต่ผมไม่เคยคิดแม้แต่จะค้นหาในพระคัมภีร์เลย การเติบโตขึ้นในคริสตจักรที่เต็มไปด้วยระเบียบแบบแผนทำให้ผมคิดว่าผมรู้ทุกอย่างแล้ว
>
> แต่มันไม่ได้เป็นเช่นนั้นเลย ในวันที่ 13 เมษายน 1972 พระเจ้าได้ทรงปลดปล่อยผมให้เป็นอิสระ! ผมอยู่ในกลุ่มอธิษฐานของกลุ่มบุรุษ ขณะกำลังดูเพื่อคนหนึ่งรับการอธิษฐานเพื่อการปลดปล่อย ในทันใดนั้น ผมก็ตระหนักว่ามีวิญญาณตนหนึ่งชื่อมาลิเชียส เทมเพอร์ ครอบงำผมอยู่ ผมคุกเข่าลงอธิษฐานเพียงเพื่อหาอีกตัวตนหนึ่งที่มาครอบงำผมจนทำให้ผมไม่สามารถขยับตนเองอย่างอิสระได้
>
> ผู้ชายเหล่านั้นเข้ามาล้อมรอบผมทันที และก่อนที่จะถึงรุ่งเช้า ผมก็ได้รับการปลดปล่อยจากวิญญาณชั่วซึ่งควบคุมผมมานานกว่า 14 ปี! วิญญาณชั่วแห่งเวทมนตร์รักร่วมเพศ ความเย่อหยิ่ง ฆาตรกร และวิญญาณอื่นได้ออกไปจากผม และผมก็เป็นอิสระ[5]

คนที่พูดว่าศาสนาคริสต์เป็นสิ่งที่ดีสำหรับชีวิตหลังความตายแต่ตอนนี้ต้องการสิ่งอื่นมากกว่า จะเป็นคริสเตียนแท้จริงได้อย่างไร? ไม่ว่าจะอย่างไรคนที่กล่าวคำพยานนี้และผู้เขียนหนังสือที่อ้างอิงคำพยานของเขาต่างก็เดาเอาเองแล้วว่าเขาเป็นผู้เชื่อที่แท้จริง แม้จะตกอยู่ในอำนาจของซาตาน อย่างไรก็ตาม ดังที่เราได้เห็นกันมาแล้วว่าวิญญาณชั่วไม่อาจเข้าสิงผู้เชื่อที่แท้จริงได้ คำพยานของชายคนนี้ไม่ได้แสดงให้เห็นว่าเขาเสียใจต่อความบาป ไม่มีการสารภาพบาป และไม่มีการหันกลับจากความบาป เขากล่าวถึงเสรีภาพใหม่ของเขาในการหลุดพ้นจากวิญญาณชั่วเท่านั้น

พระเยซูทรงจะจัดการกับคนที่หลงไปติดตามความล้ำลึกของซาตานอย่างไร? ไม่ใช่ด้วยการขับผีออก พระองค์สั่งให้เยเซเบลและบรรดาคนที่ติดตาม

เธอให้กลับใจจากความบาปเสีย พระองค์เตือนพวกเขาว่า ถ้าพวกเขาไม่กลับใจ พระองค์จะลงโทษพวกเขาถึงตาย (23) องค์พระผู้เป็นเจ้าไม่ได้อะลุ่มอล่วยกับความบาปเลย พระองค์ทรงพิพากษาความบาป

ยังเป็นสิ่งที่ดีที่ว่าไม่ใช่ทุกคนในคริสตจักรทจะหลงไปติดตามเยเซเบล (24) แล้วพระเยซูสั่งสอนคนเหล่านี้อย่างไรกันล่ะ? พระองค์บอกให้พวกเขาขับผีแห่งการผิดประเวณีออกจากเยเซเบลหรือเปล่า? พระองค์ตรัสสั่งให้พวกเขาผูกมัดซาตานหรือเปล่า? ไม่ใช่เลย พระองค์เพียงแต่เรียกร้องให้พวกเขายึดมั่นในการดำเนินชีวิตที่บริสุทธิ์ (ข้อ 24-25) นั่นก็เพราะว่าพระองค์ต้องการให้เราดำรงอยู่ในความบริสุทธิ์ ไม่ใช่ให้ขับผีออก

เป็นเรื่องน่าเศร้าที่คริสตจักรทุกวันนี้ละทิ้งมาตรฐานแห่งความบริสุทธิ์ของพระเจ้า ผมมักจะถูกถามว่า “ปกติแล้วคุณลงวินัยสมาชิกคริสตจักรที่ทำบาปหรือไม่” (ถามเหมือนเป็นการปฏิบัติที่แปลก) ผมตอบว่าแน่นอน เพราะว่าพระคัมภีร์บอกให้คริสตจักรทำเช่นนั้น (มัทธิว 18:15-17) คนที่ถามคำนี้กับผมมักจะตอบว่า “เราไม่กล้าที่จะทำเช่นนั้น เพราะมันอาจจะทำให้บางคนไม่พอใจเรา” คริสตจักรที่มีท่าทีอะลุ่มอล่วยต่อโลกก็กำลังเปิดประตูให้กับความบาปและซาตาน

คริสตจักรซาร์ดิส

พระเยซูทรงใช้คำพูดที่รุนแรงกับคริสตจักรนี้ “เรารู้จักความประพฤติของเจ้า คือเจ้าได้ชื่อว่ามีชีวิตอยู่ แต่ว่าเจ้าตายแล้ว” (วิวรณ์ 3.1) ซาร์ดิสเป็นหนึ่งในเมืองที่ยิ่งใหญ่ที่สุดของโลกยุคโบราณ ซาร์ดิสเป็นสัญลักษณ์ของความมั่งคั่ง แต่เมืองนี้และคริสตจักรของเมืองนี้กลับตายแล้วและไม่มีอะไรเหลืออยู่ เพราะว่าคริสตจักรนี้เป็นคริสตจักรที่เสื่อมลง พระคริสต์ตรัสว่า “เจ้าจงตื่นขึ้นและจงเสริมกำลังให้กับส่วนที่เหลืออยู่ซึ่งจวนจะตายแล้ว” (ข้อ 2) คนที่นั่นตายแล้วหรือไม่ก็กำลังจะตาย สิ่งที่พวกเขามีอยู่เป็นเพียงแค่รูปแบบเท่านั้น ทุกสิ่งทุกอย่างยังคงดำเนินต่อไป แต่ไม่มีชีวิตฝ่ายวิญญาณเลย

อะไรจะช่วยฟื้นฟูคริสตจักรที่ตายแล้ว? การกลับใจ (ข้อ 3)
การกลับใจที่แท้จริงเป็นแนวความคิดที่แปลกของคริสตจักรในทุกวันนี้
เกิดอะไรขึ้น?

> ทำไมความยำเกรงพระเจ้าจึงไม่ใช่แก่นหลักสำคัญและเป็น
> ศูนย์กลางสำหรับการดำเนินชีวิตคริสเตียนที่แท้จริง
> อีกแล้ว? เราทำให้พระเจ้าเล็กลงและทำให้มนุษย์ใหญ่ขึ้น
> นานมาแล้วมาร์ติน ลูเธอร์ ได้กล่าวกับอีราสมัสซึ่งเป็น
> นักมนุษย์วิทยาผู้มีชื่อเสียงว่า "พระเจ้าของท่านเหมือน
> มนุษย์มาก"[6]

การทำให้พระเจ้าเล็กลงและทำให้มนุษย์มีความสำคัญมากขึ้น เป็นสิ่งที่
กลุ่มการเคลื่อนไหวของสงครามฝ่ายวิญญาณทุกวันนี้กระทำกันอย่างมาก เขา
ทำกันอย่างไรน่ะหรือ? โดยการให้ความสนใจกับซาตานแทนที่จะเป็นพระคริสต์
มนุษย์ควรจะต้องยำเกรงพระเจ้าแต่กลับไปเกรงกลัวซาตานแทน และเน้นแต่
เรื่องอำนาจแห่งความมืด กลุ่มการเคลื่อนไหวของสงครามฝ่ายวิญญาณทุกวันนี้
ได้ลดความสำคัญจากคำสอนของพระคัมภีร์ในเรื่องสิทธิอำนาจของพระเจ้า
ความเพียงพอของเราในพระคริสต์ ความรอด และการชำระให้บริสุทธิ์ แผนการ
การต่อสู้ในสงครามฝ่ายวิญญาณแบบเรียบง่ายของพระเจ้าก็คือ ให้เราหันกลับ
จากบาปและหันมาหาพระคริสต์

แล้วคุณล่ะ? คุณกำลังทำตามแผนการของพระเจ้าหรือคุณกำลังหมกมุ่น
อยู่กับอำนาจแห่งความมืด? เห็นได้ชัดว่าองค์พระผู้เป็นเจ้า (ไม่ใช่ซาตาน) คือ
ความหลงใหลของดาวิด เพราะเขาเขียนไว้ว่า

> โอ ตระกูลของชนชาติทั้งหลายเอ๋ย จงถวายแด่พระยาห์เวห์
> จงถวายพระเกียรติและพระกำลังแด่พระยาห์เวห์ จงถวาย

> พระเกียรติซึ่งควรแก่พระนามของพระองค์แด่พระยาห์เวห์ จงนำของถวายมายังบริเวณพระนิเวศของพระองค์ จงนมัสการพระยาห์เวห์ผู้ทรงงดงามในความบริสุทธิ์ แผ่นดินโลกทั้งสิ้นเอ๋ย จงตัวสั่นเฉพาะพระพักตร์พระองค์ (สดุดี 96:7-9)

ขอให้ไตร่ตรองอย่างสัตย์ซื่อว่าพระคัมภีร์ตอนนี้ประยุกต์ใช้ยังไงกับคุณ จิตใจของคุณผูกพันอยู่กับพระสิริและพระบารมีแห่งสิทธิอำนาจของพระเจ้าหรือไม่? คุณเคยสัมผัสกับความสง่างามแห่งพระสิริของพระเจ้าหรือไม่? การมีความเข้าใจที่ถูกต้องต่อพระวจนะของพระเจ้าจะช่วยคุณให้รู้จักพระองค์เช่นนั้น การเข้าใจพระวจนะของพระเจ้าที่ถูกต้องคือรากฐานที่จะทำให้คุณพูดว่า

> พระยาห์เวห์ทรงเป็นศิลา ป้อมปราการ และผู้ช่วยกู้ของข้าพเจ้า ทรงเป็นพระเจ้าของข้าพเจ้า เป็นศิลาซึ่งข้าพเจ้าเข้าลี้ภัย ทรงเป็นโล่ เป็นพลังแห่งความรอด เป็นที่กำบังอันแข็งแกร่งของข้าพเจ้า ข้าพเจ้าร้องทูลพระยาห์เวห์ผู้ทรงสมควรแก่การสรรเสริญ และพระองค์ทรงช่วยข้าพเจ้าให้พ้นจากศัตรู (สดุดี 18:2-3)

คริสตจักรเลาดีเซีย

คริสตจักรเลาดีเซียถือเป็นคริสตจักรที่แย่ที่สุด คริสตจักรนี้เป็นคริสตจักรที่ละทิ้งความเชื่อ พระเยซูตรัสว่า “เรารู้จักความประพฤติของเจ้า คือว่าเจ้าไม่เย็นและไม่ร้อน เราอยากให้เจ้าเย็นหรือร้อน” (วิวรณ์ 3:15) คนที่เย็นนั้นไม่ใช่คนหน้าซื่อใจคด พวกเขาเพียงแต่ไม่สนใจและไม่ใส่ต่อข่าวประเสริฐ พระองค์ต้องการให้พวกเขาเป็นเหมือนคนเช่นนี้มากกว่าที่จะอุ่น ๆ เพราะอย่างน้อยจะได้รู้ว่าเขายืนอยู่ข้างไหน

พวกคนหน้าซื่อใจคดเป็นที่น่าขยะแขยงสำหรับพระคริสต์ เพราะพระองค์ตรัสว่า “เพราะว่าเจ้าเป็นแต่อุ่นๆ ไม่ร้อนและไม่เย็น เราจะคายเจ้าออกจากปากของเรา” (ข้อ 16) พระเยซูจะเรียกคนที่เย็นให้เข้ามาหาพระองค์ด้วยคำเทศนาของผู้รับใช้ของพระองค์ สำหรับคนที่ร้อน (ผู้เชื่อที่ได้รับความรอดแล้ว ได้รับการทรงไถ่แล้ว) พระองค์ทรงรักใคร่เขา แต่พระองค์จะคายคนที่อุ่นๆ ออกจากปากของพระองค์ คริสตจักรเลาดีเซียเป็นคริสตจักรหน้าไหว้หลังหลอก เป็นคริสตจักรที่หลอกลวง คือคริสตจักรที่ไม่ใช่คริสตจักรเลย

คุณจะเห็นคำสอนแบบเสรีนิยมในคริสตจักรเลาดีเซียซึ่งเป็นตัวอย่างของคริสตจักรในทุกวันนี้ พวกนี้ใส่หน้ากากคริสเตียนแต่ปฏิเสธพระคัมภีร์ ปฏิเสธพระเยซูคริสต์ ปฏิเสธการเป็นขึ้นมาตายของพระองค์ และปฏิเสธหลักคำสอนที่สำคัญๆ ของความเชื่อคริสเตียน เมื่อคุณถามคนพวกนี้เกี่ยวกับคริสตจักรของเขา พวกเขาจะไม่พูดว่า “เรากำลังเห็นพระวจนะของพระเจ้าเกิดผล เรากำลังเห็นคนได้รับความรอด” แต่พวกเขาจะพูดว่า “ข้าเป็นเศรษฐีและข้าร่ำรวยแล้ว ข้าไม่ต้องการสิ่งใดเลย” (ข้อ 17) พวกเขากำลังพูดว่า “ดูพวกเราซิ เราประสบความสำเร็จ เรามีองค์การที่ใหญ่ เรามีเงินมาก!”

ทั่วโลกมีคริสตจักรใหญ่ ๆ คณะนิกายใหญ่ ๆ และระบบทางศาสนาที่อยู่ในหมวดหมู่นี้ พวกเขามีทั้งเงินและเกียรติ แต่พวกเขาละทิ้งความเชื่อ และน่าเสียดายที่พวกเขาไม่รู้ว่าแท้จริงแล้ว พวกเขา “เป็นคนน่าสมเพช น่าสังเวช ยากจน ตาบอด และเปลือยกาย” (ข้อ 17)

แล้วอะไรคือทางออกสำหรับคริสตจักรเช่นนี้ล่ะ? โดยการพูดว่า “วิญญาณชั่วแห่งความน่าซื่อใจคด เราขอสั่งให้เจ้าออกไป” หรือ “ซาตานเราขอผูกมัดเจ้าให้หยุดการกระทำของเจ้าเสีย” อย่างนั้นหรือ? ไม่ใช่เลย การตอบสนองของพระคริสต์นั้นตรงกันข้าม:

> เราแนะนำเจ้าให้ซื้อทองคำที่หลอมด้วยไฟจากเรา เพื่อเจ้าจะได้มั่งมี และให้ซื้อเสื้อผ้าสีขาว เพื่อจะได้สวมให้พ้นจาก

ความอับอายที่ต้องเปลือยกาย และซื้อยาหยอดตาของเจ้า
เพื่อเจ้าจะได้เห็น (ข้อ 18)

คำตรัสนี้ องค์พระผู้เป็นเจ้าของเราไม่ได้หมายถึงเป็นทางกายภาพ แต่หมายถึง
สภาพทางฝ่ายวิญญาณ ประการแรก พระองค์ตรัสว่าคริสตจักรแห่งนี้ยากจน
นั่นจึงเป็นสาเหตุที่จำเป็นต้องซื้อทองคำจากพระองค์ พระคัมภีร์ใช้ทองคำเป็น
สัญลักษณ์ หมายถึงความชอบธรรมของพระเจ้า เมื่อคุณต้อนรับพระเยซูคริสต์
ด้วยความเชื่อ พระเจ้าจะสวมความชอบธรรมของพระคริสต์ให้กับคุณ (โรม
3:22) คุณอาจจะมีทุกสิ่งทุกอย่างในโลก แต่ถ้าคุณไม่มีพระคริสต์ คุณก็ไม่มีอะไร
เลย นั่นจึงเป็นสาเหตุที่พระเยซูตรัสว่า "เขาจะได้ประโยชน์อะไร ถ้าได้สิ่งของ
หมดทั้งโลกแต่ต้องเสียชีวิตของตน? (มัทธิว 16.26)

คริสตจักรนี้ไม่เพียงยากจนเท่านั้น แต่ยังเปลือยกายอีกด้วย นี่เป็นถ้อยคำ
เหน็บแนมเพราะว่าเมืองเลาดีเซียเป็นเมืองศูนย์กลางของอุตสาหกรรมการทอผ้า
ประชาชนของเมืองนี้เป็นผู้นำทางแฟชั่นเสื้อผ้า เลาดีเซียได้ผลิตผ้าชนิดพิเศษ
ซึ่งมีชื่อเสียงทั่วโลก แน่นอนว่าคริสตจักรเลาดีเซียจะต้องภาคภูมิใจในเรื่องเสื้อผ้า
ของพวกเขา แต่ในความจริงแล้ว พวกเขาเปลือยกายอยู่ เพราะว่าพวกเขาไม่ได้
สวมใส่เสื้อผ้าที่บริสุทธิ์ของพระเยซู

พระเยซูยังตรัสต่อไปอีกว่าคริสตจักรนี้จำเป็นต้องมียาหยอดตา ในเมือง
เลาดีเซียนั้นมีโรงเรียนการแพทย์ซึ่งตั้งอยู่ในวิหารแอสคลีเพียส ซึ่งได้ผลิตยาชื่อ
เทฟรา ฟีเจีย (Tephra Phrygia) ซึ่งเป็นยาที่ถูกบดออกมาอย่างละเอียดและ
ผสมกับน้ำเพื่อใช้เป็นยาหยอดตา

เหมือนกับพระเยซูกำลังตรัสว่า "เจ้าคิดว่าเจ้าเป็นผู้เชี่ยวชาญโรคทาง
สายตา เพราะเจ้ามียาเทฟรา ฟีเจียของเจ้า แต่เราบอกว่าแท้ที่จริงแล้วพวกเจ้า
ตาบอด ถ้าเจ้าต้องการเห็น เจ้าจะต้องลืมความสำเร็จของเจ้า และเปิดตาของเจ้า
ต่อพระวจนะของพระเจ้า" พระคริสต์ (แพทย์ผู้ยิ่งใหญ่) เท่านั้น ที่จะสามารถ
รักษาความตาบอดฝ่ายวิญญาณและกระทำให้พวกเขามองเห็นได้

พระเยซูจบคำกล่าวต่อคริสตจักรเลาดีเซียด้วยคำเชื้อเชิญให้ต้อนรับข่าวประเสริฐ เพราะว่าพวกเขาเป็นคริสตจักรที่หลงหาย ในวิวรณ์ 3:19 พระองค์ทรงตักเตือน ตีสอน และลงโทษคริสตจักรเพื่อให้คริสตจักรกลับใจ จากการศึกษาเราได้เรียนรู้อะไรจากคริสตจักรแห่งนี้บ้าง? อีกครั้งหนึ่ง สิ่งที่เราได้เรียนรู้ก็คือ แผนการในการต่อสู้ของพระเจ้าสำหรับเราก็คือ เพื่อเราหันจากความบาป ไม่ใช่เพื่อขับไล่อำนาจของความมืด

คริสตจักรฟีลาเดลเฟีย

แม้ว่าคริสตจักรอื่นๆ จะค่อย ๆ ดำดิ่งลงสู่หลุดของการละทิ้งความเชื่อ แต่ก็ยังมีสิ่งที่ได้รับการปกป้องเอาไว้ สิ่งแรกก็คือการประกาศข่าวประเสริฐ ซึ่งนี่เป็นลักษณะของคริสตจักรฟิลาเดลเฟีย นี่เป็นหนึ่งในสองคริสตจักรที่พระเยซูทรงกล่าวถึงแต่สิ่งที่ดีเท่านั้น พระองค์ตรัสว่า

"เรารู้จักความประพฤติของเจ้า นี่แน่ะ เราจัดวางประตูที่เปิดไว้ตรงหน้าพวกเจ้า ประตูนี้ไม่มีใครสามารถปิดได้ เรารู้ว่าเจ้ามีกำลังเพียงเล็กน้อย แต่กระนั้นเจ้าก็ถือรักษาคำของเรา และไม่ได้ปฏิเสธนามของเรา (วิวรณ์ 3:8)

ในข้อ 9 พระเยซูตรัสถึงปรปักษ์ของคริสตจักรว่ามาจาก "ธรรมศาลาของซาตาน" นั่นหมายถึง ชาวยิวที่ไม่เชื่อซึ่งต่อต้านการประกาศข่าวประเสริฐของพระเจ้าในเมืองนั้น แม้ว่าจะมีการข่มเหงเช่นนี้เกิดขึ้น แต่พระเยซูก็ได้ทรงตั้งประตูซึ่งเปิดไว้ต่อหน้าพวกเขา ประตูนี้เปิดไว้เพื่ออะไร? ไม่ต้องสงสัยว่าข้อนี้พูดถึงความสามารถของพวกเขาในการประกาศข่าวประเสริฐแห่งความรอดแก่ประชาชนในเมืองนั้น

ทำไมคริสตจักรนี้จึงมีประตูที่เปิดอยู่สำหรับการประกาศข่าวประเสริฐ? ผู้เชื่อเหล่านั้นไปยืนอยู่ที่หน้าบ้านแต่ละหลังแล้วพูดว่า "เจ้าวิญญาณชั่วแห่งฟีลาเดลเฟีย เราขอสั่งให้เจ้ามอบเมืองนี้ไว้กับเรา" ใช่ไหม? ไม่ใช่เลย พวกเขาเกิดผลเพราะว่าพวกเขารักษาถ้อยคำของพระคริสต์ และไม่ยอมปฏิเสธพระนามของพระองค์ ดังนั้นพระเยซูจึงทรงเปิดประตูเพื่อพวกเขา เมื่อพระเยซูทรงเปิด

ประตู ซาตานก็หยุดยั้งไม่ได้ เมื่อเราประกาศข่าวประเสริฐแก่คนที่ยังไม่ได้รับความรอด พระเยซูจะกระทำให้ซาตานมากราบลงแทบเท้าของเรา (ข้อ 9)

คุณจะต่อต้านอำนาจของความมืดอย่างมีประสิทธิภาพได้อย่างไร? ไม่ใช่ด้วยการสั่งหรือขับไล่ซาตาน พระเจ้าเท่านั้นที่สามารถกระทำเช่นนั้นได้ (ยูดา 9) คุณจะต่อสู้กับซาตานอย่างมีประสิทธิภาพได้ด้วยการประกาศข่าวประเสริฐกับคนที่ยังไม่ได้รับความรอด เพราะว่าข่าวประเสริฐคือ “เพราะว่าข่าวประเสริฐนั้นเป็นฤทธานุภาพของพระเจ้า เพื่อให้ทุกคนที่เชื่อได้รับความรอด” (โรม 1:16)

คริสตจักรสเมอร์นา

พระเจ้าไม่เพียงรักษาคริสตจักรผ่านทางการประกาศข่าวประเสริฐ แต่ยังผ่านการข่มเหงด้วย นี่เป็นลักษณะของคริสตจักรสเมอร์นา ขอให้สังเกตว่าซาตานคือต้นเหตุแห่งการข่มเหง พระเยซูตรัสว่า

> “เรารู้เรื่องความยากลำบากและยากจนของเจ้า (แต่ว่าเจ้าก็มั่งมี) และรู้เรื่องการกล่าวร้ายของพวกที่อ้างตัวว่าเป็นยิวและไม่ได้เป็น แต่เป็นธรรมศาลาของซาตาน อย่ากลัวการทนทุกข์ที่เจ้าจะได้รับนั้น นี่แน่ะ มารจะขังพวกเจ้าบางคนไว้ในคุกเพื่อทดลองพวกเจ้า และเจ้าทั้งหลายจะได้รับความยากลำบากถึงสิบวัน (วิวรณ์ 2:9-10)

การข่มเหงเป็นเรื่องปกติที่เกิดขึ้นกับคริสตจักรในยุคแรก นักประวัติศาสตร์ท่านหนึ่งได้อธิบายไว้ว่า

> การมาเป็นคริสเตียนคือการเสียสละที่ยิ่งใหญ่ เป็นการเข้ามาร่วมกับพวกที่ถูกดูหมิ่นและได้รับการข่มเหง เป็นการดำเนินชีวิตที่ทวนกระแสความนิยมของสังคม เป็นการ

> เข้ามาอยู่ภายใต้อิทธิพลของจักวรรดิ [โรม] มีโอกาสที่จะถูกจับไปเป็นนักโทษและตายอย่างน่าสยดสยองเมื่อไหร่ก็ได้ คนที่จะติดตามพระเยซูตริสต์จะต้องคิดถึงค่าใช้จ่ายให้ดี และเขาจะต้องเตรียมที่จะเสียสละเสรีภาพและชีวิต... การประกาศว่าเป็นคริสเตียนก็คือการตกเป็นนักโทษ... เพราะว่าโดยชื่อของคริสเตียน... หมายถึงการถูกทำโทษอย่างทารุณด้วยการดึงแขนดึงขา การถูกเผาไฟ ให้สิงโตที่หิวกระหายฉีกหรือการข่มเหงที่รุนแรงมากกว่าความตาย[7]

ด้วยการต่อต้านจากมารซาตาน ผู้เชื่อควรทำอย่างไร? สั่งการให้วิญญาณชั่วแห่งสเมอร์นามอบดินแดนให้เพื่อที่การข่มเหงจะสิ้นสุดลงหรือ? ผูกมัดซาตานหรือ? นี่ไม่ใช่วิธีการของพระเจ้าเลย เพราะพระองค์ทรงใช้การข่มเหงของซาตานเป็นส่วนหนึ่งของแผนการที่พระองค์ทรงจัดเตรียมไว้สำหรับคริสตจักรแห่งนี้

แน่นอนว่าพระเยซูสามารถสั่งให้ซาตานยุติการข่มเหงคริสตจักร แต่พระองค์เลือกที่จะไม่ทำเช่นนั้น ด้วยพระสติปัญญาอันล้ำเลิศของพระองค์ พระองค์ทรงโปรดอนุญาตให้ให้ซาตานทำการของมัน และพระองค์ทรงหนุนใจผู้เชื่อให้ยืนหยัดอยู่ด้วยความอดทน ทำไมล่ะ? ก็เพื่อรักษาความบริสุทธิ์ของคริสตจักร คุณคงจะไม่ระบุว่าคุณเป็นคริสตจักรที่ถูกข่มเหง นอกเสียจากว่าคุณจะเอาจริงเอาจังกับการอุทิศตนต่อพระคริสต์

เราสามารถเรียนรู้อะไรจากคริสตจักรฟิลเดลเฟียและคริสตจักรสเมอร์นาบ้าง? ก็คือพระเจ้าทรงกระทำสิ่งที่พระองค์พอพระทัยเพื่อให้พระประสงค์อันอำนาจอธิปไตย ชาญฉลาด และดีของพระองค์สำเร็จ พระเจ้ามีพระประสงค์ที่จะเปิดประตูแห่งการประกาศข่าวประเสริฐในคริสตจักรฟิลาเดลเฟีย และทรงยอมให้การข่มเหงเกิดขึ้นในคริสตจักรสเมอร์นา พระองค์ทรงอวยพระพรคริสตจักรทั้งสองแล้ว

พระเจ้าไม่ได้เรียกเราให้ต่อสู้กับวิญญาณชั่วด้วยปาก พระองค์ไม่ได้เรียกเรา
ให้เป็นผู้เชี่ยวชาญในเรื่องที่เกี่ยวกับซาตาน แต่พระองค์ทรงเรียกให้เราสัตย์ซื่อ
ต่อพระองค์เหมือนคริสตจักรฟิลาเดลเฟียและคริสตจักรสเมอร์นา การกระทำ
เช่นนี้จะป้องกันเราไม่ให้ตกไปในกับดัก ซึ่งคริสตจักรอีกห้าแห่งตกลงไป ขอ
พระเจ้าทรงช่วยเราให้ระวังการโจมตีของซาตาน และช่วยให้เราจดจำคำเตือน
ต่างๆ ของพระคริสต์

4

หน้าที่ของผู้เชื่อ

ผู้สนับสนุนการเคลื่อนไหวของสงครามฝ่ายวิญญาณทุกวันนี้คนหนึ่ง กล่าวอ้าง
ว่าเราที่เป็นคริสเตียนจะต้องเผชิญหน้ากับอำนาจมืดนี้ ศิษยาภิบาลคนหนึ่ง
เขียนถึงการเผชิญหน้าของเขากับวิญญาณชั่วไว้ ดังนี้

ศิษยาภิบาล: "ด้วยสิทธิอำนาจที่ข้าพเจ้ามีเหนือเจ้าผ่าน
ความเป็นหนึ่งเดียวกันกับองค์พระผู้เป็นเจ้าพระเยซูคริสต์
ข้าพเจ้าขอสั่งให้เจ้าเปิดเผยว่า เจ้าเข้ามาควบคุมชีวิตของ
คนนี้ได้อย่างไร โดยพระโลหิตของพระคริสต์ ข้าพเจ้า
ขอต่อต้านเจ้าและสั่งให้เจ้าบอกข้ามาเดี๋ยวนี้

วิญญาณชั่ว: "เธอกลัว พวกเราทำให้เธอกลัว เธอเต็ม
ไปด้วยความกลัว"

ศิษยาภิบาล: "นั่นคือข้ออ้างของเจ้าในการเล่นงาน
ลูกของพระเจ้าใช่ไหม? เจ้าสามารถทรมานและทำลายชีวิต
ของเธอด้วยความกลัวใช่ไหม?"

วิญญาณชั่ว: "ใช่ เธอกลัวตลอดเวลา พวกเราทำงานผ่านความกลัวของเธอ"

บทสนทนานี้ถูกถอดออกมาได้มากเท่าที่ข้าพเจ้าจะจำความได้ และจากการจดบันทึกในขณะที่เกิดการเผชิญหน้าต่อต้านอำนาจของความมืดที่ก่อความยุ่งยากในชีวิตของผู้เชื่อ[1]

การเผชิญหน้าอย่างดุดันเช่นนี้คือสิ่งที่คุณและผมควรกระทำในสงครามฝ่ายวิญญาณใช่ไหม? เราจะต้องสนทนากับวิญญาณชั่วและออกคำสั่งกับมันใช่หรือไม่? ไม่ใช่อย่างนั้นแน่นอน! พระวจนะของพระเจ้าแสดงให้เห็นชัดเจนว่าการเผชิญหน้าดังกล่าวไม่มีหลักฐานยืนยัน

ผมไม่แน่ใจว่าผู้คนหมายถึงอะไรเมื่อพวกเขาพูดถึง "การใช้สิทธิอำนาจในพระนามของพระเยซู"การศึกษาแนวความคิดเรื่องสิทธิอำนาจ (*เอคซูเซีย*) ในพันธสัญญาใหม่นั้นเปิดเผยให้เห็นว่า คำนี้มักจะถูกใช้อธิบายสถานะพิเศษที่เป็นของพระเยซูคริสต์และเหล่าอัครสาวกของพระองค์

พระคริสต์ทรงมีสิทธิอำนาจเพราะความเป็นพระเจ้าของพระองค์ (มัทธิว 28:18; ยอห์น 5:27) และเหล่าอัครสาวกได้รับสิทธิอำนาจจากพระองค์เพราะพวกเขาเป็นตัวแทนของพระองค์ (1 เธสะโลนิกา 2:6: 2 โครินธ์ 13:10)

พวกเขาได้รับความสามารถที่เหนือธรรมชาติ ซึ่งรวมไปถึงอำนาจในการขับผีออกและรักษาโรค (มาระโก 6:7; ลูกา 9:1-23; 10:19) ดังนั้น คนที่ได้ยินพวกเขาก็จะตระหนักว่าพวกเขาพูดแทนพระเจ้า (2 โครินธ์ 12:12; ฮีบรู 2:3-4)

ปัจจุบันนี้ไม่มีใครได้รับสิทธิอำนาจเหนือวิญญาณชั่วและโรคภัยไข้เจ็บเหมือนที่เหล่าอัครทูตได้รับอีก อันที่จริง 2 เปโตร 2:10-11 และยูดา 8-10 พูดเป็นนัยว่า ผู้เชื่อมีฐานะต่ำว่าวิญญาณชั่วใน "ลำดับสิทธิอำนาจ" และจำเป็นต้องทูลขอพระเจ้าเมื่อต้องจัดการกับพวกมัน

ดังนั้น "การอ้างสิทธิอำนาจ" เหนือวิญญาณชั่วหรือเหนือสถานการณ์ชั่ว ร้ายจึงไม่ใช่คำสอนของพระคัมภีร์ วิธีการของเราในการต่อสู้กับซาตานคือ จงต่อสู้กับมาร จงต่อสู้กับศัตรูนั้นด้วยใจมั่นคงในความเชื่อ (ยากอบ 4:7; 1 เปโตร 5:8-9)

พระคัมภีร์กล่าวถึงหน้าที่ของเราในฐานะทหารของพระเยซูคริสต์อย่างไร? พระคัมภีร์กล่าวเรียบง่ายว่า จงอดทนต่อความยากลำบาก จงต่อสู้อย่างเต็มกำลัง จงมั่นคงในการต่อสู้ ต่อไปนี้ให้เรามาพิจารณาในแต่ละด้าน

อดทนต่อความยากลำบาก

ใน 2 ทิโมธี 2:3-4 เปาโลเขียนไว้ว่า

> จงมีส่วนร่วมในความทุกข์ยากเหมือนทหารที่ดีของ
> พระเยซูคริสต์ ทหารประจำการย่อมไม่ไปพัวพันกับการงาน
> ฝ่ายพลเรือน เพราะเขามุ่งที่จะทำให้ผู้บังคับบัญชาพอใจ

มันช่างขัดแย้งกันเสียจริงที่คริสต์ศาสนามักจะถูกมองว่าเป็นความยาก ลำบากที่ง่ายกว่า ในความเป็นจริงแล้ว การเป็นสาวกที่แท้จริงของพระคริสต์ นั้นมีค่าใช้จ่ายที่สูงมาก การเป็นคริสเตียนหมายถึงการแบกไม้กางเขนทุกวัน มันหมายถึงการดำเนินชีวิตอุทิศถวายภายใต้การถูกข่มเหงและการถูกเยาะเย้ย ถากถาง

บางคนคิดว่าเขาสามารถดำเนินชีวิตคริสเตียนได้โดยไม่ต้องมีความทุกข์ ยากลำบาก แต่นั่นเป็นการหลอกลวงตนเอง เขากำลังนอนหลับอยู่ที่แนวรบ ซึ่ง ไม่มีที่ไหนที่จะอันตรายมากไปกว่านี้แล้ว

การอดทนต่อความยากลำบากเป็นลักษณะของทหารที่ดีซึ่งกำลัง "ประจำ การอยู่" (2 ทิโมธี 2:4) ทหารแบบนี้จะไม่ยุ่งกับเรื่องที่ไร้สาระของชีวิต

ลูกาบทที่ 9 ได้ให้ตัวอย่างของคนสามคนที่ไม่ยอมติดตามพระเยซูคริสต์ เพราะว่าพวกเขามัวยุ่งอยู่กับธุระส่วนตัวของเขา คนแรกได้พูดกับพระเยซูว่า "ท่านไปทางไหน ข้าพเจ้าจะตามท่านไปทางนั้น" (ข้อ 57) พระเยซูตรัสตอบเขาว่า "หมาจิ้งจอกยังมีโพรงและนกในอากาศก็ยังมีรัง แต่บุตรมนุษย์ไม่มีที่ที่จะวางศีรษะ" (ข้อ 58) คนนี้เป็นห่วงเรื่องความสะดวกสบายส่วนตัว

พระเยซูตรัสกับอีกคนหนึ่งว่า "จงตามเรามาเถิด" แต่คนนั้นทูลตอบว่า "องค์พระผู้เป็นเจ้า ขอโปรดอนุญาตให้ข้าพระองค์ไปฝังศพพ่อก่อน" (ข้อ 59) คนๆ นี้ต้องการมรดกของเขาก่อน พระเยซูตรัสตอบเขาว่า "ปล่อยให้คนตายฝังคนตายของเขาเองเถิด ส่วนท่านจงไปประกาศแผ่นดินของพระเจ้า" (ข้อ 60) ตามบริบทแล้ว พระคัมภีร์ตอนนี้ไม่ได้บอกว่าชายคนนี้ได้รับพระคำของพระเยซู

ชายคนที่สามพูดว่า "องค์พระผู้เป็นเจ้า ข้าพระองค์จะตามพระองค์ไป แต่ขอโปรดอนุญาตให้ข้าพระองค์อำลาคนที่บ้านก่อน" (ข้อ 61) เขาไม่เต็มใจที่จะมอบถวายชีวิตทั้งสิ้นให้กับพระคริสต์ในฐานะองค์พระผู้เป็นเจ้าของเขา พระเยซูตรัสตอบว่า "ไม่มีใครที่เอามือจับคันไถแล้วหันหลังกลับ จะสมควรกับแผ่นดินของพระเจ้า" (ข้อ 62)

พระคริสต์ทรงให้โอกาสทั้งสามคนที่จะละทิ้งทุกสิ่งทุกอย่างแล้วมาติดตามพระองค์ แต่พวกเขาไม่ยอมทำเช่นนั้น แล้วคุณล่ะ? คุณเต็มใจที่จะติดตามพระเยซูคริสต์หรือไม่? หรือว่าคุณยอมให้สิ่งของของโลกมาผูกมัดคุณไว้แล้ว?

คุณจะเป็นทหารที่ดีได้อย่างไร? ไม่ใช่ด้วยการจ้องที่จะคอยต่อสู้กับมาร แต่คุณจะเป็นทหารที่ดีได้ด้วยการไม่ยุ่งอยู่กับกิจธุระของโลกนี้ ไม่เพียงแต่ไม่ยุ่งอยู่กับเรื่องราวของโลกเท่านั้น ผู้เชื่อยังต้อง "มุ่งที่จะทำให้ผู้บังคับบัญชาพอใจ" (2:4) ผู้บังคับบัญชาก็คือ พระเยซูคริสต์ เป็นที่ปรากฏชัดว่าเปาโลปรารถนาที่จะให้พระคริสต์พอพระทัย เพราะเขาเต็มใจที่จะยอมตายถ้าจำเป็น (กิจการ 20:24) เปาโลได้มอบถวายชีวิตของเขาเพื่อพระคริสต์ เราเองก็ควรทำเช่นเดียวกัน

หลังจากที่เปาโลได้สั่งเราให้อดทนต่อความยากลำบากในฐานะทหารที่ดีแล้ว เปาโลกล่าวต่อไปว่า "จงระลึกถึงพระเยซูคริสต์ ผู้ที่พระเจ้าทรงทำให้

เป็นขึ้นจากตาย ทรงสืบเชื้อสายจากดาวิด” (2 ทิโมธี 2:8) ภาพของการเป็นขึ้นมาจากความตายเป็นภาพที่พระเยซูทรงทำลายความตายซึ่งเป็นอาวุธที่สำคัญของซาตาน ภาพของการเป็นขึ้นมาจากความตายยังเป็นภาพของความรอดด้วย เพราะว่าพระเยซูทรงสิ้นพระชนม์เพื่อไถ่บาป การที่พระองค์ยังทรงพระชนม์อยู่หมายความว่า โทษแห่งความบาปได้ถูกชำระแล้ว

นัยของเรื่องนี้คือ เราต้องระลึกถึงการทนทุกข์ของพระเยซูด้วย ฮีบรู 12:2 กล่าวว่า พระเยซูทรงสู้ทนต่อกางเขนและความอับอายก่อนที่พระองค์จะได้ประทับบนบัลลังก์เบื้องขวาพระหัตถ์ของพระเจ้า พระองค์ทรงถ่อมพระทัยก่อนที่จะได้รับการยกขึ้น เนื่องจากการทนทุกข์เป็นหนทางที่พระบุตรของพระเจ้าทรงปฏิบัติ เราเองก็ควรปฏิบัติตามด้วยเช่นกัน (ยอห์น 15:20)

ในปัจจุบันนี้ เป็นที่นิยมที่นักเทศน์จะเทศนาข้อความข่าวสารที่แตกต่างออกไป บางคนแม้แต่เปลี่ยนข่าวประเสริฐมาเป็นคำสัญญาแห่งความมั่งคั่งร่ำรวย พวกเขาส่งเสริมแนวคิดที่ว่าพระเจ้ามีพระประสงค์ให้ผู้เชื่อทุกคนนั้นมีสุขภาพที่ดีและมีความมั่งคั่ง การหมกมุ่นอยู่กับซานตานและวิญญาณชั่วสอดคล้องกันกับหลักคำสอนที่ไม่ได้เป็นไปตามหลักของพระคัมภีร์

> กิจการของวิญญาณชั่วที่ปรากฏในชีวิตคริสเตียนนั้นเป็นคำกล่าวอ้างที่สำคัญในเรื่องเกี่ยวกับความมั่งคั่งรุ่งเรือง พวกเขาเชื่อว่าการสำแดงของวิญญาณชั่วในทุกวันนี้ไม่มีอะไรต่างไปจากในศตวรรษแรก พวกเขามีแนวโน้มที่จะบอกว่า อะไรก็ตามที่ผิดปกติหรือสิ่งที่อธิบายไม่ได้นั้นเป็นอิทธิพลของวิญญาณชั่ว
>
> ตัวอย่างของเรื่องนี้ก็เช่น “เมื่อหมอบอกว่าไม่มีทางรักษาโรคนี้ เราก็จะคิดว่านี่เป็นเรื่องฝ่ายวิญญาณ” พวกเขาจะสรุปว่าโรคที่ไม่มีทางรักษาได้นั้นมีสาเหตุมาจากวิญญาณชั่ว วิญญาณชั่วนั้นจะเข้าสิงไม่เพียงแต่เฉพาะ

ในคนเท่านั้น แต่ยังรวมถึงบ้าน รถยนต์ และสิ่งของอื่น ๆ ด้วย สิ่งนี้จะทำให้ผู้เชื่อที่ต้องการได้รับพระพรจากพระเจ้าหวาดกลัวเป็นอย่างมาก

กระบวนการขับผีออกนั้นช่วยลดปัญหา "ความกระอักกระอ่วนเกี่ยวกับวิญญาณชั่ว" ของผู้เชื่อ ในขั้นตอนของการขับผีออกนั้น ซาตานจะถูกผูกมัดไว้ด้วยสิทธิอำนาจของพระเยซู เพื่อมันจะไม่สามารถช่วยเหลือสมุนของมันได้อีก หลังจากนั้นวิญญาณชั่วจะถูกจับได้ สั่งการให้บอกชื่อของมันและถูกขับออกไป เมื่อวิญญาณชั่วสามารถทำให้เกิดโรคภัยไข้เจ็บและหยุดยั้งการหมุนเวียนทางการเงิน การขับวิญญาณชั่วจึงจำเป็นเพื่อจะทำให้คนเรากลับมามีสุขภาพที่ดีและมีความมั่งคั่งต่อไปอีก... ขั้นตอนไปสู่ความมั่งคั่งนั้นเกี่ยวข้องกับการถูกวิญญาณชั่วเข้าสิงอย่างไม่ต้องสงสัย...ดูเหมือนว่ามันเป็นรูปแบบหนึ่งของความเชื่อผีซึ่งถือว่าวิญญาณชั่วนั้นเข้าสิงและควบคุมทั้งสิ่งที่เคลื่อนที่ได้และเคลื่อนที่ไม่ได้ ผู้บำบัดรักษาจึงคล้ายคลึงกับพวกหมอผีมากกว่าหมอที่ใช้ยา[2]

ข่าวสารแห่งความมั่งคั่งร่ำรวยนั้นเป็นข่าวประเสริฐปลอม[3] มันขัดแย้งกับความหมายของการเป็นสาวกตามหลักคำสอนของพระคัมภีร์ เพราะพระเยซูกล่าวว่า "ถ้าใครต้องการจะติดตามเรา ให้คนนั้นปฏิเสธตนเอง รับกางเขนของตนแบกและตามเรามา" (มัทธิว16:24) ฮีบรู 12:3 ชี้ให้เราเห็นแบบอย่างของพระเยซูคริสต์ ดังนี้ "จงคิดถึงพระองค์ผู้ทรงยอมทนต่อการคัดค้านของคนบาปเพื่อท่านจะไม่อ่อนล้าและไม่ท้อใจ" การติดตามพระองค์จะช่วยให้คุณสามารถอดทนต่อความยากลำบากได้

อีกตัวอย่างหนึ่งที่เราควรทำตามคืออัครทูตเปาโล แน่นอนว่าท่านรู้ว่าการอดทนต่อความทุกข์ยากคืออะไร ท่านเขียนขณะถูกขังอยู่ในคุกใต้ดินสกปรกว่า

> เพราะข่าวประเสริฐนี้ ข้าพเจ้าจึงทนทุกข์กระทั่งถูกล่ามโซ่เหมือนกับผู้ร้าย แต่พระวจนะของพระเจ้านั้นไม่อาจถูกล่ามโซ่ไว้ได้ เพราะเหตุนี้ข้าพเจ้าจึงยอมสู้ทนทุกอย่างเพราะเห็นแก่พวกที่ทรงเลือกไว้นั้น เพื่อเขาทั้งหลายจะได้รับความรอดที่มีอยู่ในพระเยซูคริสต์พร้อมทั้งศักดิ์ศรีนิรันดร์ (2 ทิโมธี 2:9-10)

เปาโลเห็นว่าผู้ร้ายและการปฏิบัตินั้นเหมือนกัน เมื่อท่านเขียนจดหมายสองทิโมธี ท่านอาจติดคุกอยู่ในกรุงโรม ซึ่งเป็นคุกที่สกปรกและแออัดไปด้วยคนที่รอคอยการถูกประหารชีวิต

แล้วเปาโลตอบสนองต่อการติดคุกของท่านอย่างไรล่ะ? ท่านกล่าวว่า "ซาตาน เราขอต่อว่าเจ้าและขอสั่งเจ้าให้ปล่อยเราให้เป็นอิสระ" อย่างนั้นหรือ? ท่านผูกมัดวิญญาณชั่วแห่งกรุงโรมอย่างนั้นหรือ? ไม่ใช่เลย ท่าทีของท่านตรงข้ามกับที่กล่าวมานี้ การตระหนักถึงอำนาจอธิปไตยของพระเจ้าช่วยให้ท่านสามารถอดทนต่อความทุกข์ยากได้ ชีวิตของเปาโลได้สะท้อนให้เห็นว่า พระเจ้าทรงกระทำทุกสิ่งทุกอย่างเพื่อผลดีต่อคนของพระองค์ ซึ่งก็รวมถึงการติดคุกด้วย (โรม 8:28) ท่านรู้ว่าไม่มีใครสามารถกักขังพระวจนะของพระเจ้าได้ และความตายจะนำท่านไปสู่พระสิริของพระคริสต์

จงเอาอย่างท่าทีของเปาโลและจงอดทนต่อความยากลำบาก แรงจูงใจที่จะทำแบบนั้นได้คือพระสัญญาของพระเจ้าที่ว่า เราจะได้ครองร่วมกับพระองค์ (2 ทิโมธี 2:12) แต่ก่อนที่จะถึงตอนนั้น จงไว้วางใจพระเจ้าว่าพระองค์จะประทานกำลังและฤทธิ์อำนาจของพระองค์ให้แก่คุณตามความจำเป็น (2 เปโตร 1:3)

ต่อสู้อย่างเต็มกำลัง

ตอนนี้เมื่อเรามีแรงจูงใจที่จะปรนนิบัติรับใช้พระคริสต์ไม่ว่าจะต้องเสียสละมากขนาดไหนแล้ว ขั้นตอนต่อไปคืออะไรล่ะ? เปาโลกล่าวว่า "[จง]ต่อสู้อย่างเข้มแข็ง จงยึดมั่นในความเชื่อและจิตสำนึกอันดี" (1 ทิโมธี 1:18-19 TNCV) ขอให้สังเกตว่าในการต่อสู้นี้ เปาโลไม่ได้กล่าวว่าเราจะต้องพูดคุย ออกคำสั่ง หรือขับผีออก แผนการของพระเจ้าในเรื่องสงครามฝ่ายวิญญาณไม่มีอะไรเกี่ยวข้องกับการขับผีออก เวทมนตร์คาถา บทสวด หรือไสยศาสตร์เลย การต่อสู้อย่างเข้มแข็งหมายถึงการยึดมั่นในความเชื่อ (ยึดมั่นในหลักคำสอนที่ถูกต้อง) และมีจิตสำนึกที่ดี (ดำเนินชีวิตที่บริสุทธิ์)

เปาโลจบจดหมายของท่านด้วยคำกำชับคล้าย ๆ กันนี้ คือ "จงต่อสู้อย่างเต็มที่เพื่อความเชื่อ" (6:12) คำภาษากรีก (*agōnízomai*) ที่เราแปลว่า "ต่อสู้" หมายความว่าเราจะต้องต่อสู้อย่างต่อเนื่องโดยยืนหยัดอยู่บนความจริงในพระวจนะของพระเจ้า คำนี้ถูกใช้ทั้งในด้านการทหารและการกีฬาเพื่ออธิบายถึงจิตใจที่จดจ่อ ความพยายาม และวินัย ซึ่งสิ่งหล่านี้จำเป็นต่อชัยชนะ คุณสมบัติเหล่านี้เป็นสิ่งที่เราจะต้องมีในการต่อสู้กับซาตานและสมุนของมันซึ่งปลอมตัวแทรกซึมอยู่ในโลกและในคริสตจักร แต่เราจะต้องระวังให้มาก เพราะว่าศัตรูของเราต่อสู้อย่างสกปรก "เพราะว่าคนพวกนั้นเป็นอัครทูตปลอม เป็นคนงานที่หลอกลวง พวกที่ปลอมตัวเป็นอัครทูตของพระคริสต์ การทำเช่นนั้นไม่ประหลาดเลย เพราะว่าซาตานเองก็ยังปลอมตัวเป็นทูตสวรรค์ของความสว่าง เพราะฉะนั้นจึงไม่แปลกเลยที่ผู้ปรนนิบัติของซาตาน จะปลอมตัวเป็นผู้ปรนนิบัติของความชอบธรรม บั้นปลายของพวกเขาจะเป็นไปตามการกระทำของเขา" (2 โครินธ์ 11:13-15)

เปาโลรู้วิธีที่จะต่อสู้กับศัตรูแบบนั้น วิลเลี่ยม เฮนดริกสัน ได้อธิบายการต่อสู้ที่ไม่หยุดยั้งของเปาโล ดังนี้

> มันเป็นการต่อสู้กับซาตาน ต่อสู้กับเทพผู้ครองศักดิเทพ
> เทพผู้ครองพิภพในโมหะ ความมืดแห่งโลกนี้ ต่อสู้กับ

ยิวและคนต่างชาติที่โหดร้าย ต่อสู้กับลัทธิยูดาที่ระบาด
อยู่ในกาลาเทีย ต่อสู้กับความคลั่งไคล้ที่ระบาดอยู่ใน
เธสะโลนิกา ต่อสู้กับความขัดแย้ง การผิดประเวณี การเป็น
ความกันซึ่งเกิดขึ้นในโครินธ์ ต่อสู้กับลัทธินอสติกที่ระบาด
อยู่ในเอเฟซัสและโคโลสี ต่อสู้กับสิ่งภายนอกและความกลัว
กายใน และท้ายที่สุดแต่ไม่ใช่สุดท้าย ท่านต้องต่อสู้กับกฎ
แห่งความบาปและความตายที่อยู่ในจิตใจของท่าน[4]

เปาโลพูดถึงรอยแผลซึ่งเขาได้รับในการรับใช้พระคริสต์ว่า "ข้าพเจ้ามีรอย
ประทับตราของพระเยซูติดอยู่ที่กายของข้าพเจ้าแล้ว" (กาลาเทีย 6:17) รอยแผล
นั้นคือคำยืนยันถึงความตั้งใจของท่านในการต่อสู้อย่างเต็มกำลัง ทัศนคติ
ของท่านทำให้ผมคิดถึงเหตุการณ์ที่เกิดขึ้นในค่ายของทหารฝรั่งเศส เรื่องเล่าว่า
ทหารหนุ่มคนหนึ่งซึ่งกลับมาจากสนามรบอย่างเร่งรีบเพื่อรายงานต่อนโปเลียน
ถึงชัยชนะของกองทัพ เขาตื่นเต้นมากที่จะรายงานข่าวดีและรู้สึกเป็นเกียรติ
อย่างมากที่ได้รับเลือกให้เป็นผู้สื่อสารเรื่องนี้ จนไม่สนใจต่อความบาดเจ็บของ
เขา นโปเลียนได้สังเกตเห็นบาดแผลของเขาและตะโกนออกมาว่า

> *"ท่านบาดเจ็บนี่!" "ไม่" ทหารหนุ่มตอบด้วยความภูมิใจ*
> *ด้วยความเจ็บปวดเขาจึงพูดว่า*
> *"ข้าพเจ้าถูกฆ่าแล้ว!" และหัวหน้าของเขาก็ยิ้ม*
> *แล้วทหารคนนั้นก็ล้มลงขาดใจ*

การยึดมั่นในความจริงแห่งพระวจนะของพระเจ้าจะนำไปสู่ความขัดแย้ง
อย่างหลีกเลี่ยงไม่ได้ เพราะว่ามีคนจำนวนมากที่เป็นศัตรูกับความจริงของ
พระเจ้า แต่ถ้าคุณและผมดำเนินชีวิตอย่างลูกของความสว่าง ความขัดแย้ง
ไม่ได้เป็นอุปสรรคเลย ความพากเพียรในการดำเนินชีวิตเพื่อพระคริสต์จะได้รับ

ผลตอบแทนอย่างมหาศาล นั่นเป็นเหตุผลหนึ่งที่เปาโลเรียกมันว่า "[จง]ต่อสู้
อย่างเข้มแข็ง" (1 ทิโมธี 1:18 TNCV)

เจ. ซี. ไรลี ให้ความเห็นต่อไปว่า

> ขอให้เราจำไว้ว่าการต่อสู้ในชีวิตคริสเตียนนั้นเป็นการต่อสู้
> ที่ดี ซึ่งเราได้เห็นเพียงบางส่วนเท่านั้น เราเห็นความขัดแย้ง
> แต่ไม่เห็นตอนจบ เราเห็นวิธีการแต่ไม่เห็นรางวัล เราเห็น
> ไม้กางเขนแต่ไม่เห็นมงกุฎ เราเห็นการถ่อมใจ จิตใจที่
> แตกสลาย การสำนึกผิด คนที่อธิษฐาน ความอดทนต่อ
> ความยากลำบากและการถูกดูหมิ่นจากโลก แต่เราไม่เห็น
> พระหัตถ์ของพระเจ้าที่อยู่เหนือสิ่งเหล่านั้น เราไม่เห็น
> พระพักตร์ที่ยิ้มแย้มของพระเจ้า เราไม่เห็นแผ่นดินของ
> พระเจ้าที่เต็มด้วยสง่าราศีที่ได้จัดเตรียมไว้เพื่อเรา สิ่งเหล่านี้
> ยังไม่ได้สำแดงให้เห็น ขอให้เราอย่าเพิ่งตัดสินด้วยสิ่งที่
> ปรากฏอยู่ตรงหน้าเรา ยังมีสิ่งดีอีกมากมายเกี่ยวกับการ
> ต่อสู้ในชีวิตคริสเตียนซึ่งเรายังไม่เห็น[5]

แล้วคุณล่ะ? คุณต่อสู้อย่างดีหรือเปล่า? คุณได้ต่อสู้เพื่อความเชื่อหรือเปล่า
(ยูดา 3)? คุณปรารถนาที่จะเชื่อฟังและประกาศความจริง แม้ว่าจะต้องเสียสละ
มากแค่ไหนก็ตามหรือเปล่า?

ยืนหยัดมั่นคง

เมื่อผมอยู่ในสก๊อตแลนด์ ชายคนหนึ่งได้เข้ามาหาผมและถามว่า "คุณพ่อ
ของคุณชื่อ แจ็ค แมคอาร์เธอร์ใช่ไหม?"

ผมตอบเขาไปว่า "ใช่"

เขาพูดว่า "เมื่อประมาณสามสิบปีก่อน คุณพ่อของคุณและชายอีกสองคนได้มาที่ไอร์แลนด์เพื่อจัดการฟื้นฟูที่เบลฟาสต์และบริเวณรอบๆ ไอร์แลนด์ ผมได้ไปฟังพ่อคุณพูด และในการประชุมครั้งนั้นผมได้ต้อนรับพระเยซูคริสต์และผมได้ถวายตัวเพื่อรับใช้ ผมเป็นศิษยาภิบาลเพราะว่าพระเจ้าทรงใช้พ่อของคุณมาปรนนิบัติรับใช้ เมื่อคุณกลับไป ช่วยบอกเรื่องนี้ให้พ่อของคุณทราบได้ไหม?"

ผมบอกเขาว่าผมจะบอกให้พ่อทราบ

จากนั้นเขาได้ถามว่า "พ่อของคุณอยู่ที่ไหนตอนนี้"

ผมบอกเขาว่าพ่อของผมกำลังปรนนิบัติรับใช้อยู่ดังเช่นที่ท่านเคยทำ

เขาถามว่า "พ่อของคุณยังคงสัตย์ซื่อในพระวจนะของพระเจ้าอยู่ใช่ไหม?"

ผมตอบว่า "ใช่ครับ ท่านยังคงสัตย์ซื่อ - ยังคงยืนหยัดอยู่"

"ดีแล้ว" เขาตอบ "แล้วชายอีกสองคนล่ะเป็นอย่างไรบ้าง?"

ผมตอบว่า "ผมรู้สึกเสียใจที่จะต้องบอกว่าคนหนึ่งละทิ้งความเชื่อไปแล้ว ส่วนอีกคนหนึ่งตายเพราะว่าติดเหล้า"

ชายสามคนเดินทางไปประเทศไอร์แลนด์และได้ปรนนิบัติรับใช้กับคนเป็นจำนวนมาก แต่สามสิบปีต่อมา มีเพียงคนเดียวเท่านั้นที่ยังคงยืนหยัดอยู่

ใน 1 โครินธ์ 10:12 เปาโลกล่าวว่า "คนที่คิดว่าตัวเองมั่นคงดีแล้ว ก็จงระวังไม่ให้ล้มลง" ซาตานไม่ต้องการให้เรายืนหยัดอยู่ในความเชื่อ นั่นจึงเป็นสาเหตุที่เปโตรเตือนเราว่า

> จงควบคุมตัวเอง จงระวังระไวให้ดี ศัตรูของพวกท่านคือมาร ดุจสิงโตคำรามเดินวนเวียนเที่ยวเสาะหาคนที่มันจะกัดกินได้ จงต่อต้านมันด้วยใจมั่นคงในความเชื่อ โดยรู้ว่าพวกพี่น้องของพวกท่านทั่วโลก (1 เปโตร 5:8-9)

เมื่อเป็นเช่นนี้ เราจำเป็นต้องตื่นและระแวดระวังฝ่ายวิญญาณอยู่เสมอ ความคิดของเราจะต้องไม่เอนเอียง ไม่วุ่นวาย ไม่สับสน หรือเห็นแก่ตัว นั่น

ก็เพราะว่าซาตานซึ่งเป็นศัตรูของเราต้องการจับเราไว้ในความบาป ในความพยายามของมันที่จะทำให้เราล้มลง มันไล่ล่าเราเหมือนสิงโต คุณรู้หรือไม่ว่าสิงโตจะคำรามก็ต่อเมื่อมันพบเหยื่อแล้ว นอกจากนั้น เหยื่อยังได้รับการเตือนล่วงหน้าถึงการเข้ามาของมัน นั่นก็คือเมื่อสิงโตตะครุบเหยื่อหรือฆ่าเหยื่อของมันได้แล้ว มันจะคำรามก่อนที่จะลงมือกินเหยื่อของมัน

เพราะว่าซาตานออกไปเที่ยวเสาะหาเหมือนสิงโต เราจึงได้รับคำสั่งให้ต่อต้านกับมัน (ข้อ 9) คำภาษากรีกที่แปลว่า "ต่อต้าน" เป็นคำที่ใช้ในทางทหาร ซึ่งหมายถึง การต้านทานกับศัตรูด้วยใจมั่นคง เราจะต้องต้านทานศัตรูของเราด้วยใจมั่นคงในความเชื่อ (ข้อ 9) นั่นเป็นการพูดถึงความบริสุทธิ์ทั้งในหลักความเชื่อและในการประพฤติ คุณต้องการยืนหยัดมั่นคงในความเชื่อหรือไม่? จงหลีกเลี่ยงความชั่วและเข้ามาใกล้พระเจ้า เมื่อซาตานหรือความปรารถนาของเนื้อหนังมาทดลองคุณ จงต่อต้านมัน ถ้าเราทำเช่นนั้น พระคัมภีร์ยืนยันว่ามันจะหนีเราไป (ยากอบ 4:7)

การต่อต้านวิญญาณชั่วไม่ได้หมายถึงการพูดคุยกับมันหรือการขับไล่มัน พระคัมภีร์ได้อธิบายถึงอาวุธที่เราจะใช้ในการต่อสู้นี้อย่างชัดเจน และอาวุธนี้คือสิ่งที่พระเจ้าได้ทรงจัดเตรียมไว้เพื่อให้เราใช้ ในเอเฟซัส 6:11 และ 13 เปาโลได้กล่าวถึงอาวุธเหล่านี้ ดังนี้ "จงสวมยุทธภัณฑ์ทั้งชุดของพระเจ้าเพื่อจะสามารถต่อสู้กับอุบายของมารได้...เพราะเหตุนี้จงรับยุทธภัณฑ์ทั้งชุดของพระเจ้าไว้เพื่อท่านจะสามารถต่อสู้ในวันชั่วร้ายนั้น และเมื่อทำทุกอย่างแล้วจะยังยืนหยัดอยู่ได้" "ยุทธภัณฑ์ทั้งชุด" หมายถึง ทุกอย่างที่จำเป็น:

> ถ้าคุณเป็นทหารในกองทัพนี้ ถ้าคุณต้องการได้รับชัยชนะในการสงครามนี้ คุณจะต้องสวมใส่ยุทธภัณฑ์ทุกชิ้นที่คุณได้รับ นี่เป็นระเบียบในทุกกองทัพ... สิ่งนี้เป็นจริงในเรื่องฝ่ายวิญญาณและในการต่อสู้ที่เราทุกคนกังวล... เพราะว่าเรามีความเข้าใจที่ผิด ๆ พระเจ้าเท่านั้นที่รู้จักศัตรูของคุณ

และพระองค์ทรงทราบดีว่าอะไรคือสิ่งที่จำเป็นสำหรับคุณ
ถ้าคุณจะต้องต่อสู้ ทุก ๆ ชิ้นส่วนในยุทธภัณฑ์นี้ล้วนมีความ
จำเป็นอย่างยิ่ง และสิ่งแรกที่คุณต้องเรียนรู้ก็คือ คุณไม่ได้
อยู่ในฐานะที่จะเลือกเอายุทธภัณฑ์อย่างใดอย่างหนึ่ง[6]

ในข้อ 14-17 คือ รายการของยุทธภัณฑ์ทั้งชุดซึ่งพระวิญญาณบริสุทธิ์
ได้ทรงประทานให้คริสเตียนในวินาทีที่เขาได้รับความรอด ยุทธภัณฑ์เหล่านี้คือ

1. เข็มขัดแห่งความจริง
2. เกาะป้องกันอกแห่งความชอบธรรม
3. รองเท้าของข่าวประเสริฐแห่งสันติสุข
4. โล่แห่งความเชื่อ
5. หมวกเหล็กแห่งความรอด
6. ดาบของพระวิญญาณ

อาวุธฝ่ายวิญญาณเหล่านี้ไม่ได้เป็นสิ่งที่มนุษย์ทำขึ้นมาเอง เพราะเปาโล
เขียนไว้ว่า

ถึงแม้ว่าเราดำเนินชีวิตอยู่ในร่างกายมนุษย์ แต่เราก็ไม่ได้
สู้รบตามแบบมนุษย์ทั่ว ๆ ไป เพราะว่าอาวุธของเราที่ใช้
สู้รบไม่ใช่แบบมนุษย์ แต่เป็นฤทธานุภาพจากพระเจ้าที่จะ
ทำลายป้อมปราการได้ คือทำลายเหตุผลปลอมทั้งหลาย
และความเย่อหยิ่งทุกรูปแบบที่ตั้งตัวขึ้นขัดขวางความรู้
ของพระเจ้า และจะยึดกุมความคิดทุกประการให้มาเชื่อฟัง
พระคริสต์ (2 โครินธ์ 10:3-5)

"อาวุธ" หมายถึงอุปกรณ์ที่ใช้ในการศึกสงคราม แต่อาวุธเหล่านี้เป็นอาวุธ
ที่พิเศษมาก มันไม่ได้เป็นผลงานทางสติปัญญาของมนุษย์ และก็ไม่ใช่เรื่องที่ยาก
ซึ่งจะเข้าใจด้วย มันเป็นอาวุธจากเบื้องบนที่สามารถทำลายล้างป้อมปราการ
อันเข้มแข็งของซาตานได้ คำที่ใช้ในข้อพระคัมภีร์ตอนนี้ให้ภาพของกองทหาร
ซึ่งเคลื่อนเข้าไปเข้ายึดเมืองและทำลายทุกสิ่งทุกอย่างที่ขวางหน้า

อาวุธฝ่ายวิญญาณของเราสามารถสรุปได้เป็นคำเดียวคือ การเชื่อฟัง
การเชื่อฟังเกิดจากการให้ความจริงแห่งพระวจนะของพระเจ้ามาควบคุมจิตใจ
ของเรา โดยการเชื่อฟังพระวจนะของพระเจ้า คุณจะยืนหยัดอยู่อย่างมั่นคง
"ในวันอันชั่วร้าย" (เอเฟซัส 6:13) เมื่อไรคือวันอันชั่วร้าย? ทุกวันคือวันอันชั่วร้าย
เพราะว่าซาตานคือเจ้าผู้ครองโลกนี้ และมันจะเป็นเช่นนี้เรื่อยไปจนกว่ามันจะ
ถูกทิ้งลงไปในหลุมบึงไฟนรก

ยิ่งเรายืนหยัดเพื่อพระคริสต์ในโลกนี้มากเท่าไร การต่อสู้ก็จะยิ่งรุนแรงมาก
ขึ้นเท่านั้น ถ้าเราเต็มใจที่จะอดทนในความยากลำบาก ต่อสู้อย่างเต็มกำลังและ
ยืนหยัดต่อสู้อย่างมั่นคง ผมเชื่อว่าพระเจ้าจะประทานความชื่นชมยินดีให้กับ
เราอย่างที่เราไม่เคยพบมาก่อน นั่นก็เป็นเพราะว่าความปีติยินดีที่สุดนั้นมาจาก
ชัยชนะที่ยิ่งใหญ่ที่สุด

จะดำเนินชีวิตอย่างมีชัยชนะได้อย่างไร

ในพระธรรม 2 พงศาวดาร 20:15 พระวิญญาณของพระเจ้าได้ตรัสว่าการรบนี้
ไม่ใช่ของคุณ แต่เป็นของพระเจ้า พระคัมภีร์ข้อนี้เป็นคติประจำตัวของพวกคน
ที่ดำเนินชีวิตแบบยึดหลักคำสอนของความสงบนิยม นักสงบนิยมพวกนี้เชื่อว่า
หนทางเดียวที่จะดำเนินชีวิตคริสเตียนคือการยอมจำนนแทนที่จะสอนวินัย
ให้กับตนเอง แนวความคิดของการดำเนินชีวิตคริสเตียนของพวกเขาสะท้อน
ให้เห็นคำพูดที่ว่า "ปล่อยไปและปล่อยให้กับพระเจ้า" และ "ฉันทำไม่ได้ แต่
พระองค์ทำได้" แทนที่จะดิ้นรนและกระเสือกกระสน พวกเขาบอกว่าผู้เชื่อต้อง
"ยอมจำนน" โดยไม่ต้องทำอะไรกับขบวนการชำระให้บริสุทธิ์

อีกด้านหนึ่งของแนวความคิดนี้ก็คือ ความภักดีนิยม คนที่ยึดถือความภักดีเน้นเรื่องการควบคุมตนเองและการดำเนินชีวิตที่บริสุทธิ์นั้น มักจะนำเอากฎเกณฑ์การดำเนินชีวิตมาใช้อย่างเข้มงวด คนพวกนี้จะเน้นความชอบธรรมภายนอกและเน้นที่ความพยายามของมนุษย์ซึ่งทำให้พวกเขาละเลยบทบาทของพระเจ้าในการชำระให้บริสุทธิ์ พวกฟาริสีคือคนที่มีลักษณะเช่นนี้[7]

มีความสมดุลระหว่างแนวความคิดที่สุดขั้วทั้งสองอย่างนี้หรือไม่? ผมเชื่อว่ามี ในด้านหนึ่ง เราต้องพึ่งอาศัยพระเจ้า คือ พึ่งอาศัยกำลัง ฤทธิ์เดชและแหล่งช่วยเหลือจากพระองค์ แต่ในอีกด้านหนึ่ง เราต้องเชื่อฟังพระเจ้า นี่คือสิ่งที่พระคัมภีร์เรียกร้องให้เราอุทิศตัวและควบคุมตนเอง

ความสมดุลระหว่างการกระทำของพระเจ้าและการกระทำของเรานั้นสอนอยู่ทั่วไปในพระคัมภีร์ ตัวอย่างเช่น เปโตรเขียนไว้ว่า

> ฤทธิ์เดชของพระเจ้าได้ให้ทุกสิ่งแก่เรา ที่จำเป็นต่อชีวิตและต่อการดำเนินตามทางพระเจ้า โดยการรู้จักพระองค์ ผู้ได้ทรงเรียกเราด้วยพระสิริและคุณธรรมของพระองค์เอง โดยสิ่งเหล่านี้พระองค์จึงได้ประทานพระสัญญาอันล้ำค่าและยิ่งใหญ่แก่เรา เพื่อว่าโดยพระสัญญาเหล่านี้ พวกท่านจะพ้นจากความเสื่อมทรามที่มีอยู่ในโลกอันเกิดจากความปรารถนาชั่ว และจะมีส่วนในพระลักษณะของพระเจ้า (2 เปโตร 1:3-4)

พระเจ้าได้ทรงประทานทุกสิ่งทุกอย่างที่ดีและจำเป็นต่อชีวิตให้กับเราแล้ว ดังนั้น เราจึงมีทุกสิ่งที่เราจำเป็นเพื่อการดำเนินชีวิตตามทางพระเจ้า เราไม่ได้ขาดอะไรเลย

เปโตรกล่าวต่อไปว่า

> ด้วยเหตุนี้เอง พวกท่านจงพยายามอย่างที่สุดที่จะเอา
> คุณธรรมเพิ่มความเชื่อของพวกท่าน เอาความรู้เพิ่ม
> คุณธรรม เอาการควบคุมตัวเองเพิ่มความรู้ เอาความ
> ทรหดอดทนเพิ่มการควบคุมตัวเอง และเอาความยำเกรง
> พระเจ้าเพิ่มความทรหดอดทน เอาความรักฉันพี่น้อง
> เพิ่มความยำเกรงพระเจ้า และเอาความรักเพิ่มความรักฉัน
> พี่น้อง (ข้อ 5-7)

นี่คือส่วนของเรา เราได้รับทุกอย่างที่เราจำเป็นแล้ว สิ่งที่เราต้องทำคือ
นำมันไปใช้เท่านั้น เราจะพบความสมดุลเช่นเดียวกันนี้ได้ในฟีลิปปี 2:12-13
เปาโลเขียนไว้ว่า "จงอุตส่าห์ประพฤติอย่างสมกับความรอดของท่านทั้งหลาย
ด้วยความเกรงกลัวและตัวสั่น" จากนั้นเพิ่มเติมว่า "พระเจ้าเป็นผู้ทรงทำการ
อยู่ภายในพวกท่าน ให้ท่านมีความประสงค์และมีความสามารถทำตามชอบ
พระทัยของพระองค์" ในโคโลสี 1:29 เปาโลกล่าวว่า "เพราะเหตุนี้ ข้าพเจ้า
จึงตรากตรำต่อสู้ตามกำลังที่พระองค์ทรงทำกิจในตัวข้าพเจ้าอย่างมากมาย"
พระเจ้าและผู้เชื่อทำงานร่วมกัน ชีวิตฝ่ายวิญญาณนั้นเป็นการร่วมมือกัน

พระคัมภีร์สอนว่าเราเติบโตได้ด้วยการเชื่อฟังพระคริสต์ ซึ่งนั่นรวมถึงการ
อดทนต่อความยากลำบาก การต่อสู้อย่างเต็มกำลัง และการยืนหยัดอย่างมั่นคง
ในการต่อสู้ การกระทำหน้าที่ของเราให้สำเร็จนั้นไม่ได้เป็นภาระหนักเลยเพราะ
ว่าพระเจ้าทรงสามารถ "ทำทุกสิ่งได้มากยิ่งกว่าที่เราทูลขอหรือคิด โดยฤทธานุภาพ
ที่ทำกิจอยู่ภายในเรา" (เอเฟซัส 3:20)

5

การทรงเรียกให้ถวายตัว

หลายปีก่อน ประธานาธิบดี ธีโอดอร์ รูสเวลต์ ได้กล่าวเรียกร้องให้คนถวายตัว
ด้วยถ้อยคำที่ลึกซึ้งว่า

> ไม่ใช่นักวิจารณ์ที่จะเป็นคนให้คะแนน ไม่ใช่ผู้ชายที่จะ
> ชี้แจงว่าคนแข็งแรงจะล้มลงอย่างไร หรือผู้ที่ทำการจะทำ
> ให้ดีกว่าเดิมได้อย่างไร คนที่ควรได้รับการยกย่องคือคน
> ที่ทำการนั้นอยู่ซึ่งต้องคลุกฝุ่น เหงื่อโทรมกายและโลหิตไหล
> ผู้ซึ่งแสดงความกล้าหาญ ผู้ซึ่งเคยทำผิดและล้มเหลว
> ครั้งแล้วครั้งเล่า เพราะว่าไม่มีความพยายามใดที่จะไม่มี
> ข้อผิดพลาดและจุดอ่อน คนที่สมควรได้รับคำชมเป็นคนที่
> พยายามที่จะกระทำการ เป็นคนที่กระตือรือร้น และอุทิศ
> ชีวิตของเขาเพื่อสิ่งที่มีคุณค่า คนที่ถ้าล้มเหลวก็จะล้มอย่าง
> รุนแรง อย่างน้อยก็ล้มเหลวในขณะที่กล้าทำสิ่งใหญ่ ๆ สิ่งที่
> ดีกว่าก็คือกล้าที่จะทำสิ่งใหญ่ ๆ เพื่อที่จะได้รับชัยชนะ

อันรุ่งโรจน์แม้จะถูกมองว่าล้มเหลว แทนที่จะอยู่ร่วมกับ
คนขี้ขลาดซึ่งไม่เคยชื่นชมหรือทนทุกข์มาก เพราะพวกเขา
ดำเนินชีวิตอยู่ในโทนสีเทา ๆ ที่ไม่รู้แม้แต่ชัยชนะหรือ
ความพ่ายแพ้[1]

แน่นอนว่าอัครทูตเปาโลไม่ได้ดำเนินชีวิตอยู่ในโทนสีเทา ๆ ท่านรู้ว่าต้อง
ต่อสู้กับศัตรูที่น่าสะพรึงกลัว เป็นศัตรูที่คอยต่อต้านพระเจ้าในสรรค์และเคย
ต่อต้านมนุษย์ที่ไร้เดียงสาในสวนเอเดน ยิ่งกว่านั้นศัตรูผู้นี้ได้พยายามหาโอกาส
ที่จะทำลายล้างชนชาติอิสราเอล มันพยายามหยุดยั้งการกำเนิด ชีวิต และการ
เป็นขึ้นมาจากความตายของพระคริสต์ มาถึงตอนนี้มันพยายามที่จะทำลาย
คริสตจักรและขัดขวางการรับใช้อุทิศตัวของผู้เชื่อ ในอนาคตมันจะยุยงให้คน
ทั้งโลกต่อต้านพระคริสต์ทั้งก่อนและหลังจากการสถาปนายุคอาณาจักรพันปี

ถ้าคุณไม่รู้จักศัตรูผู้นี้ ไม่เข้าใจลักษณะบางอย่างของมัน และไม่เตรียมตัว
สำหรับการต่อสู้ คุณจะเกิดความสูญเสียในชีวิตและจะไม่สามารถกระทำให้
พระประสงค์ของพระเจ้าที่มีต่อคุณสำเร็จได้เลย

ยุทธอุบายของศัตรู
ความสงสัย

ซาตานพยายามที่จะทำลายพระลักษณะและความน่าเชื่อถือของพระเจ้า
เพราะว่ามันต้องการให้คุณสงสัยพระองค์ ด้วยวิธีการเช่นนี้มันจึงสามารถผลัก
มนุษยชาติให้ทำบาปได้สำเร็จ มันใช้ความเจ้าเล่ห์ในการตั้งข้อสงสัยพระวจนะ
ของพระเจ้า โดยการพูดกับเอวาว่า "จริงหรือที่พระเจ้าตรัสว่า...?" (ปฐมกาล 3:1)
หลังจากนั้นก็กล่าวหาว่าพระเจ้าเห็นแก่ตัว และปิดบังอะไรบางอย่างเพราะว่า
พระองค์ทรงห้ามไม่ให้อาดัมและเอวากินผลไม้จากต้นไม้แห่งการรู้ดีรู้ชั่ว (ข้อ 5)
มันกำลังบอกว่าพวกเขาไม่อาจไว้วางใจพระเจ้าได้อีกต่อไป เพราะว่าพระองค์อาจ
จะตรัสอย่างหนึ่งแต่มีความหมายอีกอย่างหนึ่ง ซาตานอ้างว่ามันคือผู้อำนวย

ประโยชน์โดยตรงแก่มนุษย์ แต่ความเป็นจริงแล้วมันคือบิดาแห่งการมุสา (ยอห์น 8:41) สำหรับพระเจ้านั้นพระองค์ไม่อาจตรัสเท็จได้ (ทิตัส 1:2)

ซาตานต้องการให้คุณสงสัยพระเจ้า คือให้สงสัยพระวจนะและฤทธิ์ อำนาจของพระองค์ และบ่อยครั้งที่เราก็ตกในกับดักของมัน เราถูกทดลอง ให้กระวนกระวาย และสูญเสียการควบคุมตนเองเมื่อเกิดสถานการณ์ที่ยาก ลำบาก เพราะว่าเราไม่เชื่อว่าพระเจ้าสามารถแก้ไขปัญหาของเราได้ บางครั้งเรา สงสัยในพระคุณ พระเมตตา และการอภัยโทษของพระเจ้า มันจึงทำให้เรารู้สึก กระวนกระวายใจและรู้สึกผิด บางคนสงสัยว่าถ้าพระเจ้าทรงรักเราจริง ๆ แล้ว ทำไมพระองค์จึงยอมให้เหตุการณ์เลวร้ายเกิดขึ้นกับเรา เช่น คู่สมรสหนีจาก เราไปหรือคนที่เรารักเสียชีวิต

เราจะจัดการกับความสงสัยเช่นนี้ได้อย่างไร? ไม่ใช่ด้วยการพูดว่า "เจ้าผีร้าย แห่งความสงสัย เราสั่งให้เจ้าออกมา" ไม่ใช่ด้วยการกล่าวว่า "ในพระนามของ พระเยซูคริสต์ เราขอตำหนิซาตาน และสั่งให้มันปลดปล่อยสิ่งที่มันได้ควบคุมไว้" พระเยซูคริสต์เท่านั้นที่มีฤทธิ์อำนาจที่จะกระทำเช่นนี้ได้ เรามีหน้าที่รับผิดชอบ ที่จะต่อสู้กับความสงสัยและการทดลอง แต่เราจะต้องไม่ล้อเล่นกับวิญญาณชั่ว ดร.ปีเตอร์ มาสเตอร์ อธิบายไว้ว่า

> คริสเตียนต้องต่อสู้กับเล่ห์กลอุบายและการทดลองของมาร
> แต่ไม่มีที่ไหนในพันธสัญญาใหม่ที่บอกให้เราต่อสู้ด้วยการ
> ออกคำสั่งวิญญาณชั่วให้ปล่อยสิ่งที่มันยึดครองและออกจาก
> ความคิดหรือร่างกายของผู้เชื่อ ซาตานจะถูกต่อต้านได้ด้วย
> การปฏิเสธการทดลองของมัน[2]

การทดลองมีวิธีการดังนี้ "ทุกคนถูกล่อลวงด้วยตัณหาของตัวเอง คือถูก ตัณหานั้นล่อลวงและชักนำ เมื่อตัณหาฟักตัวขึ้นแล้วก็ก่อให้เกิดบาป และเมื่อ บาปเจริญเต็มที่แล้วก็ก่อให้เกิดความตาย" (ยากอบ 1:14-15)

คุณตระหนักหรือไม่ว่าการทดลองทุกอย่างไม่ได้มาจากซาตาน? เราสามารถ
ตกลงไปในการทดลองได้เมื่อเราปล่อยตัวไปกับเนื้อหนังของเรา และมันไม่
จำเป็นเลย ที่คุณจะต้องรู้ว่าการทดลองนั้นมาจากซาตาน วิญญาณชั่ว หรือจาก
เนื้อหนังของคุณเอง ทำไมล่ะ? ก็เพราะว่าการตอบสนองของเรานั้นควรเป็น
เหมือนเดิมคือ จงต่อต้าน

การข่มเหง

ซาตานไม่เพียงแต่ใช้ความสงสัยเท่านั้น แต่มันยังใช้ความยากลำบากอีกด้วย
มันต้องการให้คริสเตียนพบความยุ่งยาก บ่อยครั้งที่ซาตานใช้การข่มเหงเป็น
อาวุธสำคัญ ผมจำได้ถึงชายคนหนึ่งที่เล่าให้ผมฟังถึงความพยายามของเขา
ที่จะพูดกับพี่ชายเกี่ยวกับเรื่องความเชื่อในพระคริสต์ เมื่อเขาเอาพระคัมภีร์
มาให้พี่ชายเขาดู พี่ชายของเขาคว้าพระคัมภีร์แล้วขว้างไปที่มุมห้อง พี่ชายบอก
กับเขาว่า "อย่าพยายามยัดเยียดเจ้าสิ่งนี้ให้พี่!" การข่มเหงเช่นนี้ถือว่าเป็นแบบ
ที่ไม่รุนแรง ตลอดประวัติศาสตร์ของคริสเตียนมีผู้เชื่อจำนวนมากมายที่ทนทุกข์
ทรมานและถูกฆ่าเพราะความเชื่อของพวกเขา ซาตานพยายามใช้การข่มเหง
ทุกรูปแบบเพื่อโจมตีคริสเตียน

คำสอนผิดๆ

ผมมักจะพูดคุยกับคนที่เป็นคริสเตียนมานานแล้ว แต่ไม่ค่อยเข้าใจว่า
พระคัมภีร์สอนอะไร คนหนึ่งที่ผมเคยพูดคุยด้วยไม่รู้ด้วยซ้ำว่าการชำระให้บริสุทธิ์
คืออะไร อีกคนหนึ่งพูดว่า "ผมจะต้องเชื่ออะไร ผมสับสนมาก" ผมเชื่อว่าความ
สับสนคือส่วนหนึ่งในยุทธวิธีของซาตานที่จะทำให้คริสเตียนวุ่นวายใจ มันทำ
เช่นนี้ด้วยการทำให้มีคนสอนคำสอนที่ตรงกันข้ามกับคำสอนในพระคัมภีร์
ที่ทำให้ผู้คนเกิดความงงงันสับสน

ทำไมจึงมีคำสอนมากมายที่คริสเตียนไม่เห็นด้วย? เหตุผลหนึ่งก็คือผู้สอน
มากมายมาถึงจุดที่พวกเขาเชื่อว่าเป็นความจริงตามสัญชาติญาณหรือตาม

ประสบการณ์ที่ลึกลับของเขา การปฏิบัติเช่นนี้มีปรากฏให้เห็นอยู่กันทั่วไปในกลุ่ม
ความเคลื่อนไหวของสงครามฝ่ายวิญญาณทุกวันนี้ ศิษยาภิบาลหนุ่มคนหนึ่ง
ได้เขียนถึงประสบการณ์ของเขาไว้ว่า

> ผมมักจะพบว่าตัวเองได้คร่ำครวญต่อพระเจ้าสำหรับการ
> ฟื้นฟูในช่วงเวลาของการอธิษฐาน ครั้งหนึ่งในขณะที่กำลัง
> อธิษฐานอยู่ ทันใดนั้นผมรู้สึกสัมผัสกับบรรยากาศฝ่าย
> วิญญาณอย่างท่วมท้น ผมไม่รู้จะอธิบายเรื่องนี้อย่างไร
> แม้ผมจะไม่ได้ยินเสียง แต่ก็มีการสื่อสารอันทรงพลังมาถึง
> วิญญาณจิตของผมว่า *ก่อนที่การฟื้นฟูเช่นที่เจ้ากำลัง*
> *อธิษฐานนี้จะเกิดขึ้นได้ จะต้องมีการต่อสู้กับซาตาน*
> *อย่างหนักเสียก่อน*[3]

ประสบการณ์ของศิษยาภิบาลคนนี้อาจจะเกิดขึ้นทันทีทันใด ไม่ปกติ และ
รุนแรง แต่เขาผิดที่บอกว่ามันเป็นเรื่องฝ่ายวิญญาณ พระเจ้าสื่อสารกับเรา
ผ่านทางพระวจนะที่สำแดงไว้แล้วของพระองค์ ไม่ใช่ด้วยประสบการณ์ที่ลึกลับ
หลายคนได้สร้างระบบความเชื่อบนประสบการณ์ที่เขาคิดขึ้นเอง การแสวงหา
ประสบการณ์เช่นนั้นเป็นการเปิดโอกาสให้ซาตานเข้ามามีอิทธิพลหรือเข้ามา
ล่อลวง

มันเป็นเรื่องน่าเศร้าที่การเคลื่อนไหวของสงครามฝ่ายวิญญาณทุกวันนี้
มักจะเน้นแต่ประสบการณ์ลึกลับเช่นที่ว่านี้ หนทางที่จะแก้ไขสิ่งผิด ๆ เหล่านี้
คืออะไร? ก็โดยการตีความพระคัมภีร์อย่างระมัดระวัง (ไม่ใช่ใส่ความคิดของเรา
ลงไปในพระคัมภีร์) และสอนพระวจนะของพระเจ้าอย่างเป็นระบบ

การพึ่งพาตนเอง

ซาตานต้องการให้เราเชื่อว่าเราสามารถพึ่งพาตัวเราเองได้ และมันจะ
กระตุ้นให้เราไว้วางใจในสิ่งที่เรามีมากกว่าพระเจ้า ในพันธสัญญาเดิมซาตานก็ใช้
วิธีการเดียวกันนี้ต่อสู้กษัตริย์ดาวิด

> ซาตานยืนขึ้นต่อสู้อิสราเอล และดลใจให้ดาวิดนับจำนวน
> อิสราเอล ดาวิดจึงตรัสกับโยอาบและบรรดาผู้นำของ
> กองทัพว่า "จงไปนับอิสราเอลตั้งแต่เมืองเบเออร์เชบาถึง
> เมืองดาน แล้วนำรายงานมาให้เรา เพื่อจะได้ทราบจำนวน
> รวมของเขาทั้งหลาย" (1 พงศาวดาร 21:1-2)

ดาวิดต้องการรู้ว่าเขามีความเข้มแข็งขนาดไหน ดังนั้น เขาจึงสั่งให้ที่ปรึกษา
ทางทหารของเขานับจำนวนทหารที่มีอยู่ แต่พระเจ้าตรัสกับดาวิดว่า นั่นเป็น
ความบาปที่ร้ายแรงมาก เพราะว่าความเข้มแข็งของดาวิดไม่ได้ขึ้นอยู่กับจำนวน
ทหาร แต่ขึ้นอยู่กับพระเจ้า ในสดุดี 147:10-11 ผู้เขียนสดุดีกล่าวว่า "พระองค์
มิได้พอพระทัยในกำลังของม้า พระองค์มิได้ทรงปรีดีในขาของมนุษย์ แต่
พระยาห์เวห์ทรงปรีดีในคนที่ยำเกรงพระองค์ ในคนที่เฝ้าคอยความรักมั่นคงของ
พระองค์" การที่ดาวิดตกลงไปในกับดักของซาตานนั้นมีผลเสียหายร้ายแรงมาก
เพราะว่าเขาถูกพระเจ้าพิพากษา และมีคนอิสราเอลถึง 70,000 คนต้องตาย

มันเป็นเรื่องง่ายที่เราจะเกิดความมั่นใจในสิ่งที่ผิด คุณอาจจะพูดว่า "ฉันได้
ท่องจำชื่อพระธรรมในพระคัมภีร์ ฉันมีความรู้ในหลักการที่สำคัญ ฉันไปศึกษา
ในโรงเรียนพระคริสต์ธรรม ฉันพร้อมและสามารถที่จะจัดการกับปัญหาที่อาจจะ
เกิดกับฉันได้" แต่ "คนที่คิดว่าตัวเองมั่นคงดีแล้ว ก็จงระวังไม่ให้ล้มลง"
(1 โครินธ์ 10:12) การอธิษฐานของคุณอาจจะหายไป และการเฝ้าเดี่ยวของคุณ
อาจจะกลายเป็นเรื่องผิวเผินได้อย่างง่าย ๆ พระเจ้าตรัสว่า

"อย่าให้ผู้มีปัญญาอวดสติปัญญาของตน อย่าให้ชายฉกรรจ์
อวดความเข้มแข็งของตน อย่าให้คนมั่งมีอวดความมั่งคั่ง
ของตน แต่ให้ผู้อวดอวดสิ่งนี้ คือการที่เขาเข้าใจและรู้จัก
เราว่าเราคือพระยาห์เวห์ ผู้สำแดงความรักมั่นคง ความ
ยุติธรรม และความชอบธรรมในโลก เพราะเราพอใจใน
สิ่งเหล่านี้" พระยาห์เวห์ตรัสดังนี้แหละ (เยเรมีย์ 9:23-24)

เราได้เห็นแล้วว่าซาตานทดลองเราด้วยความสงสัย ความยากลำบาก
คำสอนผิด ๆ และการพึ่งพาตนเอง ซึ่งมันอาจจะทำให้คุณรู้สึกว่า แล้วฉัน
จะจัดการกับการจู่โจมของซาตานได้อย่างไร? ฉันจะต่อต้านกับกลอุบายอัน
ซับซ้อนและแยบยลของมันได้อย่างไร? ความน่าอัศจรรย์ก็คือ เราสามารถจัดการ
กับการโจมตีของซาตานทุกอย่างได้ด้วยวิธีการง่าย ๆ นั่นก็คือการสวมยุทธภัณฑ์
ทั้งชุดของพระเจ้า (เอเฟซัส 6:13) อย่าสนใจในสิ่งที่ซาตานกำลังทำ แต่ให้สนใจ
ในสิ่งที่คุณจะต้องทำ ไม่มีทางที่คุณจะรู้อย่างแน่ชัดว่าซาตานจะลงมือเล่นงานคุณ
เมื่อไหร่และอย่างไร เราไม่มีทางล่วงรู้ได้เลย แต่สิ่งที่คุณสามารถทำได้คือสวม
ยุทธภัณฑ์ของคุณเสีย ถ้าคุณสวมยุทธภัณฑ์ของคุณแล้ว คุณก็พร้อมสำหรับ
การต่อสู้

พร้อมสำหรับการต่อสู้

ในเอเฟซัส 6:14 เปาโลอธิบายถึงยุทธภัณฑ์ชิ้นแรกไว้ดังนี้ "เพราะฉะนั้นจง
ยืนหยัดไว้ เอาความจริงคาดเอว" เราจะเรียกอาวุธชิ้นนี้ว่า เข็มขัดแห่งความจริง
เพราะมันหมายถึงการเตรียมตัว เตรียมความพร้อม และการถวายตัว

เมื่อพระเจ้าทรงเรียกชนชาติอิสราเอลให้เดินทางไปยังแผ่นดินแห่ง
พระสัญญา พระองค์ตรัสบอกพวกเขาให้คาดเอวไว้ให้พร้อม นี่เป็นคำพูดที่มัก
จะบ่งบอกถึงการเตรียมตัวเดินทาง เมื่อพระเยซูตรัสถึงการเสด็จมาครั้งที่สอง

พระองค์ตรัสว่า "ท่านทั้งหลายจงคาดเอวไว้ และให้ตะเกียงของท่านจุดอยู่" (ลูกา 12:35) นั่นหมายถึงพร้อมที่จะไปในทุกขณะ

ในยุคสมัยของเปาโล ทหารจะสวมเสื้อเกราะซึ่งเป็นแผ่นโลหะสี่เหลี่ยมที่มีรูไว้สำหรับสวมหัวและแขน เสื้อชั้นในจะถูกปล่อยยาวลงมา ดังนั้น เหล่าทหารจะเอาเข็มขัดพันรอบเสื้อตัวนี้ไว้ที่เอว เมื่อทหารพร้อมที่จะออกไปต่อสู้แล้ว เขาจะดึงชายเสื้อชั้นในทั้งสี่มุมโดยมีเข็มขัดรัดเอวเอาไว้ ซึ่งสิ่งนี้เองเป็นที่รู้จักกันในชื่อสายคาดเอว ซึ่งทำให้ทหารเกิดความคล่องตัวและความยืดหยุ่นที่จำเป็นสำหรับการต่อสู้แบบประชิดตัว

มันยังเป็นเรื่องปกติที่ทหารโรมันที่จะสวมสายหนัง สายหนังนี้จะเกี่ยวกับเข็มขัดที่ด้านหน้าและวางพาดไหล่ไปเกี่ยวกับเข็มขัดที่ด้านหลัง ทหารมักจะสอดดาบไว้ที่สายหนังนี้พร้อมกับเครื่องประดับหรือเหรียญตราที่ได้รับจากการต่อสู้ เมื่อทหารโรมันสวมเข็มขัด คาดสายหนัง และสอดดาบเข้าไป เขาก็พร้อมที่จะต่อสู้

ในสงครามฝ่ายวิญญาณ คริสเตียนจะต้องคาดเอวของเขาด้วย "ความจริง" (เอเฟซัส 6:14) ซึ่งนั่นอาจหมายถึงเนื้อหาของความจริง (นั่นคือพระคัมภีร์) หรือทัศนคติที่ตั้งอยู่บนหลักความจริง ความจริงใจ ความซื่อสัตย์ และคุณธรรม แต่เนื่องจากเปาโลกล่าวไว้ในข้อ 17 ว่าพระคัมภีร์คืออาวุธฝ่ายวิญญาณ ดังนั้น จึงดูเหมือนว่าความจริงที่คาดเอว หมายถึง ทัศนคติของคริสเตียน ผู้เชื่อที่คาดเอวของเขาด้วยความจริงจะมีจิตใจที่พร้อมในการต่อสู้ เพราะว่าเขาได้อุทิศตัวต่อพระคริสต์และพระประสงค์ของพระองค์

ทัศนคติของการอุทิศตัวคือรากฐานของชัยชนะ นายพลโซนิค ซาฮาม แห่งกองทัพอิสราเอลเข้าใจเรื่องนี้เป็นอย่างดี หลังจากที่ฟังคำเทศนาของผมในหัวข้อนี้ เขาพูดกับผมว่า "ผมรู้สึกประทับใจกับสิ่งที่คุณพูดในเรื่องของการอุทิศตัว เพราะว่ามันเป็นสิ่งที่เกิดขึ้นกับพวกเรา คนมักจะคิดว่า ชาวอิสราเอลเป็นยอดคนที่มีมีสติปัญญาล้ำเลิศและพละกำลังมหาศาล พวกเขาคิดว่าเรารบชนะเพราะสาเหตุเหล่านี้ แต่เราชนะ เพราะเราอุทิศตัวต่างหาก เรายังคงใช้ประโยคที่ว่า

"จงคาดเอวของคุณ' เพื่อหมายถึง "การอุทิศตัวและการเตรียมความพร้อม"

"ขอผมยกตัวอย่างสำหรับเรื่องนี้ให้คุณฟัง" นายพลกล่าว "ผมมีเพื่อนชาวยิวคนหนึ่งที่อาศัยอยู่ในแคลิฟอร์เนีย แต่ลูกชายของเขาอยากไปอยู่ในประเทศอิสราเอล หลังจากที่ลูกชายไปใช้ชีวิตอยู่ในอิสราเอลหลายปีจนถึงวัยที่จะต้องเลือกเอาว่า จะเข้าเป็นทหารหรือเดินทางกลับสหรัฐ ผมคิดว่าเขาคงเลือกชีวิตที่สุขสบาย (เหมือนคนอเมริกันทั่วไป) และเดินทางกลับสหรัฐมากกว่าที่จะไปเป็นทหารในกองทัพอิสราเอล ผมรู้สึกประหลาดใจมากเมื่อเขาตัดสินใจจะเข้าเป็นทหาร"

"จากนั้นผมก็ได้รับจดหมายนัดพบเป็นการส่วนตัวจากเขา ผมเดาว่าเขาคงจะมาขอผมให้หางานง่าย ๆ ให้เขาทำ เขามาหาผมที่ห้องทำงานพร้อมกับขอร้องให้ผมทำอะไรบางอย่างเพื่อเขา เขาบอกผมว่าหน้าที่ของเขาในกองทัพนั้นสบายเกินไป เขาอยากจะไปทำงานในส่วนที่ดีที่สุด สำคัญที่สุด บากบั่นมากที่สุด และยากที่สุดในกองทัพอิสราเอล"

นายพลซาฮามแนะนำเขาว่าทหารในแนวหน้าและกองทหารพลร่มเป็นหน่วยที่มีหน้าที่สำคัญที่สุด คนพวกนี้จะเข้าไปในพื้นที่ของข้าศึกก่อนคนอื่น ๆ นายพลยังบอกกับเขาอีกว่า การทำหน้าที่นี้ต้องใช้ความพยายามสูงมาก การฝึกจะจบลงด้วยการเดินเท้า 4 วัน ผ่านทะเลทรายซึ่งต้องแบกสัมภาระไปด้วย และในที่สุดจะปีนเขาเพื่อมุ่งสู่ป้อมมาซาดา แต่นั่นคือสิ่งที่ชายคนนี้ต้องการ แล้วเขาก็ลงชื่อสมัคร นายพลซาฮามกล่าวสรุปว่า "นี่คือเหตุผลที่ทำให้เราชนะ เพราะว่าเรามีคนเช่นเดียวกับเขาที่ยอมอุทิศตัวนั่นเอง"

แต่น่าเสียดาย คริสเตียนหลายคนต้องพบกับความพ่ายแพ้ในการต่อสู้เพราะว่าพวกเขาไม่สนใจและไม่ยอมอุทิศตัว พวกเขาไม่สนใจที่จะเตรียมตัวเองให้พร้อม

เครื่องบูชาที่มีชีวิต

การอุทิศตนที่องค์พระผู้เป็นเจ้าของเราเรียกร้องนั้นรุนแรงสุดโต่งเพียงใด? นั่น
คือการเสียสละตนเองทั้งหมดและทั้งสิ้น เปาโลเขียนไว้ว่า

> ดังนั้น พี่น้องทั้งหลาย โดยเห็นแก่ความเมตตากรุณาของ
> พระเจ้า ข้าพเจ้าจึงวิงวอนท่านทั้งหลายให้ถวายตัวของ
> ท่านแด่พระองค์ เพื่อเป็นเครื่องบูชาอันบริสุทธิ์ที่มีชีวิต
> และเป็นที่พอพระทัยพระเจ้า ซึ่งเป็นการนมัสการโดย
> วิญญาณจิตของท่าน อย่าลอกเลียนแบบอย่างคนในยุคนี้
> แต่จงรับการเปลี่ยนแปลงจิตใจ แล้วอุปนิสัยของท่านจึงจะ
> เปลี่ยนใหม่ เพื่อท่านจะได้ทราบพระประสงค์ของพระเจ้า
> จะได้รู้ว่าอะไรดี อะไรเป็นที่ชอบพระทัย และอะไรดียอดเยี่ยม
> (โรม 12:1-2)

การเป็นเครื่องบูชาที่มีชีวิตหมายถึงอะไร? ก็หมายถึงจิตใจที่ยอมจำนน
ทั้งสิ้นของคนๆ หนึ่งสำหรับการรับใช้ฝ่ายวิญญาณ ซึ่งนี่เป็นการพูดถึงการ
ตัดสินใจอันแน่วแน่เพื่อจะเป็นประโยชน์ต่อพระเจ้า ถ้าคุณไม่ได้ใช้ความสามารถ
เพื่อปรนนิบัติรับใช้อย่างเกิดผล คุณก็ไม่ได้ถวายตัวเป็นเครื่องบูชาที่มีชีวิตอย่าง
แท้จริง การรับใช้พระเจ้านั้นเป็นขบวนการตามธรรมชาติของการอุทิศตนต่อ
พระคริสต์

หลายคนอ้างว่าเขาได้ถวายตัวแด่พระคริสต์แล้ว แต่เรากลับไม่พบหลักฐาน
อะไรในชีวิตของเขาเลย ดังตัวอย่างในจดหมายที่ผมได้รับ:

> ได้โปรดมาพบผมและอธิษฐานกับผม ผมได้ไล่ภรรยาของผม
> ออกไป เพราะผมได้เป็นแบบอย่างแก่เธอว่าจะดำเนินชีวิต
> เยี่ยงธรรมิกชนในวันอาทิตย์ได้อย่างไร ส่วนอีกหกวันที่
> เหลือนั้นจะทำอะไรก็ได้ และจากนั้นก็เกิดปัญหาขึ้นในชีวิต

> สมรสของเรา และผมได้พยายามชักชวนให้เราอธิษฐาน
> และอ่านพระคัมภีร์ด้วยกัน แต่เธอคิดว่านี่คือหน้ากาก
> อีกอันหนึ่งของผม ภายนอกนั้นผมดำเนินชีวิตเหมือน
> คริสเตียนทั่วไป มีหน้าที่รับผิดชอบในคริสตจักร แต่เวลา
> ส่วนที่เหลือนั้น ผมใช้ชีวิตอยู่กับคำโกหก

นับว่าเป็นสิ่งที่ดีที่ชายคนนี้ยังตระหนักได้ว่าเขากำลังทำอะไรอยู่ ผู้เชื่อ
ที่ถวายตัวเองเป็นเครื่องบูชาที่มีชีวิตอย่างแท้จริง จะติดตามพระคริสต์โดย
ปราศจากความหน้าซื่อใจคด ไม่ว่าค่าใช้จ่ายนั้นจะมากแค่ไหนก็ตาม

เครื่องบูชาไม่เพียงแต่ต้องมีชีวิตเท่านั้น แต่ยังต้องบริสุทธิ์ด้วย คำว่า
"บริสุทธิ์" ในภาษากรีกหมายถึง "แยกออก หรือแยกไว้ต่างหาก" พระคัมภีร์
กำลังหมายถึงความบริสุทธิ์และความเป็นไทจากความบาป ในโรม 6:13 เปาโล
กล่าวว่า "อย่ายกอวัยวะของท่านให้แก่บาป ให้เป็นเครื่องใช้ในการอธรรม แต่
จงถวายตัวของท่านแด่พระเจ้า เหมือนคนที่เป็นขึ้นมาจากตายแล้ว และจงให้
อวัยวะเป็นเครื่องใช้ในการชอบธรรมถวายแด่พระเจ้า"

แทนที่จะแยกตัวเองออกเพื่อพระเจ้า หลายคนที่เรียกตัวเองว่าคริสเตียน
กลับดำเนินชีวิตอย่างสะดวกสบายมากเกินไปในสังคมของเรา พวกเขาอยาก
รับใช้พระเจ้าตามวิธีการของเขาเอง และจะไม่ยอมรับใช้หากต้องใช้เวลาและ
พละกำลังมาก หรือถ้างานรับใช้นั้นกระทบกระเทือนรายการโทรทัศน์ที่เขาชื่นชอบ
พวกเขาก็จะเลือกที่จะหลงระเริงอยู่กับความสุขของโลกนี้ เพื่อตอบสนองความ
พึงพอใจของตนเองแทนที่จะอุทิศตัวเพื่อให้เป็นที่พอพระทัยพระเจ้า เซนต์
ออกัสติน ได้เขียนไว้ว่า "เมืองสองเมืองเกิดขึ้นจากความรักสองแบบ โลกมนุษย์
เกิดขึ้นจากการรักตัวเองโดยไม่คำนึงถึงพระเจ้า สวรรค์เกิดจากความรักของ
พระเจ้าโดยไม่คำนึงถึงตนเอง โลกมนุษย์นั้นเน้นที่ตัวเอง แต่โลกสวรรค์เน้นที่
พระเจ้า"[4] เป็นเรื่องน่าเศร้าที่จะบอกว่า หลายคนนั้น อาศัยอยู่ในเมืองของโลก
แห่งการรักตนเอง

พระเจ้าไม่ประสงค์การมีตนเองเป็นศูนย์กลาง การอุทิศตัวแบบครึ่ง ๆ กลาง ๆ ตามที่เราได้อภิปรายในบทก่อน เมื่อเราได้ศึกษาพระธรรมวิวรณ์ พระเจ้าต้องการให้เราเย็นมากกว่าอุ่น ๆ (3:15-16) พระองค์ต้องการให้เราถวายตัวแด่พระองค์โดยสิ้นเชิง ทำไมเราจึงทำเช่นนั้นน่ะหรือ? ก็เพราะพระเมตตาของพระองค์ที่มีต่อเรา (โรม 12:1) พระองค์ทรงกระทำให้เราเป็นอิสระพ้นจากความบาป พระองค์ทรงไถ่เราไว้ในพระคริสต์ ทรงรับเราเป็นบุตรในครอบครัวของพระองค์ ทรงประทานฤทธิ์อำนาจของพระองค์ให้เราและประทานความหวังให้กับเรา

การยอมจำนนต่อพระเจ้าเรียกร้องให้เรา "อย่าประพฤติตามอย่างคนในยุคนี้" (โรม 12:2) เพราะว่าโลกนี้กลาดเกลื่อนไปด้วยความคิด ความเห็น ความหวัง และเป้าหมายในเวลาใดก็ได้ของโลก โลกนี้เป็นเครื่องมือของซาตาน ซึ่งมันใช้เพื่อสนับสนุนเป้าหมายและความทะเยอทะยานของมัน (1 ยอห์น 5:19) การประพฤติตามอย่างโลกนั้นสวนทางกับสภาพที่แท้จริงของคุณในพระคริสต์

แทนที่จะเป็นเช่นนั้น คุณจะต้อง "รับการเปลี่ยนแปลงจิตใจเสียใหม่" (โรม 12:2) ข้อพระคัมภีร์ตอนนี้หมายถึง การเปลี่ยนแปลงอย่างสิ้นเชิงและเกี่ยวข้องกับการเลือก คือ เลือกสำแดงธรรมชาติใหม่ผ่านทางการดำเนินชีวิตที่บริสุทธิ์ หรือเลือกอนุญาตให้เนื้อหนังประพฤติการอธรรม เมื่อคุณเข้าสนิทอยู่ในพระวจนะของพระเจ้า พระวิญญาณบริสุทธิ์จะช่วยให้คุณมีสง่าราศีขึ้นเป็นลำดับจนเหมือนพระฉายของพระคริสต์ (2 โครินธ์ 3:18) ผู้เชื่อที่ได้รับการเปลี่ยนแปลงจิตใจใหม่แล้วเท่านั้นที่จะสามารถต่อสู้กับโลก กับเนื้อหนัง และกับวิญญาณชั่วได้

แผนการของพระเจ้านั้นไม่ได้ซับซ้อน คุณไม่จำเป็นต้องเข้ารับการอบรมสงครามฝ่ายวิญญาณ คุณไม่จำเป็นต้องเรียนรู้กลยุทธ์หรือหลักสูตรตำราลึกลับอะไร แผนการของพระเจ้าก็คือการที่คุณอุทิศถวายตัวคุณเองเป็นเครื่องบูชาที่มีชีวิตให้กับพระเจ้า โดยการทำเช่นนั้น คุณก็จะมีชีวิตที่มีชัยชนะเหนือวิธีการของซาตานและลูกสมุนของมัน

วิธีการเทียบกับคุณลักษณะ

น่าเสียดายที่หลายคนที่อ้างว่าเป็นผู้เชี่ยวชาญในเรื่องสงครามฝ่ายวิญญาณถือว่าการสวมใส่ยุทธภัณฑ์ทั้งชุดของพระเจ้าตามที่กล่าวไว้ในเอเฟซัสบทที่ 6 และการถวายตัวเป็นเครื่องบูชาที่มีชีวิตนั้นยังไม่เพียงพอ พวกเขาเชื่อว่าเราต้องเรียนรู้หลักสูตรของการพูด การเผชิญหน้า การออกคำสั่ง การขับไล่ และการทำลายวิญญาณชั่วด้วยคำพูด พวกเขากล่าวว่าถ้าเราไม่ได้ฝึกหัดวิธีการดังกล่าวนี้ก็เท่ากับว่าเราไม่พร้อมสำหรับการต่อสู้ พวกเขาเชื่อว่าการต่อสู้กับวิญญาณชั่วนั้นเป็นเรื่องที่อันตรายมากสำหรับคริสเตียนที่ไม่ได้เรียนรู้เทคนิคพิเศษเหล่านี้ สงครามฝ่ายวิญญาณกลายเป็นประสบการณ์ของการเรียนรู้มากกว่าลักษณะทางฝ่ายวิญญาณเสียแล้ว

คำบอกกล่าวของการเคลื่อนไหวของสงครามฝ่ายวิญญาณสมัยใหม่นั้นเต็มไปด้วยเรื่องราวดังต่อไปนี้

> เจเนลีเป็นสตรีคริสเตียนที่มีปัญหาทางอารมณ์หลายอย่าง ศิษยาภิบาลของเธอได้นำเธอมาพบผม เคิร์ทคู่หมั้นของเธอก็มาด้วย..
>
> ผมพูดว่า “เจเนลี เราแก้ปัญหาของคุณได้ เพราะว่ามีการต่อสู้ภายในจิตใจของคุณอยู่ตลอดเวลาและพระเจ้าทรงประทานสิทธิอำนาจให้เราสามารถเอาชนะมันได้” ทันทีที่ผมพูดถ้อยคำนี้ เจเนลีก็แสดงความวิตกกังวลออกมาอย่างเห็นได้ชัด เธอนั่งนิ่งราวกับก้อนหิน ดวงตาของเธอเหม่อลอย...
>
> “แต่ไม่ต้องกังวลหรอกนะ” ผมพูด “เพราะผมเคยเห็นสิ่งนี้มาก่อนแล้ว เราจะใช้อำนาจเพื่อเอาชนะมัน แต่มันเป็นเรื่องที่สำคัญมากที่คุณทั้งสอง (เคิร์ทและศิษยาภิบาล) จะต้องยืนยันสถานะของคุณพระเจ้าเพื่อป้องกันไม่ให้อำนาจวิญญาณชั่วเข้ามาในชีวิตของคุณ”...

เมื่อผมหันมานำเคิร์ทอธิษฐาน ตัวเขาเริ่มสั่น... เขาเริ่มสารภาพบาปในชีวิตของเขา ซึ่งก็รวมถึงการเปิดเผยที่เขาร่วมหลับนอนกับเจเนลี... ในขณะที่เจเนลียังนั่งนิ่ง ทุกอย่างเงียบสงบ

หลังจากที่เราได้อธิษฐานด้วยกันทำให้ชีวิตของเคิร์ทซื่อตรงกับพระเจ้าแล้ว ผมจึงส่งกระดาษคำอธิษฐานให้เขาอ่าน ทันทีที่เคิร์ทเริ่มอ่านคำอธิษฐานเท่านั้น เจเนลีก็ฟื้นขึ้นมาอีกครั้ง สิ่งที่คุกคามชีวิตของเธออยู่ได้ส่งเสียงร้องคำรามออกมาพร้อมคำสาปแช่ง แล้วก็กระชากแผ่นกระดาษนั้นออกมาจากมือของเคิร์ท... ผมจึงพูดกับวิญญาณชั่วที่อยู่ในเจเนลีว่า "ในพระนามของพระเยซูคริสต์และโดยสิทธิอำนาจของพระองค์ ฉันขอผูกมัดเจ้าไว้ที่เก้าอี้นั้น และขอสั่งเจ้าให้นั่งลง" ...

จากนั้นผมก็อธิษฐาน "ข้าแต่พระเจ้า เราขอพึ่งพาอาศัยพระองค์ เพราะหากแยกจากพระคริสต์แล้วเราก็ทำอะไรไม่ได้เลย ในพระนามและสิทธิอำนาจของพระเยซูคริสต์ เราขอสั่งซาตานและสมุนของมันให้ปล่อยเจเนลีและสิ่งผูกมัดชีวิตของเธออยู่ เพื่อเธอจะเป็นอิสระที่จะเชื่อฟังพระเจ้าและพระบิดาแห่งฟ้าสวรรค์ของเธอ" ทันใดนั้นเจเนลีก็พ้นจากสภาพของความวิตกกังวล

ผมถามเธอว่า "คุณจำอะไรเกี่ยวกับสิ่งที่พึ่งเกิดขึ้นได้บ้าง?"

"ไม่ เกิดอะไรขึ้น" เธอตอบด้วยความรู้สึกงง ๆ

ผมจึงบอกเธอว่า "ไม่มีอะไรต้องกังวล ซาตานได้เข้ามาสิงอยู่ในชีวิตของคุณ แต่เราจะขอพาคุณก้าวไปสู่อิสรภาพในพระคริสต์" ประมาณหนึ่งชั่วโมงต่อมาเจเนลีก็ได้รับการปลดปล่อยให้เป็นอิสระ...

> เมื่อเจเนลีตัดความสัมพันธ์กับความบาปและซาตาน ข้ออ้างของซาตานในชีวิตของเธอก็ถูกยกเลิก และวิญญาณชั่วก็จากไป[5]

แล้วการเผชิญหน้าเช่นนั้นล่ะ? นอกจากข้ออ้างของผู้เขียนต่อสิทธิอำนาจที่เขาไม่ได้ครองครองแล้ว[6] นี่ยังทำให้เกิดคำถามจริงจังมากมายเกี่ยวกับธรรมชาติของความรอดอีกด้วย เราสามารถอนุมานได้ว่าเจเนลีเป็นผู้เชื่อที่แท้จริงได้หรือไม่? คนที่ไม่ได้ตัดสัมพันธ์กับบาปและซาตานมาก่อน จะเป็นคนที่กลับใจเชื่ออย่างแท้จริงได้หรือ? ดังที่เราได้อภิปรายกันมาก่อนแล้ว ว่าคนที่ยังมีวิญญาณชั่วเข้าสิงแสดงว่าเขายังไม่ได้รับความรอด เนื่องจากบรรดาคนที่สนับสนุนการเคลื่อนไหวของสงครามฝ่ายวิญญาณทุกวันนี้ มีทัศนคติในเรื่องความรอดที่ผิวเผินและคลุมเครือ พวกเขายอมรับคำสารภาพรับเชื่อของผู้คนอย่างง่ายๆ ทั้งที่ไม่มีหลักฐานเลยสักนิดที่แสดงถึงการอุทิศถวายตัวแด่พระคริสต์เลย

ชาร์ล สเปอร์เจียน เขียนไว้ว่า

> ถ้าคนนั้นไม่ได้มีชีวิตที่แตกต่างไปจากเดิมที่เขามีเมื่อก่อน (ทั้งในบ้านและนอกบ้าน) การกลับใจของเขาจะต้องกลับใจใหม่ และการกลับใจเชื่อของเขาเป็นเพียงเรื่องโกหกเท่านั้น ไม่ใช่เพียงแค่การกระทำและคำพูดเท่านั้นที่ต้องเปลี่ยนแปลง แต่ยังรวมถึงจิตวิญญาณและสภาวะจิตใจด้วย... การติดอยู่ใต้อำนาจของความบาปใด ๆ คือเครื่องหมายของการที่เรายังเป็นทาสของความบาปอยู่ เพราะ “ท่านยอมตัวรับใช้เชื่อฟังใคร ท่านก็เป็นทาสของผู้ที่ท่านเชื่อฟังนั้น”[7]

ทัศนคติอันผิวเผินของความรอดนั้นเป็นบ่อนทำลายหลักคำสอนเรื่องการ
ชำระให้บริสุทธิ์ เมื่อพระเจ้าทรงช่วยใครให้รอด พระองค์สัญญาว่าพระองค์จะ
เปลี่ยนแปลงคนนั้นให้เป็นไปตามพระฉายของพระคริสต์ (โรม 8:29; ฟีลิปปี 1:6)
โธมัส วัตสัน ได้ให้คำจำกัดความของคำว่าการชำระให้บริสุทธิ์ไว้ ดังนี้

> การชำระให้บริสุทธิ์ คือ หลักการของพระคุณแห่งการช่วย
> ให้รอดโดยกระทำให้จิตใจเกิดความบริสุทธิ์ และถูกทำขึ้น
> ตามพระทัยของพระเจ้า คนที่ได้รับการชำระให้บริสุทธิ์
> ไม่เพียงมีพระนามของพระเจ้าเท่านั้น แต่ยังมีพระฉายา
> ของพระองค์ด้วย...
>   การชำระให้บริสุทธิ์ คือ คุณลักษณะที่บริสุทธิ์ที่สุด
> ของเรา มันทำให้เราเป็นเหมือนท้องฟ้าที่เต็มไปด้วยหมู่ดาว
> มันคือสง่าราศีของเราอันเป็นผลจากการที่เราบังเกิดจาก
> พระเจ้าและได้เข้าส่วนในพระลักษณะของพระองค์ มันเป็น
> ความมั่งคั่งของเราซึ่งอาจเปรียบเทียบได้กับอัญมณีล้ำค่า...
>   มันคือใบรับรองที่ดีที่สุดของเราเพื่อเข้าสู่แผ่นดิน
> สวรรค์ มีหลักฐานอื่นใดอีกที่เราจะต้องแสดงหรือ? เรารู้
> หรือยัง? มารก็เช่นกัน เพราะเรานับถือศาสนาหรือ? ซาตาน
> มักจะปลอมตัวเป็นทูตแห่งความสว่างซึ่งภายนอกอาจดู
> เป็นคนชอบธรรม... การชำระให้บริสุทธิ์ คือ ผลแรกของ
> พระวิญญาณ ซึ่งเป็นสิ่งเดียวเท่านั้นที่จะนำเราผ่านไปยัง
> อีกโลกหนึ่งได้[8]

บรรดาผู้ที่สนับสนุนการเคลื่อนไหวของสงครามฝ่ายวิญญาณสมัยใหม่
เชื่อว่าพวกเขามีความสามารถในการออกคำสั่งกับซาตานและสมุนของมัน แต่
ตามที่เราได้คุยกันมาแล้วว่า ไม่มีใครจะมีอำนาจเช่นนั้น แม้แต่มีคาเอลหัวหน้า
ทูตสวรรค์ (ยูดา 9) คนที่คิดว่าตนเองมีอำนาจก็ถูกหลอก วิธีการทั้งหมดดังที่

กล่าวมานี้ สะท้อนให้เห็นถึงการยกตัวเองและลดคุณค่าความรอดของพระคริสต์ ในพระเยซูคริสต์เราได้รับการปลดปล่อยให้พ้นจากซาตานทันที (โคโลสี 1:13) ซึ่งไม่ต้องรอเวลาเป็นชั่วโมงเพื่อสั่งสอนหรือขับไล่วิญญาณชั่วออกก่อน

เราจะไม่พบสูตรในการเผชิญหน้ากับวิญญาณชั่วเช่นนี้เลยในพระคัมภีร์ใหม่ ถ้าเรื่องนี้มีความจำเป็นในการต่อสู้กับอำนาจของความมืด ทำไมพระวิญญาณบริสุทธิ์จึงไม่ได้กล่าวถึงรายละเอียดนี้ในเอเฟซัส 6 ล่ะ? ทำไมพระคัมภีร์จึงไม่มีคำเตือนเหมือนที่ปรากฏในหนังสือที่เกี่ยวกับสงครามฝ่ายวิญญาณที่เขียนขึ้นมากันอย่างมากมายในทุกวันนี้? ถ้าคริสเตียนจำเป็นต้องเรียนรู้เทคนิคในการขับผีออก ทำไมพระคัมภีร์ไม่กล่าวถึงเรื่องเหล่านี้เลย?

เหตุผลนั่นก็คือ สงครามฝ่ายวิญญาณนั้น*ไม่ใช่*เรื่องเทคนิคหรือวิธีการ แต่มันเป็นลักษณะของฝ่ายวิญญาณ นี่เป็นเรื่องที่กล่าวเน้นในคำสอนของเหล่าอัครทูต อ่านจดหมายฝากในพันธสัญญาใหม่สิ คุณจะพบว่าไม่มีการกล่าวถึงการถูกครอบงำด้วยอำนาจวิญญาณชั่วเหมือนดังที่คริสตจักรทุกวันนี้เน้นเลย อันที่จริงแล้ว คุณจะไม่สามารถพบคำสอนของคริสเตียนในเรื่องการแสวงหา การพูดคุย การท้าทาย การเยาะเย้ย หรือการขับผีเลย

แสวงหาสิ่งที่ประเสริฐที่สุด

สิ่งที่คุณ*จะพบ*ก็คือ คำสั่งให้ละทิ้งความบาปและสวมใส่คุณลักษณะฝ่ายวิญญาณ เปโตรเขียนไว้ว่า "พวกท่านจงพยายามอย่างที่สุดที่จะเอาคุณธรรมเพิ่มความเชื่อของพวกท่าน เอาความรู้เพิ่มคุณธรรม เอาการควบคุมตัวเองเพิ่มความรู้ เอาความทรหดอดทนเพิ่มการควบคุมตัวเอง และเอาความยำเกรงพระเจ้าเพิ่มความทรหดอดทน เอาความรักฉันพี่น้องเพิ่มความยำเกรงพระเจ้า และเอาความรักเพิ่มความรักฉันพี่น้อง" (2 เปโตร 1:5-7) จากนั้นเพิ่มเติมว่า "ถ้าสิ่งเหล่านี้เป็นคุณลักษณะของพวกท่านและเพิ่มพูนขึ้นเรื่อยๆ *ก็จะทำให้พวกท่านเป็นคนไม่ไร้ประโยชน์* และไม่ไร้ผลในการรู้จักพระเยซูคริสต์องค์พระผู้เป็นเจ้าของเรา" (ข้อ 8)

เราจะต้องแสวงหาสิ่งที่ประเสริฐในฝ่ายวิญญาณไม่ใช่แสวงหาวิญญาณชั่ว เปาโลเขียนไว้ว่า "ข้าพเจ้าอธิษฐานว่าขอให้ความรักของท่านทวียิ่งๆ ขึ้นพร้อมกับความรู้และวิจารณญาณทุกด้าน เพื่อท่านทั้งหลายจะสังเกตเห็นได้ว่าสิ่งใดประเสริฐที่สุด เพื่อท่านจะได้เป็นคนบริสุทธิ์ เป็นคนไม่มีที่ติได้ในวันแห่งพระคริสต์" (ฟีลิปปี 1:9-10)

"ความรู้" ในที่นี้เป็นการพูดถึงความรู้ที่เต็มขนาดหรือความรู้ที่ก้าวหน้า เปาโลไม่ได้พูดถึงความรู้ในเรื่องลี้ลับ แต่พูดถึงความรู้ในเรื่องพระเจ้าและความรู้ในเรื่องพระวจนะของพระองค์ คุณรู้หรือไม่ว่าความรักของพระเจ้าที่หลั่งไหลผ่านผู้เชื่อนั้นเป็นผลมาจากความเข้าใจในพระวจนะของพระองค์? มันไม่ใช่อารมณ์ที่ควบคุมไม่ได้ ความรักที่แท้จริงจะถูกตรึงไว้บนความจริงที่ได้สำแดงไว้แล้วในพระคัมภีร์ ความรักของเราเป็นความรักที่สมบูรณ์ด้วย "วิจารณญาณทุกอย่าง" ในที่นี้พูดถึงความรู้ทางศีลธรรม ความเข้าใจอย่างลึกซึ้ง และการประพฤติปฏิบัติที่มาจากความรู้ความเข้าใจนั้น

ทำไมเราจะต้องมีความรู้และวิจารณญาณนี้? เพื่อ "ท่านทั้งหลายจะสังเกตได้ว่าสิ่งใดประเสริฐที่สุด" ในที่นี้พูดถึงความสามารถที่จะตัดสินใจในเรื่องฝ่ายวิญญาณได้อย่างถูกต้อง ความรู้และวิจารณญาณเป็นสิ่งจำเป็นที่จะต้องมีก่อนที่เราจะสังเกตได้ว่าสิ่งไหนประเสริฐที่สุด ในสงครามฝ่ายวิญญาณ การแสวงหาความรู้และวิจารณญาณมีความสำคัญกว่าการแสวงหาศัตรูที่พ่ายแพ้แล้ว

รัดเข็มขัดแห่งความจริง

ความรักที่บริบูรณ์ด้วยความรู้และวิจารณญาณไม่เพียงแต่จะทำให้เราสามารถสังเกตได้ว่าสิ่งใดประเสริฐที่สุดเท่านั้น แต่ยังทำให้เรา "เป็นคนบริสุทธิ์ (ใจ) เป็นคนไม่มีที่ติได้ในวันแห่งพระคริสต์" (ข้อ 10) ด้วยเช่นกัน สิ่งนี้นำเราย้อนกลับมายังเข็มขัดแห่งความจริง คำว่าบริสุทธิ์ใจที่นี้หมายถึง "แท้จริง" มันเป็นการกล่าวถึงความมุ่งมั่นและความจริงใจ ซึ่งเข็มขัดแห่งความจริงนั้นทำมาจากสิ่ง

เหล่านี้ บางคนคิดว่าคำในภาษากรีกให้ภาพของการฝัดเมล็ดข้าว นั่นคือ ผู้เชื่อ
ต้องฝัดเอาความไม่บริสุทธิ์ในชีวิตออกไปเพื่อเขาจะได้บริสุทธิ์
      มีคำเปรียบเปรยในสมัยโบราณกล่าวดังนี้ว่า

> ในสมัยโบราณ... เครื่องปั้นดินเผาที่ดีที่สุดนั้นจะบางมาก
> สีสันที่ชัดเจนทำให้มีราคาแพงมาก เครื่องปั้นดินเผาที่
> พอใช้ได้จะเปราะมากทั้งก่อนและหลังเข้าเตาเผา และ...
> เครื่องปั้นดินเผาแบบนี้มักจะมีรอยร้าวเมื่ออยู่ในเตาเผา
> เครื่องปั้นดินเผาที่มีรอยร้าวควรจะถูกทิ้งไป แต่พ่อค้าที่
> ไม่ซื่อสัตย์มักจะเอาขี้ผึ้งมาเคลือบรอยร้าวนั้นแล้วลงสีทับ
> เมื่อไปวางขายในร้านจึงไม่มีใครสังเกตเห็นโดยเฉพาะ
> อย่างยิ่งถ้าได้ทาสีและเคลือบมันด้วยแล้ว แต่ถ้านำ
> เครื่องปั้นดินเผานั้นมาส่องดูกับแสงโดยเฉพาะกับแสง
> อาทิตย์ ก็จะมองเห็นขี้ผึ้งนั้นได้ทันที เครื่องปั้นดินเผาที่
> มีรอยร้าวจะทึบแสงกว่า เราเรียกการกระทำเช่นนี้ว่าการ
> ตรวจสอบโดย "ทดสอบด้วยแสงอาทิตย์" พ่อค้าที่ซื่อสัตย์
> จะทำสัญลักษณ์ไว้บนผลิตภัณฑ์ที่ดีกว่าของเขาว่า "ไม่
> เคลือบ"[9]

      ชีวิตของเราจะต้องไม่ถูกเคลือบไปด้วยความหน้าซื่อใจคด การยอมจำนน
ของเราจะต้องกระทำด้วยความจริงใจ บางคนในคริสตจักรที่แสดงว่าเขาเป็น
เครื่องปั้นดินเผาที่ดี แต่แท้ที่จริงแล้วไม่เป็นเช่นนั้นเลย ชีวิตของเขามีรอยร้าวซึ่ง
เคลือบด้วยขี้ผึ้งของกิจกรรมทางศาสนา เมื่อเราส่องตรวจสอบด้วยแสงแห่ง
พระวจนะของพระเจ้า ขี้ผึ้งแห่งความเท็จก็จะปรากฏให้เห็นอย่างชัดเจน

คริสเตียนหลายคนปกปิดปัญหาของเขาไว้โดยไม่ยอมจัดการกับมัน เขา
ไม่ยอมให้ใครรู้ว่าแท้ที่จริงแล้วเขาเป็นอย่างไร เขาไม่ยอมให้พี่น้องคริสเตียน
เข้ามาช่วยเหลือเขาด้วยพระวจนะของพระเจ้า ถ้าคุณเสแสร้งว่าคุณเป็นคนน่า
นับถือและมีจิตวิญญาณที่เข้มแข็ง คุณก็กำลังเล่นอยู่บนอุ้งมือของซาตานอยู่
เพราะว่ามันต้องการให้คุณปกปิดความบาปของคุณ แทนที่จะยอมให้มัน
ได้เปรียบ คุณควรเผชิญหน้ากับความบาปและจัดการกับมันเสียตามแนวทาง
ของพระคัมภีร์ จงจริงใจกับคนอื่นและจงเต็มใจยอมรับความช่วยเหลือ

แผนการการต่อสู้ของพระเจ้าคืออะไร? โดยการพูดว่า "ซาตาน เราขอ
ผูกมัดเจ้า" ใช่ไหม? เหล่านี้เป็นเพียงแค่คำพูด คุณจะต้องสวมใส่ยุทธภัณฑ์
ยุทธภัณฑ์ชิ้นแรกของคุณก็คือเข็มขัดแห่งความจริง ถ้าเราดำเนินชีวิตด้วย
ความมุ่งมั่นต่อพระเจ้าอย่างแท้จริง เราก็จะไม่มีที่ว่างสำหรับซาตานเพื่อให้มัน
ได้เปรียบในสนามรบได้ สิ่งที่สำคัญยิ่งกว่านี้ก็คือ พระเจ้าจะได้รับพระเกียรติสิริ
ในตัวเรา

6

ปกป้องความคิดและอารมณ์ของเรา

จอห์น บันยัน ผู้เขียนหนังสือ *ปริศนาธรรม* ได้เขียนหนังสือเชิงเปรียบเทียบแบบเดียวกันนี้อีกชื่อ *สงครามศักดิ์สิทธิ์* โดยเริ่มต้นดังนี้ว่า

> ในประเทศจักรวาลที่สวยงามนี้ มีเมืองหนึ่งที่น่าอยู่และสงบสุขชื่อว่า วิญญาณมนุษย์ เมืองนี้มีสถาปัตยกรรมสวยงาม เป็นเมืองที่สะดวกสบาย และไม่มีเมืองใดทั่วใต้ฟ้าจะเปรียบเทียบได้...
>
> ครั้งหนึ่ง มียักษ์ใหญ่ตนหนึ่งชื่อไดโบลัสได้เข้ามาโจมตีเมืองนี้ มันพยายามทำให้เมืองนี้มีอันเป็นไปตามแบบของมัน เจ้ายักษ์ตัวนี้เป็นเจ้าแห่งความชั่ว แรกเริ่มเดิมทีนั้นมันเป็นผู้รับใช้ของกษัตริย์ชัดได มันมีตำแหน่งที่สูงและมีความสำคัญมาก...
>
> เมื่อมันรู้ว่ามันสูญเสียตำแหน่งและความโปรดปรานจากกษัตริย์ มันจึงหันมาต่อต้านกษัตริย์ชัดไดและพระบุตร

> ของพระองค์ มันท่องไปทั่วด้วยความโกรธเพื่อแสวงหาสิ่งที่เป็นของกษัตริย์เพื่อมันจะได้แก้แค้น
>
> ในตอนท้ายปรากฏว่า มันได้ค้นพบเมืองที่พิเศษนี้ มันจึงมุ่งหน้าไปยังเมืองนี้ มันพบว่าเมืองนี้เป็นผลงานชิ้นเอกของกษัตริย์และเป็นที่ชื่นชมของพระองค์มาก มันจึงตัดสินใจโจมตีเมืองนี้...
>
> เมื่อมันมาถึงเมืองนี้ มันตะโกนก้องด้วยความพอใจและคำราม เหมือนสิงโตเมื่อมันพบเหยื่อของมัน “ตอนนี้เราได้พบของดีและพบวิธีแก้แค้นกษัตริย์ชัดไดแล้ว” ดังนั้นมันจึงเรียกประชุมสมัครพรรคพวกเพื่อทำสงครามและตกลงกันว่าจะใช้วิธีใดที่จะเอาชนะเมืองที่มีชื่อว่าวิญญาณมนุษย์แห่งนี้ได้[1]

ทุกวันนี้ซาตานยังคงโจมตีเมืองวิญญาณมนุษย์อยู่ ศูนย์กลางการโจมตีของมันก็คือ ความคิดและอารมณ์ ซาตานต้องการฉกฉวยพระวจนะของพระเจ้าไปจากคุณ และใส่ถ้อยคำโกหก การผิดศีลธรรม และคำสอนที่ผิด ๆ เข้าไปในความคิดและอารมณ์ของคุณแทน มันอยากให้คุณคิดว่าความบาปนั้นไม่เลวร้ายเท่าไหร่ มันอยากให้คุณจมลงในทะเลแห่งความผิดบาปเพื่อให้คุณทุกข์ทรมานกับมัน มันอยากให้คุณพึงพอใจกับความบาปเพื่อให้คุณไม่คิดว่ามันชั่วร้ายอย่างที่มันเป็น มันอยากให้คุณหัวเราะกับความบาปที่ปรากฏในสื่อหรือในหนัง มันต้องการบิดเบือนความคิดของคุณด้วยการสอดแทรกความคิดที่ผิดบาปลงไปในดนตรีที่ดึงดูดใจ มันต้องการทำให้อารมณ์ของคุณสับสนโดยการทำให้คุณไม่สมปรารถนาและชักนำคุณให้พึงพอใจในสิ่งที่ผิด ๆ มันอยากจะทำลายจิตสำนึกของคุณเพื่อจะไม่มีอะไรคอยเตือนคุณ มันต้องการทำลายความตั้งใจของคุณและนำคุณให้ทำในสิ่งที่คุณไม่ควรทำ

เราจะรับมือกับซาตานอย่างไร? ผู้สนับสนุนการเคลื่อนไหวของสงครามฝ่าย
วิญญาณทุกวันนี้ เรียกอำนาจเหนือธรรมชาติในการเผชิญหน้ากับอำนาจของ
ความชั่วนี้ว่า "ฤทธิ์อำนาจแห่งการเผชิญหน้า" นักเขียนคนหนึ่งได้อธิบายไว้
ดังนี้

> เราจะต้องเตรียมพร้อมในการเผชิญหน้ากับอำนาจฝ่าย
> วิญญาณ และจะต้องเตรียมพร้อมที่จะเปิดโปงอุบายล่อลวง
> ของซาตานด้วยความจริง และใช้ฤทธิ์อำนาจของพระเจ้า
> ในการเอาชนะวิญญาณที่ล่อลวงนี้ ไม่ใช่เพียงแต่พูดถึงมัน
> เท่านั้น[2]

เขากำลังพูดถึงการขับไล่ซาตานด้วยการใช้ประโยคเช่นนี้ "ซาตาน เราขอ
ผูกมัดเจ้า" เป็นการออกคำสั่งกับมันและการขับไล่มันออกไป ความเข้าใจของเขา
ในเรื่องสงครามฝ่ายวิญญาณนั้นเป็นการอนุมานมาจากข้อพระคัมภีร์เพียงไม่กี่ข้อ
ในพันธกิจของพระเยซู ผู้ซึ่งรักษาคนเจ็บป่วยและขับผีออก

ฤทธิ์อำนาจแห่งการอัศจรรย์ยังคงมีอยู่ในทุกวันนี้หรือไม่?

คำถามเช่นนี้แสดงให้เห็นถึงความเข้าใจผิดเกี่ยวกับใจความหลักของการ
อัศจรรย์ของพระเยซู พระเยซูไม่ได้กระทำการอัศจรรย์เพื่อเป็นแบบอย่างให้เรา
กระทำตาม แต่เป็นการกระทำเพื่อแสดงว่าพระองค์คือพระเมสสิยาห์ที่พระเจ้า
ทรงสัญญาไว้ การอัศจรรย์เหล่านั้นเป็นหลักฐานยืนยันความเป็นพระเมสสิยาห์
ของพระเยซู นี่คือสิ่งที่อัครสาวกยอห์นเข้าใจ:

> "พระเยซูทรงทำหมายสำคัญอื่นๆ อีกหลายอย่างต่อหน้า
> พวกสาวก ซึ่งไม่ได้บันทึกไว้ในหนังสือเล่มนี้ แต่การที่บันทึก
> เหตุการณ์เหล่านี้ไว้ ก็เพื่อพวกท่านจะได้เชื่อว่าพระเยซู

เป็นพระคริสต์พระบุตรของพระเจ้า และเมื่อมีความเชื่อ
แล้วท่านก็จะมีชีวิตโดยพระนามของพระองค์" (ยอห์น
20:30-31)

พระเยซูเองได้ตรัสว่า "งานที่พระบิดาทรงมอบให้เราทำจนสำเร็จและเป็น
งานที่เรากำลังทำอยู่นั้น เป็นพยานให้กับเราว่าพระบิดาทรงใช้เรามา" (ยอห์น
5:36)

เมื่อยอห์นบัพติศมาเริ่มสงสัยว่าพระเยซูทรงเป็นพระเมสสิยาห์หรือไม่นั้น
พระเยซูทรงบอกสาวกของยอห์นให้ไปหนุนใจยอห์นว่า "ไปบอกยอห์นในสิ่งที่
พวกท่านได้ยินและได้เห็น คือว่าบรรดาคนตาบอดเห็นได้ พวกคนง่อยเดินได้
บรรดาคนที่เป็นโรคเรื้อนหายสะอาด บรรดาคนหูหนวกได้ยิน บรรดาคนตาย
เป็นขึ้น และคนยากจนทั้งหลายได้รับข่าวดี" (มัทธิว 11:4-5)

ผู้ที่อยู่ในการเคลื่อนไหวของสงครามฝ่ายวิญญาณทุกวันนี้ ไม่เพียงแต่ไม่รู้
ถึงจุดประสงค์หลักของการอัศจรรย์ของพระคริสต์เท่านั้น แต่พวกเขายังล้มเหลว
ที่จะกระทำให้สำเร็จเหมือนพระเยซูด้วย การรักษาโรคของพระเยซูนั้นจะหาย
ทันที และคนที่ทนทุกข์ทรมานก็จะกลับมีสุขภาพปกติ ไม่มีใครกล้าปฏิเสธการ
อัศจรรย์ของพระองค์ ทุกคนรวมทั้งศัตรูของพระองค์รู้สึกประหลาดใจและไม่มี
ใครกล้าปฏิเสธหรือไม่ยอมรับ (มัทธิว 9:1-8; ยอห์น 9:1-41)

แต่ผลของการเคลื่อนไหวของสงครามฝ่ายวิญญาณในสมัยนี้กลับขัดแย้ง
กับตัวอย่างของพระคริสต์ ตามสถิติของเขาเอง ผู้สนับสนุนคนหนึ่งยอมรับว่า

71 เปอร์เซ็นต์ของคนที่ผมได้อธิษฐานเผื่อในสองปีที่
ผ่านมายังคงป่วยอยู่..ผมไม่คิดว่ามันเป็นเรื่องแปลก... ผม
เคยได้ยินจอห์น วิมเบอร์ (ผู้สนับสนุนอีกคนหนึ่ง) กล่าวว่า
"คนที่ผมได้อธิษฐานเผื่อแล้วยังไม่หายโรคมีมากกว่าคนที่
หายโรค"[3]

ถ้าผู้ที่สนับสนุนการคลื่อนไหวของสงครามฝ่ายวิญญาณทุกวันนี้ สามารถกระทำตามแบบอย่างของพระเยซูได้ พวกเขาก็คงจะสามารถกระทำในสิ่งที่คนปฏิเสธไม่ได้ เกิดผลทันทีทันใด และประสบความสำเร็จในการรักษาโรคและการขับผีออก

การเผชิญกับความกระอักกระอ่วนนั้น บางคนกลับเน้นไปที่ตัวอย่างของพวกอัครทูตแทน พวกเขาพยายามสนับสนุนความเชื่อของพวกเขาโดยการกล่าวอ้างลูกา 9:1 ซึ่งกล่าวว่าพระคริสต์ "ทรงเรียกสาวกสิบสองคนมาพร้อมกันแล้วทรงให้พวกเขามีฤทธิ์เดชและสิทธิอำนาจเหนือผีทั้งหลาย และรักษาโรคต่างๆ ให้หายได้"

ในมัทธิว 10:5-10 ซึ่งเป็นข้อความคล้าย ๆ กัน พระเยซูตรัสกับสาวกสิบสองคนว่า

> อย่าไปยังที่อยู่ของพวกต่างชาติ และอย่าเข้าไปในเมืองของชาวสะมาเรีย แต่ว่าจงไปหาแกะหลงของวงศ์วานอิสราเอลนั้นดีกว่า จงไปพลางประกาศพลางว่า 'แผ่นดินสวรรค์มาใกล้แล้ว' จงรักษาคนเจ็บป่วยให้หาย จงทำให้คนตายแล้วเป็นขึ้น จงทำให้คนโรคเรื้อนหายสะอาด และจงขับผีออก ท่านทั้งหลายได้รับเปล่าๆ ก็จงให้เปล่าๆ อย่าหาเหรียญทองคำหรือเหรียญเงินหรือเหรียญทองแดงไว้ในเข็มขัดของพวกท่าน อย่าเอาย่าม หรือเสื้อสองตัว หรือรองเท้าอีกคู่ หรือไม้เท้า เพราะว่าคนที่ทำงานก็สมควรจะได้อาหารกิน

นั่นหมายความว่าผู้เชื่อทุกวันนี้จะต้องเป็นเช่นนี้หรือ? ไม่ใช่เลย การอัศจรรย์เหล่านั้นเป็นสิ่งยืนยันถึงสิทธิอำนาจของเหล่าอัครทูต มันเป็นหลักฐานรับรองความเป็นอัครทูต อัครทูตเปาโลกล่าวถึงการอัศจรรย์ว่าเป็น "หมายสำคัญของอัครทูตแท้" (2 โครินธ์ 12:12) ถ้าผู้เชื่อทุกคนถูกคาดหวังให้กระทำการอัศจรรย์

การอัศจรรย์เหล่านั้นก็คงจะไม่เป็นหมายสำคัญแท้ของอัครทูต นั่นเป็นเพราะว่าหมายสำคัญจะต้องพิเศษจึงจะเกิดประโยชน์ การอัศจรรย์ของอัครทูตเป็นเรื่องโดดเด่นเฉพาะสำหรับอัครทูตเท่านั้น

ขอให้สังเกตว่าพระเยซูตรัสสั่งให้สาวกสิบสองคนไปหาคนยิวโดยเฉพาะ ปีเตอร์ มาสเตอร์ เขียนไว้ว่า

> ความจริงแล้วพระเยซูกำลังตรัสถึงประชากรแห่งพันธสัญญาว่า "ด้วยหมายสำคัญซึ่งกระทำในนามของเรา ท่านจะรู้ว่าแผ่นดินของพระเจ้าได้มาถึงแล้ว และยุคใหม่ก็มาถึงแล้วเช่นกัน พระเมสสิยาห์ที่พระเจ้าได้ทรงสัญญาไว้ทรงเสด็จมาแล้ว"
>
> ไม่มีทางที่รูปแบบพันธกิจเหล่านี้จะเป็นงาน "ปกติ" ของสาวกทั่วไป เรากล่าวเช่นนี้ได้ โดยดูจากความจำกัดของหน้าที่ซึ่งพวกเขาได้รับมอบหมาย พระเยซูทรงปรารถนาให้เราจำกัดการทำพันธกิจของเราแค่กับชาวยิวหรือ? พระองค์ทรงห้ามผู้ประกาศไม่ให้รับเงินหรือมีเสื้อผ้าสำหรับเปลี่ยนหรือ? พระองค์สั่งให้เราพึ่งอาศัยการต้อนรับจากคนในท้องถิ่นที่เราไปประกาศหรือ?...
>
> ปัญหาก็คือว่า การขับผีอกกนั้นถูกพัฒนารูปแบบการเผชิญหน้าด้วยความคิด... แทนที่จะเห็นว่าสงครามฝ่ายวิญญาณตามที่กล่าวไว้ในพระคัมภีร์นั้น เป็นกล่าวถึงการต่อสู้กับวิญญาณชั่วด้วยการอธิษฐาน การเทศนา การเป็นพยาน การดำเนินชีวิตที่ชอบธรรม การเชื่อฟังคำสอนของพระคัมภีร์และการเชื่อในพระสัญญาของพระเจ้า พวกนักขับผีกลับต้องการต่อสู้แบบตัวต่อตัว อาศัยความรู้สึกต้องการเห็นและฟังเกี่ยวกับอำนาจแห่งความชั่ว รวมทั้ง

ขับมันด้วยถ้อยคำที่คิดว่าเป็นสิทธิอำนาจ... บรรยากาศ
ตอนนี้ขุ่นมัวไปด้วยแนวความคิดที่เปลี่ยนไปเปลี่ยนมา
ระหว่างไสยศาสตร์ของยุคกลางที่โรมมีอำนาจกับความเชื่อ
ของพวกตะวันออกที่เป็นศาสนานอกรีต[4]

เกราะป้องกันอกแห่งความชอบธรรม

เมื่อซาตานเข้าโจมตีเมืองวิญญาณมนุษย์ คือโจมตีความคิดและอารมณ์ของเรา
เราจะทำอย่างไร? ใช้อำนาจแห่งการเผชิญหน้าหรือ? ไม่ใช่เลย ตามที่เราได้ศึกษา
กันไปแล้วว่า พระคัมภีร์มีคำแนะนำที่ชัดเจน นั่นก็คือ เราจะต้องสวมยุทธภัณฑ์
ทั้งชุดของพระเจ้าซึ่งก็รวมถึง "เกราะป้องกันอกแห่งความชอบธรรม" ด้วย
(เอเฟซัส 6:14) เกราะป้องกันอกของทหารโรมันนั้นมีหลายแบบ บางชนิดทำ
มาจากผ้าลินินหนา ๆ เมื่อสวมใส่แล้วจะยาวเกือบถึงเข่า บางชนิดทำมาจาก
แผ่นโลหะหรือกีบเท้าสัตว์ หรือเขาสัตว์ซึ่งทำเป็นแผ่นบาง ๆ เล็ก ๆ แล้วนำไป
เย็บติดกับผ้าลินิน

เกราะป้องกันอกที่เป็นที่รู้จักกันมากที่สุดคือ เกราะที่เป็นแผ่นโลหะหล่อ
ปกคลุมไปทั่วบริเวณที่สำคัญของลำตัวตั้งแต่คอจนถึงต้นขา ทหารจำเป็นต้อง
ป้องกันส่วนเหล่านี้ของร่างกาย เพราะว่าในสมัยนั้นการต่อสู้ส่วนใหญ่จะเป็นการ
ต่อสู้แบบประชิดตัวด้วยการใช้ดาบสั้น

เกราะป้องกันอกนี้จะปกคลุมอวัยวะสำคัญสองอย่างคือ หัวใจและอวัยวะ
ในช่องท้อง หรือเป็นที่ชาวยิวอ้างว่าเป็น "ลำไส้" ซึ่งตามวัฒนธรรมของชาว
ฮีบรูนั้น หัวใจเป็นสัญลักษณ์หมายถึงจิตใจหรือกระบวนการของความคิด (เช่น
สุภาษิต 23:7) ส่วนลำไส้นั้นใช้อ้างถึงอารมณ์ เพราะว่าลำไส้จะได้รับผลกระทบ
จากอารมณ์ที่เกิดขึ้น ความคิดและอารมณ์จะอยู่ในทุกสิ่งทุกอย่างที่เป็นต้นเหตุ
แห่งการกระทำของบุคคล เช่น ความรู้ ความเข้าใจ จิตสำนึก ความตั้งใจ ความ
ปรารถนา และพลังขับเคลื่อน

พระเจ้าได้ทรงจัดเตรียมเกราะป้องกันอกแห่งความชอบธรรมไว้เพื่อป้องกันความคิดและอารมณ์ของเรา ความชอบธรรมที่เฉพาะเจาะจงนี้คืออะไร? มีความเป็นไปได้สามอย่างคือ ความชอบธรรมของเราเอง ความชอบธรรมที่ได้รับ และความประพฤติที่ชอบธรรม

ความชอบธรรมของเราเอง?

เป้าหมายอันสูงสุดของซาตานคือการทำลายทั้งชายและหญิงด้วยการกีดกันไม่ให้พวกเขาเข้ามาเป็นพลเมืองของฟ้าสวรรค์ ซาตานพยายามที่จะบรรลุเป้าหมายนี้อย่างไร? ก็โดยการทำให้ผู้คนเชื่อว่า เขาสามารถไปสวรรค์ได้ด้วยกระทำดีของเขาเอง พระเยซูได้ตรัสถึงเรื่องนี้ในลูกา 18:10-13 ด้วยคำอุปมาว่า

> "มีสองคนขึ้นไปอธิษฐานในบริเวณพระวิหาร คนหนึ่งเป็นฟาริสีและคนหนึ่งเป็นคนเก็บภาษี คนที่เป็นฟาริสีนั้นยืนอยู่คนเดียวอธิษฐานว่า 'ข้าแต่พระเจ้า ข้าพระองค์ขอบพระคุณพระองค์ที่ข้าพระองค์ไม่เหมือนคนอื่นที่เป็นคนฉ้อโกง เป็นคนอธรรม และเป็นคนล่วงประเวณี และไม่เหมือนคนเก็บภาษีคนนี้ ข้าพระองค์ถืออดอาหารสองวันต่อสัปดาห์ และสิ่งสารพัดที่ข้าพระองค์หาได้ ข้าพระองค์ก็เอาทศางค์มาถวายเสมอ' ส่วนคนเก็บภาษีนั้นยืนอยู่แต่ไกลไม่ยอมแม้แต่แหงนหน้าดูฟ้า แต่ตีอกชกตัวกล่าวว่า 'ข้าแต่พระเจ้า ขอทรงเมตตาแก่ข้าพระองค์ผู้เป็นคนบาปเถิด'

ฟารีสีรู้สึกภาคภูมิใจในตนเอง เขาคิดว่า "เราช่างดีเหลือเกิน เราบรรลุขั้นสุดยอดแล้ว" ในทางตรงกันข้าม คนเก็บภาษีรู้สึกสำนึกผิด เพราะเขาตระหนักว่าเขาเป็นคนบาปเมื่อเปรียบเทียบกับความบริสุทธิ์ของพระเจ้า พระเยซูตรัสว่า "เราบอกพวกท่านว่า คนนี้แหละเมื่อกลับลงไปถึงบ้านของตนก็ถูกนับว่าเป็นคน

ชอบธรรม ไม่ใช่อีกคนหนึ่งนั้น เพราะว่าทุกคนที่ยกตัวขึ้นจะต้องถูกเหยียดลง แต่ทุกคนที่ถ่อมตัวลงจะได้รับการยกขึ้น” (ข้อ 14)

ใครเป็นคนชอบธรรม? ฟาริสีหรือคนเก็บภาษี? คนที่คิดว่าเขาสามารถเป็นคนชอบธรรมได้ด้วยเอง หรือคนที่รู้ว่าตัวเองนั้นทำไม่ได้? คุณอาจตั้งชื่อเรื่องนี้ว่า “คนดีที่ไปนรกและคนเลวที่ไปสวรรค์”

อย่าปล่อยให้ซาตานล่อลวง ถ้าคุณคิดว่าคุณสามารถไปสวรรค์ได้ด้วยการกระทำดีของคุณ คุณก็สวมใส่เกราะป้องกันอกที่ผิด ความพยายามของคุณที่ปราศจากพระเจ้าย่อมไร้ความหมาย ดังที่อิสยาห์กล่าวไว้ว่า “ความชอบธรรมทั้งหมดของพวกข้าพระองค์เหมือนเสื้อผ้าสกปรก” (อิสยาห์ 64:6) นั่นคือสิ่งดีที่สุดซึ่งเราสามารถให้พระเจ้าได้

หากจะมีใครสามารถไปสวรรค์ได้ด้วยความชอบธรรมของตนเอง คนนั้นก็คงจะเป็นเปาโล ในฟีลิปปี 3:4 เขากล่าวว่า “ถ้าคนอื่นคิดว่าเขามีเหตุที่จะไว้ใจในเนื้อหนัง ข้าพเจ้าก็มีมากยิ่งกว่านั้นอีก” เปาโลมีเรื่องที่จะอวดอ้างมากกว่าคนอื่น ๆ ท่าน “เข้าสุหนัตในวันที่แปดที่คลอดมา เป็นชนชาติอิสราเอล อยู่ในเผ่าเบนยามิน เป็นชาวฮีบรูที่เกิดจากคนฮีบรู ในด้านธรรมบัญญัติก็อยู่ในคณะฟาริสี ในด้านความกระตือรือร้นก็ได้ข่มเหงคริสตจักร ในด้านความชอบธรรมตามธรรมบัญญัติก็ไม่มีที่ติ” (ข้อ 5-6) ถ้าความชอบธรรมของเราแองเป็นหนทางไปสู่แผ่นดินสวรรค์ได้ เปาโลคงกล่าวอ้างตัวเองไปแล้ว แต่เขาทำไม่ได้ ไม่มีใครทำได้

ในโรม 3:10-12 (TNCV) เปาโลกล่าวแบบนี้เกี่ยวกับมนุษย์ทุกคนว่า “ไม่มีสักคนที่ชอบธรรม ไม่มีแม้สักคนเดียวเลย ไม่มีใครที่เข้าใจ ไม่มีใครที่แสวงหาพระเจ้า ทุกคนล้วนหันเหไป พวกเขากลายเป็นคนไร้ค่าไปด้วยกัน ไม่มีสักคนที่ทำดี ไม่มีแม้แต่คนเดียว” คำภาษากรีกคำว่า “ไร้ค่า” เป็นคำที่ใช้พูดถึงนมที่บูดเปรี้ยว มนุษยชาติบูดเปรี้ยวไปหมด “เพราะว่าทุกคนทำบาปและเสื่อมจากพระสิริของพระเจ้า” (ข้อ 23) คุณจะกลายเป็นเหยื่อของบึงไฟนรก ถ้าคุณพยายามปกป้องตัวเองด้วยความชอบธรรมของคุณ

ความชอบธรรมที่ได้รับ?

อีกหนึ่งความเป็นไปได้ที่จะต้องพิจารณาก็คือ เกราะป้องกันอกหมายถึง
ความชอบธรรมที่ได้รับมา นี่เป็นการกล่าวถึงการที่พระเจ้าทรงสวมความ
ชอบธรรมของพระคริสต์ให้กับคนๆ หนึ่งในวินาทีที่เขาได้รับความรอด นี่คือ
สิ่งที่เปาโลอธิบายเพื่อชี้ให้เห็นถึงความชอบธรรมของตัวเองที่ไร้ประโยชน์ดังนี้

> ข้าพเจ้าถือว่าทุกสิ่งเป็นการขาดทุน เพราะเหตุคุณค่าอัน
> สูงยิ่งของการได้รู้จักพระเยซูคริสต์องค์พระผู้เป็นเจ้าของ
> ข้าพเจ้า เพราะเหตุพระองค์ข้าพเจ้ายอมขาดทุนทุกอย่าง
> และถือว่าสิ่งเหล่านั้นเป็นเหมือนเศษขยะเพื่อว่าข้าพเจ้า
> จะได้พระคริสต์เป็นกำไร และจะได้เห็นว่าข้าพเจ้าอยู่ใน
> พระองค์ ไม่มีความชอบธรรมที่ได้มาจากธรรมบัญญัติ มี
> แต่ที่ได้มาโดยความเชื่อในพระคริสต์ คือความชอบธรรม
> ที่มาจากพระเจ้าโดยความเชื่อ (ฟีลิปปี 3:8-9)

เหมือนกับเปาโลกำลังพูดว่า "ข้าพเจ้าต้องมีความชอบธรรมของพระเจ้า
ซึ่งมาโดยทางความเชื่อในพระคริสต์ ข้าพเจ้าจึงจะไปสวรรค์ได้" เมื่อคุณมาเป็น
คริสเตียน พระเจ้าทรงห่อหุ้มคุณด้วยความบริสุทธิ์ที่สุดของพระคริสต์ ตั้งแต่
วินาทีนั้นจนชั่วนิรันดร์ เมื่อไรก็ตามที่พระเจ้าทรงมองมาที่คุณ พระองค์จะ
ทรงเห็นความชอบธรรมของพระคริสต์ ใน 2 โครินธ์ 5:21 เปาโลกล่าวดังนี้ว่า
"พระเจ้าทรงทำพระองค์ผู้ทรงไม่มีบาปให้บาป เพราะเห็นแก่เรา เพื่อเราจะได้
เป็นคนชอบธรรมของพระเจ้าทางพระองค์" พระคริสต์เท่านั้นที่จะสามารถ
ปลดปล่อยเราจากซาตานได้ โดยการสวมใส่ความชอบธรรมของพระองค์
พระองค์จะทรงปกป้องคุณไว้ให้พ้นจากมารร้าย (1 ยอห์น 5:18)

ความประพฤติที่ชอบธรรม?

ในขณะที่ความชอบธรรมซึ่งเราได้รับจากพระเจ้าจะช่วยให้เรามีชัยชนะ เหนือซาตานอย่างสิ้นเชิง การประพฤติที่ชอบธรรมก็จะสามารถช่วยคุณให้มี ชัยชนะในการต่อสู้ที่เกิดขึ้นทุกวัน การประพฤติที่ชอบธรรมคืออะไร? ก็คือการ ดำเนินชีวิตที่บริสุทธิ์

ความปรารถนาของเปาโลก็คือ เพื่อความประพฤติที่ชอบธรรมของเขา จะได้ตรงกับฐานะความชอบธรรมของเขา เพราะท่านเขียนไว้ว่า "ข้าพเจ้าบากบั่น มุ่งไปสู่หลักชัย เพื่อจะได้รับรางวัลคือการทรงเรียกแห่งเบื้องบนซึ่งมีในพระเยซู คริสต์" (ฟีลิปปี 3:14) คำภาษากรีกที่เราแปลว่า "บากบั่น" ให้ภาพของนักวิ่ง เป็นการพูดถึงความกระตือรือร้นและความพยายามมุมานะ เปาโลกำลังวิ่ง แข่งขันอย่างเต็มกำลังของท่าน ท่านกำลังเกร็งกล้ามเนื้อฝ่ายวิญญาณทุกมัด ท่านกำลังแสวงหาอะไร? ก็คือเพื่อเป็นเหมือนพระคริสต์

การจะเป็นเหมือนพระคริสต์นั้นเรียกร้องการอุทิศตนอย่างสิ้นเชิงตลอด ชีวิต เจ. ซี. ไรลี อธิบายว่า

> [คริสเตียนที่แท้จริง] ไม่มีเวลาที่จะหยุดหายใจ ไม่มีวันหยุด ไม่มีการพัก ไม่ว่าจะอยู่ในระหว่างสัปดาห์หรือในวันอาทิตย์ ไม่ว่าจะในโลกส่วนตัวหรือในสังคม ไม่ว่าจะที่บ้านกับ ครอบครัวหรือกับคนทั่วไป ไม่ว่าจะในสิ่งเล็กน้อย เช่น การ ควบคุมคำพูดและอารมณ์ หรือสิ่งที่ใหญ่กว่านั้น เช่น การ บริหารราชการแผ่นดิน สงครามฝ่ายวิญญาณไม่มีวันเลิกรา ศัตรูที่เราจะต้องต่อสู้ด้วยไม่มีวันหยุด ไม่เคยสะลึม สะลือหรือหลับใหล ตราบเท่าที่เรายังหายใจอยู่ เราจะต้อง สวมยุทธภัณฑ์ของเราและจะต้องจำไว้ว่าเราอยู่ในสนามรบ...

ขอให้เราใส่ใจว่าความเชื่อของเรานั้นเป็นความเชื่อที่มี
จริง จริงใจ และแท้จริง สิ่งที่น่าเศร้าที่สุดก็คือบางคนที่เรียก
ตัวเองว่าคริสเตียน กลับไม่มีอะไรบ่งบอกว่าเขาต่อสู้ในชีวิต
คริสเตียนของเขาเลย พวกเขากิน ดื่ม แต่งกาย ทำงาน
พึงพอใจกับตนเอง พวกเขาหาเงิน ใช้จ่ายเงิน และใช้ชีวิต
ฝ่ายวิญญาณอย่างฉาบฉวยสัปดาห์ละครั้งหรือสองครั้ง
พวกเขากลับไม่รู้เรื่องอะไรเลยเกี่ยวกับสงครามฝ่ายวิญญาณ
ขอให้เราหันมาสำรวจดูตนเองว่าเราไม่ได้เป็นเช่นนั้น[5]

ดร. ไรลี พูดถึงสงครามฝ่ายวิญญาณว่าเป็นเช่นเดียวกับการต่อสู้ภายใน
เพื่อความบริสุทธิ์ของตนเอง ซึ่งสอดคล้องกับคำสอนของพระคัมภีร์มากกว่า
ลักษณะของสงครามฝ่ายวิญญาณซึ่งหลายคนเชื่อว่าเป็นการเผชิญหน้าส่วนตัว
กับวิญญาณชั่ว

น่าเสียดายอย่างยิ่งที่สงครามฝ่ายวิญญาณดังที่ถูกกล่าวถึงกันในทุกวันนี้
กลับละเลยความบริสุทธิ์ส่วนตัว แทนที่จะแสวงหาความบริสุทธิ์ คริสเตียน
หลายคนกลับสวมใส่ยุทธภัณฑ์ที่ทำจากกระดาษ มีหลายคนที่เอาการสัมมนา
เทคนิค และวิธีการ มาแทนยุทธภัณฑ์ฝ่ายวิญญาณ ดังที่กล่าวไว้ในเอเฟซัส 6

เทคนิคที่พวกเขาให้การสนับสนุนนั้นคล้ายคลึงกับวิธีการของพวกพ่อมด
หมอผีที่ใช้กัน ดังเช่นตัวอย่างคำจำกัดความต่อไปนี้ที่ปรากฏอยู่ในพจนานุกรม
มาตรฐาน:

การมีญาณทิพย์: อำนาจหรือความสามารถในการหยั่งรู้ถึงที่หายไปหรือ
สิ่งที่ไม่ปรากฏแก่ตา... ความสามารถในการรับรู้เรื่องที่อยู่นอกเหนือขอบเขต
ของการรับรู้ทั่วไป

การทำนาย: ศิลป์หรือการปฏิบัติที่แสวงหา...การค้นพบความรู้ที่ถูกปิด
ซ่อนเอาไว้

เวทมนตร์คาถา: พลังชนิดพิเศษหรืออิทธิพลที่ดูเหมือนว่าได้รับมาจากแหล่งพลังงานที่เหนือธรรมชาติ

การเป็นสื่อกลาง: บุคคลที่ถือเป็นช่องทางการสื่อสารระหว่างโลกมนุษย์กับโลกวิญญาณ

แม่มดหมอผี: พลังหรืออิทธิพลในการเปลี่ยนแปลงที่ดูเหมือนว่ามีเวทมนต์ของขลัง[6]

สิ่งเหล่านี้เป็นสิ่งที่คริสเตียนควรเข้าไปคลุกคลียุ่งเกี่ยวด้วยใช่ไหม? คนที่ประกาศตัวว่าเป็นผู้เชี่ยวชาญในสงครามฝ่ายวิญญาณรู้เคล็ดลับเหล่านี้และรู้ว่าจะใช้คำพูดอย่างไรในการต่อสู้กับอำนาจมืดหรือ? ถ้าเป็นเช่นนั้นจริง พวกเขาก็เก่งเหนือไปกว่าเปาโล เพราะเห็นได้ชัดว่าเปาโลไม่ได้รู้จักวิธีการ "ผูกมัด" มารซาตาน เพราะมันได้ขัดขวางท่านไว้ (1 เธสะโลนิกา 2:18)

เพราะเหตุใดจึงมีการหลงไหลซาตานและวิญญาณชั่วเช่นนี้น่ะหรือ? ก็เพราะหลายคนนั้นยึดติดอยู่กับความเร้นลับนิยม จิตนาการ และความหลอนประสาท ผลก็คือพวกเขาทำให้ตัวเองมีความเสี่ยง*มากขึ้น*ต่อการถูกหลอกลวงของผีร้ายวิญญาณชั่ว พระเยซูตรัสว่าจะมี*หลายคน*มาอ้างว่าพวกเขาขับผีออกและทำการอัศจรรย์หลายอย่างในนามของพระองค์ เพียงเพื่อจะถูกพระองค์ขับไล่ออกไปในท้ายที่สุดในฐานะพวกผู้สอนเทียมเท็จ (มัทธิว 7:21-23)

เราจะต้องไม่ยอมให้อะไรมาหันเหเราออกไปจากความบริสุทธิ์ แม้ว่าสิ่งนั้นจะเป็นประสบกรณ์อันน่าตื่นเต้นเกี่ยวกับอำนาจเหนือธรรมชาติก็ตาม นี่คือการต่อสู้ที่แท้จริงที่เราจะต้องให้ความสนใจเป็นอย่างยิ่ง

ทำไมเราต้องปกป้องความคิดและอารมณ์ของเรา? ก็เพราะว่าซาตานทำงานเหมือนกับผู้บัญชาการกองทัพ เมื่อผู้บัญชาการกองทัพจะทำสงครามกับศัตรูสิ่งแรกที่เขาจะทำก็คือส่งแนวหน้าออกไป งานของแนวหน้าก็คือสร้างฐานที่มั่นจากจุดนั้นพวกเขาก็จะแทรกซึมเข้าไปในแนวรบของข้าศึก ซาตานก็ใช้วิธีการเดียวกันนี้กับผู้เชื่อ คือพยายามค้นหาจุดอ่อนในยุทธภัณฑ์ของผู้เชื่อ มันจะโจมตีไปยังจุดอ่อนที่มันค้นพบ

ในหนังสือคลาสสิค "คริสเตียนในเครื่องยุทธภัณฑ์" (*The Christian in Complete Armour*) ผู้รับใช้พิวริตัน วิลเลี่ยม เกอร์นอลล์ ได้เสนอวิธีการที่จะรักษาความบริสุทธิ์ไว้ ดังนี้

หาเพื่อนคริสเตียนที่ไว้ใจได้มาเป็นผู้คอยตรวจสอบความสัตย์ซื่อ เช่นนี้จะช่วยคุณได้อย่างมากในการรักษาความประพฤติที่ดีไว้ เขาเป็นเพื่อนที่มีใจบริสุทธิ์ ผู้จะพูดกับคุณด้วยความจริงใจ

คนที่คอยมองดูอยู่จะสังเกตเห็นมากกว่าผู้ที่กำลังกระทำ ดังนั้น จึงเป็นการเหมาะสมกว่าที่เขาจะเป็นผู้ตัดสินแทนที่จะตัดสินด้วยตัวเอง เพราะบางครั้ง การรักตัวเองจะทำให้เรามองไม่เห็นสิ่งที่เรากระทำ เราจะไม่เห็นว่าตัวเราเองแย่อย่างที่เรากำลังเป็น และบางครั้ง เราก็ระแวงตัวเราเองมากเกินไปจนทำให้เรารู้สึกว่าตัวเราเองแย่กว่าที่เราเป็น

ดังนั้น เราจะต้องไม่ปฏิเสธการช่วยเหลือนี้จากเพื่อนของเรา เราจะต้องพร้อมที่จะยอมรับคำชี้แนะด้วยใจถ่อมและด้วยใจขอบคุณ คนที่ไม่สามารถรับคำตักเตือนกำลังทำร้ายตัวเอง เพราะเขาเห็นแก่ตัวที่จะฟังความจริง[7]

เราจะปกป้องตัวเองได้อย่างไร? ก็โดยการดำเนินชีวิตให้บริสุทธิ์ ไม่ใช่โดยการใช้อำนาจแห่งการเผชิญหน้า ในโรม 13:12-14 เปาโลกล่าวว่า

กลางคืนล่วงไปมากแล้ว และรุ่งเช้าก็ใกล้เข้ามา ให้เราเลิกบรรดากิจการแห่งความมืด และสวมเครื่องอาวุธแห่งความสว่าง ให้เราประพฤติตัวเรียบร้อยสมกับเวลากลางวัน ไม่ใช่เลี้ยงเสพสุราเมามาย ไม่ใช่หยาบโลนลามก ไม่ใช่วิวาท

> ริษยากัน แต่ท่านทั้งหลายจงประดับกายด้วยพระเยซูคริสต์องค์พระผู้เป็นเจ้า และอย่าจัดเตรียมอะไรไว้เพื่อสนองตัณหาของเนื้อหนัง

ความสว่างเป็นเครื่องหมายของความบริสุทธิ์ ส่วนความมืดเป็นเครื่องหมายของความชั่ว การเลิกการกระทำของความชั่วและสวมเครื่องอาวุธของความสว่างก็คือ การสวมเกราะป้องกันอกแห่งความชอบธรรมนั่นเอง จงกำจัดความชั่วออกจากชีวิตและจงชื่นชมกับความบริสุทธิ์และความชอบธรรมอันเกิดจากความสัมพันธ์สนิทกับองค์พระผู้เป็นเจ้า โดยการปกป้องความคิดและอารมณ์ คุณก็กำลังหยุดยั้งการโจมตีของซาตาน

แต่ถ้าปราศจากเกราะป้องกันอกแห่งการดำเนินชีวิตที่บริสุทธิ์ คุณก็จะไม่เกิดผล ความสามารถในการรับใช้พระเจ้าของคุณก็จะลดลง และพระเจ้าก็จะเสื่อมเสียเกียรติ อัครทูตยอห์นเตือนว่า “จงระวังตัวให้ดี เพื่อว่าพวกท่านจะไม่สูญเสียสิ่งที่ท่านทำมาแล้ว แต่จะได้รับบำเหน็จเต็มที่” (2 ยอห์น 8) ดังนั้นจงสวมเกราะป้องกันอกเอาไว้เสมอ

7

ข่าวประเสริฐแห่งสันติสุข

ตอนที่ผมยังเล่นฟุตบอลในวิทยาลัยอยู่ หนึ่งในเกมการแข่งขันของเราจะต้อง
ลงแข่งในสนามกลางซึ่งเป็นสนามที่ใหญ่มาก ก่อนเกมการแข่งขันจะเริ่ม ผมจะต้อง
เลือกรองเท้าคู่ใดคู่หนึ่งในสองคู่ คู่ที่มีปุ่มยาวสำหรับพื้นสนามที่มีหญ้ายาว แต่
ถ้าพื้นสนามเรียบดี ผมก็จะเลือกรองเท้าที่มีปุ่มสั้น *ดูเหมือนว่า*สนามนั้นมีสภาพ
ดีมาก หญ้าดูเขียวและสมบูรณ์ ดังนั้นผมจึงเลือกรองเท้าที่มีปุ่มสั้น ซึ่งเป็นการ
ตัดสินใจที่แย่ เพราะก่อนหน้านั้นมีฝนตกมาหลายสัปดาห์แล้ว สนามจึงอยู่ใน
สภาพที่แย่ ผู้ดูแลสนามได้ทำการทาสีเขียวไว้เพื่อความสวยงามสำหรับการแข่งขัน
ผมได้แต่หวังว่าผมจะตระหนักถึงสิ่งเหล่านี้*ก่อน*เกมการแข่งขันจะเริ่มต้นขึ้น

ผมถือลูกบอลมาตั้งที่เส้นสี่หลา ถอยได้เพียงสองก้าวเท่านั้น ผมก็ลื่นล้ม
ต่อหน้าต่อตาคนทั้งสนาม ในระหว่างการแข่งขันผมลื่นล้มครั้งแล้วครั้งเล่า นั่น
เป็นเพราะว่าผมเลือกรองเท้าผิดประเภท ผลก็คือทีมของเราเสียเปรียบคู่ต่อสู้
เป็นอย่างมาก ผมพยายามจะขอแลกเปลี่ยนรองเท้ากับคนอื่น ๆ ที่ไม่ค่อยได้
ลงเล่น แต่ไม่มีใครยอมแลกกับผมเลย ดังนั้น ผมจึงล้มลุกคลุกคลานตลอดการ
แข่งขัน

รองเท้าของทหารโรมัน

ถ้ารองเท้าที่ถูกประเภทยังมีความสำคัญในการแข่งขันกีฬา คุณสามารถ
จินตนาการได้เลยว่ามันมีความสำคัญต่อทหารที่ต้องอยู่ในสนามรบขนาดไหน
ในระหว่างสงครามกลางเมืองอเมริกา ทหารภายใต้การนำของนายพลวอชิงตัน
ต้องใช้ผ้าพันเท้าของพวกเขา เพราะว่ารองเท้าขาด ผลก็คือทหารหลายคนได้รับ
บาดเจ็บและหลายคนเสียชีวิตเนื่องจากอากาศที่หนาวเหน็บ

รองเท้าสำหรับทหารโรมันสมัยของเปาโลนั้น จะมีพื้นหนาเป็นลักษณะ
บูทครึ่งแข้ง และผูกติดกับเท้าให้แน่นด้วยสายหนัง ที่พื้นรองเท้าจะมีโลหะเล็ก ๆ
ยื่นออกมาคล้าย ๆ ปุ่มรองเท้าฟุตบอล จุดประสงค์ก็เพื่อให้ทหารมีรากฐานที่
มั่นคงเพื่อให้เขาสามารถยืนหยัดในการต่อสู้ได้ นั่นก็คือในการต่อสู้ตัวต่อตัวเขา
จะยืนหยัดมั่นคงและเคลื่อนไหวได้อย่างรวดเร็วโดยไม่ต้องลื่นไถลหรือล้มลง

รองเท้าของทหารไม่ได้ทำขึ้นเพียงเพื่อให้มีรากฐานที่มั่นคงเท่านั้น แต่ยังเพื่อ
ป้องกันเท้าเมื่อต้องเดินทางไปบนพื้นผิวที่ขรุขระด้วย ยิ่งกว่านั้น โดยปกติแล้ว
กองทัพของคู่ต่อสู้มักจะฝังของมีคมไว้บนพื้นเพื่อทำให้ทหารที่บุกเข้ามาได้รับ
บาดเจ็บที่เท้า ดังนั้น เพื่อป้องกันตัวเอง ทหารจะต้องสวมรองเท้าที่มีพื้นแข็ง
และหนาเพื่อจะไม่ได้รับบาดเจ็บ ถ้าเท้าของทหารบาดเจ็บ เขาก็ไม่สามารถ
เดินได้ และเขาก็จะไม่สามารถทำการรบอย่างมีประสิทธิภาพได้

รองเท้าของทหารคริสเตียน

ในสงครามฝ่ายวิญญาณ มันเป็นสิ่งสำคัญที่ผู้เชื่อจะต้องสวมรองเท้าให้ถูก
ประเภท หากคุณไม่ยืนอย่างมั่นคงและไม่ป้องกันเท้าของตน คุณก็มีสิทธิ์ที่จะ
ล้มลง แม้คุณจะคาดเอวอย่างมั่นคงด้วยการอุทิศถวายตัวและสวมเกราะป้องกัน
อกแห่งการดำเนินชีวิตที่บริสุทธิ์แล้วก็ตาม ด้วยเหตุนี้ ในเอเฟซัส 6:15 เปาโล
จึงบอกให้เรา "เอาความพรั่งพร้อมในการประกาศข่าวประเสริฐแห่งสันติสุข
มาสวมเป็นรองเท้า"

เตรียมตัวสำหรับการต่อสู้

หลายคนคิดว่าเปาโลกำลังบอกให้เราประกาศข่าวประเสริฐ พวกเขาตีความหมายเช่นนี้โดยอ้างอิงไปที่โรม 10:15 ซึ่งกล่าวว่า "ถ้าไม่มีใครใช้พวกเขาไป เขาจะไปประกาศได้อย่างไร? ตามที่มีคำเขียนไว้ในพระคัมภีร์ว่า "เท้าของคนเหล่านั้นที่นำข่าวดีมา ช่างงามจริงๆ หนอ""

ไม่มีข้อสงสัยที่ว่าเราจะต้องไปประกาศข่าวประเสริฐ นั่นเป็นสิ่งที่เปาโลกล่าวถึงในโรม 10:15 แต่*ไม่ใช่*ในเอเฟซัส 6:15 ในเอเฟซัสเปาโลกล่าวถึงยุทธภัณฑ์ซึ่งเป็นสิ่งที่ใช้ในการ*ปกป้อง*ตัวเรา และเมื่อท่านเขียนถึง "ความพรั่งพร้อมในการประกาศข่าวประเสริฐแห่งสันติสุข" ท่านกำลังกล่าวถึงการน้อมรับข่าวประเสริฐ เราสวมรองเท้าชนิดนี้เมื่อเราได้รับความรอด "เหตุฉะนั้นเมื่อเราได้ถูกนับเป็นผู้ชอบธรรมโดยความเชื่อแล้ว เราจึงมีสันติสุขกับพระเจ้าโดยทางองค์พระเยซูคริสต์เจ้าของเรา" (โรม 5:1 TNCV) นี่คือเหตุผลที่ทำให้เราสามารถยืนอย่างมั่นคงได้

ถ้าคุณได้สวมรองเท้าข่าวประเสริฐแห่งสันติสุข คุณก็ได้รับการปกป้องและคุณจะสามารถยืนหยัดต่อสู้กับวิญญาณชั่วได้อย่างมั่นคง (เอเฟซัส 6.13) เมื่อคุณถูกโจมตี คุณจะไม่ลื่นไหลหรือล้มลง เพราะ "ข่าวประเสริฐแห่งสันติสุข" ที่ใช้ในการต่อสู้กับวิญญาณชั่วนั้นมีประสิทธิภาพมาก ดังนั้น ขอให้ทำความเข้าใจให้ชัดเจนว่าข้อพระคัมภีร์ตอนนี้อ้างถึงอะไร

สงครามระหว่างพระเจ้าและมนุษย์

คนส่วนใหญ่ไม่คิดว่าพวกเขาเป็นศัตรูกับพระเจ้า ยกเว้นคนที่ไม่เชื่อว่ามีพระเจ้า หลายคนอ้างว่าเขาเองเป็นคนชอบธรรม คือ เชื่อในพระเจ้าและสนใจในพระดำริของพระเจ้า แน่นอน พวกเขาไม่เห็นว่าตนเองเป็นศัตรูกับพระเจ้าที่กำลังโจมตีอาณาจักรของพระเจ้าอยู่ แต่พระคัมภีร์ได้เปิดเผยให้เราได้เห็นอย่างชัดเจนว่า ก่อนที่คนใดคนหนึ่งจะมาหาพระคริสต์ เขาหรือเธอเป็นคนบาป เป็นศัตรูกับพระเจ้า และเขาจะต้องได้รับพระพิโรธและการพิพากษาจากพระเจ้า (โรม 5.8-10)

เป็นที่ชัดเจนว่าพระเจ้าและมนุษยชาตินั้นอยู่คนละฝ่ายกัน

ประเด็นไม่ได้อยู่ที่มนุษย์ตั้งตัวทำสงครามกับพระเจ้า แต่พระเจ้าทรงทำ
สงครามกับมนุษย์ ในโรม 1:18 เปาโลกล่าวว่า "พระเจ้าทรงสำแดงพระพิโรธ
ของพระองค์จากสวรรค์ ต่อความหมิ่นประมาทพระองค์ และความชั่วร้าย
ทั้งมวลของมนุษย์ ที่เอาความชั่วร้ายนั้นบีบคั้นความจริง" ทำไมพระเจ้าต้อง
ทำสงครามล่ะ? ก็เพราะว่าพระองค์เป็นศัตรูกับความบาปและบิดาของความ
บาปคือซาตาน ถ้าคุณไม่ได้อยู่ฝ่ายพระเจ้า คุณก็อยู่ฝ่ายซาตาน (มัทธิว 12:30;
ยอห์น 1:12; 8:44)

นาฮูมผู้เผยพระวจนะได้เขียนไว้ว่า

> "พระยาห์เวห์ทรงเป็นพระเจ้าผู้หวงแหนและแก้แค้น
> พระยาห์เวห์ทรงแก้แค้นและทรงพระพิโรธ พระยาห์เวห์
> ทรงแก้แค้นคู่อริของพระองค์ และทรงเก็บความโกรธไว้
> ให้ศัตรูของพระองค์ พระยาห์เวห์กริ้วช้า และทรงฤทธานุภาพ
> ใหญ่ยิ่ง พระยาห์เวห์จะไม่ทรงปล่อยให้คนผิดลอยนวล
> พระมรรคาของพระองค์อยู่ในพายุหมุนและพายุ และเมฆ
> เป็นผงคลีแห่งพระบาทของพระองค์" (นาฮูม 1:2-3)

ใครก็ตามที่เป็นศัตรูกับพระเจ้าจะได้รับรู้และได้ลิ้มรสการพิพากษาของ
พระองค์ สงครามนี้รุนแรงมากซึ่งในวันหนึ่งพระเจ้าจะทิ้งบรรดาคนที่ไม่เชื่อ
ลงในบึงไฟที่ลุกไหม้อยู่เป็นนิตย์ (วิวรณ์ 21:8)

ข่าวประเสริฐแห่งสันติสุข

ใกล้ ๆ กรุงเอเธนส์ ประเทศกรีก มีที่ราบอยู่แห่งหนึ่งเรียกว่ามาราธอน
ที่ราบแห่งนี้มีความยาวโดยประมาณ 8 กิโลเมตร กว้างประมาณ 3 กิโลเมตร ในปี
490 ก่อน ค.ศ. กษัตริย์ดาริอัสแห่งเปอร์เซียได้ออกคำสั่งให้ทหารยกกองทัพมาบุก
เมืองของกรีกคือเมืองเอเธนส์และเมืองอีเรเทรีย เมืองอีเรเทรียนั้นถูกทำลายและ

ประชาชนของเมืองนั้นถูกจับไปเป็นทาส แล้วทหารเปอร์เซียก็เดินทางมาถึง
มาราธอนโดยหวังจะเข้ายึดเมืองเอเธนส์ การต่อสู้ที่มาราธอนเป็นการต่อสู้
ที่มีความสำคัญมาก ถ้าเปอร์เซียได้รับชัยชนะ วัฒนธรรมของกรีกก็คงจะไม่
หลงเหลืออยู่ในโลกนี้อีก ด้วยความกลัวนั้นจึงทำให้กรีกต่อสู้จนได้รับชัยชนะ

เมื่อศัตรูพ่ายแพ้ เฟดิพพิเดสซึ่งเป็นทหารสื่อสารของกรีกได้วิ่งจากที่ราบ
มาราธอนกลับไปยังกรุงเอเธนส์ เป็นระยะทางมากกว่า 40 กิโลเมตร เพื่อไป
รายงานต่อเจ้าเมือง เมื่อเขารายงานแล้วเขาได้ล้มลงขาดใจตาย ข่าวสารของเขา
คืออะไร? ข่าวสารของเขาก็คือสงครามจบลงแล้วและชัยชนะเป็นของกรีก การ
แข่งขันวิ่งมาราธอนทุกวันนี้จึงจัดขึ้นเพื่อเป็นที่ระลึกถึงความซื่อสัตย์ของทหาร
ผู้ซึ่งได้ประกาศถึงข่าวดีแห่งสันติสุข

ในโลกฝ่ายวิญญาณก็มีเรื่องข่าวดีแห่งสันติสุขเช่นกัน คือ มีสงครามระหว่าง
พระเจ้าและมนุษย์ แต่พระเจ้าทรงกระทำให้สงบสุขแล้ว พระองค์ทำอย่างไร?
โดยการนับบรรดาคนที่พระองค์ทรงเรียกให้มารับความรอดนั้นว่าเป็นผู้ชอบธรรม
และ "เมื่อเราได้ถูกนับเป็นผู้ชอบธรรมโดยความเชื่อแล้ว เราจึงมีสันติสุขกับ
พระเจ้าโดยทางองค์พระเยซูคริสต์เจ้าของเรา" (โรม 5:1 TNCV)

สันติสุขที่ว่านี้คืออะไร? บางคนบอกว่าหมายถึงความสงบภายในจิตใจ แต่
สันติสุขนี้ไม่ใช่อัตวิสัย แต่เป็นภววิสัย ไม่ใช่ความรู้สึกแต่เป็นความสัมพันธ์ การ
มีสันติสุขกับพระเจ้าหมายความว่า เราไม่ได้อยู่คนละฝ่ายกับพระเจ้าอีกต่อไป
นั่นเป็นข่าวดี พระพิโรธของพระเจ้าซึ่งท้ายที่สุดจะส่งเราไปนรกได้ถูกยกเลิก
แล้ว สงครามระหว่างเราและพระเจ้าจบสิ้นลงแล้ว

พระเจ้าทรงกระทำให้เราคืนดีกับพระองค์อย่างไร? ก็โดยการสิ้นพระชนม์
ของพระบุตรของพระองค์เพื่อเรา เปาโลเขียนไว้ว่า "พระเจ้าทรงสำแดงความรัก
ของพระองค์เองแก่เราทั้งหลาย คือขณะที่เรายังเป็นคนบาปอยู่นั้น พระคริสต์
ได้สิ้นพระชนม์เพื่อเรา ในเมื่อบัดนี้เราได้ถูกนับเป็นผู้ชอบธรรมแล้วโดยพระโลหิต
ของพระองค์ ยิ่งไปกว่านั้นเราจะรอดพ้นจากพระพิโรธของพระเจ้าโดยพระองค์
อย่างแน่นอน!" (โรม 5:8-9 TNCV)

พระเจ้าทรงเทการแก้แค้นและพระพิโรธของพระองค์ลงบนพระคริสต์ซึ่งยอมรับโทษทัณฑ์แทนเรา พระเยซูทรงชำระโทษบาปแทนเราและพระพิโรธของพระเจ้าสงบลงแล้ว สถานภาพใหม่ของเราก็คือสันติสุขกับพระเจ้า เพราะว่าพระเยซูทรงแบกรับความบาปของเราทั้งหมด ในสายพระเนตรของพระเจ้าเราจึงเป็นคนบริสุทธิ์และปราศจากความผิดตลอดไป

พระเจ้าทรงรักษาสันติสุขนี้อย่างไร? ก็โดยทางพระเยซูมหาปุโรหิตของเราผู้ซึ่งทรงชำระล้างเราจากบาปทั้งสิ้น (1 ยอห์น 1:7) พระองค์ทรงรักษาความสัมพันธ์ของเรากับพระองค์ผ่านทางการงานบนไม้กางเขนในอดีตและการทูลขอของพระองค์ในขณะนี้ที่เบื้องขวาพระหัตถ์ของพระเจ้า (ฮีบรู 7:25) ในโรม 5:10 เปาโลกล่าวไว้ว่า “ถ้าขณะที่เรายังเป็นศัตรูต่อพระเจ้าเราได้กลับคืนดีกับพระองค์ โดยที่พระบุตรของพระองค์สิ้นพระชนม์ ยิ่งกว่านั้นอีกเมื่อกลับคืนดีแล้ว เราก็จะรอดโดยพระชนม์ชีพของพระองค์” เนื่องจากการสิ้นพระชนม์ของพระผู้ช่วยให้รอดนำเราให้มาถึงพระเจ้าได้สำเร็จแล้ว พระผู้ช่วยให้รอดผู้ทรงพระชนม์อยู่จะทรงสามารถรักษาเราไว้ที่นั่นได้อย่างแน่นอน

พระเจ้าจะทรงรักษาความสัมพันธ์แห่งสันติสุขนี้นานเท่าไหร่? ตลอดไป! ในฮีบรู 10:14 ผู้เขียนกล่าวว่า “โดยการถวายบูชาเพียงครั้งเดียว พระองค์ก็ทรงทำให้คนทั้งหลายที่ได้รับการชำระให้บริสุทธิ์แล้วนั้นถึงความสมบูรณ์ตลอดไป”

ความมั่นคงในสมรภูมิ

เย็นวันหนึ่งผมถูกเรียกให้ไปที่คริสตจักรและพบว่าผู้ปกครองคนหนึ่งของเรากำลังโต้แย้งอยู่กับหญิงคนหนึ่งที่ถูกผีเข้า ผีใช้ปากของหญิงผู้นี้ในการพูด แต่เสียงที่ออกมานั้นไม่ใช่เสียงของเธอเอง สิ่งแปลกประหลาดยังคงดำเนินต่อไปในห้องนั้น เธอจับโต๊ะคว่ำลงและขว้างปาสิ่งของ

เมื่อผมเดินเข้าไปในห้อง เธอรีบนั่งลงบนเก้าอี้ทันที เธอมองมาที่ผมอย่างบ้าคลั่ง และเธอกล่าวกับผมด้วยเสียงที่ไม่ใช่ของเธอเองว่า “ไล่เขาออกไป! อย่าให้เขาเข้ามา! ไล่เขาออกไป!” ผมดีใจที่มันรู้ว่าผมอยู่ฝ่ายไหน ในตอนแรกนั้นพวกเรา

ไม่รู้ว่าจะทำอย่างไรดี เราพยายามพูดกับมัน และเราสั่งมันในพระนามของพระเยซูให้มันลงไปยังนรกขุมลึก เราใช้เวลาถึงสองชั่วโมงในการพยายามขับไล่ผีออกจากผู้หญิงคนนี้

ในท้ายที่สุด เมื่อเราหยุดที่จะพยายามพูดกับผีและหันมาช่วยเหลือหญิงผู้นี้โดยตรง เราก็เริ่มที่จะมีความคืบหน้าบ้าง

เรานำเสนอข่าวประเสริฐให้กับเธอ เราอธิบายว่าเธอจำเป็นต้องสารภาพบาปและทิ้งบาปของเธอเสีย เธอได้อธิษฐานด้วยความจริงใจ สารภาพบาปของเธอและได้พบความรอดอย่างแท้จริง โดยการทำเช่นนี้ เธอได้สวมเท้าของเธอด้วย "ข่าวประเสริฐแห่งสันติสุข" ในคืนนั้นเธอจากไปด้วยรากฐานที่มั่นคง ผีได้ออกจากเธอไป และตั้งแต่นั้นมา มันก็ไม่ได้กลับมารบกวนเธออีกเลย

เป็นเรื่องน่ามหัศจรรย์ที่เรารู้ว่าพระเจ้าทรงอยู่ข้างเรา เราเป็นอันหนึ่งอันเดียวกันกับพระองค์และเราได้รับการปกป้องอย่างเต็มที่ในพระคริสต์ ด้วยเหตุนี้เองเราจึงสามารถยืนอย่างมั่นคงได้ในการต่อสู้กับซาตาน ไม่มีความจำเป็นที่เราจะต้องลื่นล้ม คริสเตียนที่มีความมั่นคงจะมีท่าทีอย่างนี้ คือ "ซาตาน เจ้าอาจจะเข้ามารุกรานเรา แต่เราจะยืนอยู่อย่างมั่นคง เพราะเรารู้ว่าพระเจ้าทรงอยู่ฝ่ายเรา" นี่คือความมั่นคงที่เปโตรมี

การตัดสินใจของเปโตร

ในยอห์น 18:4-6 เปโตรยืนอยู่กับสาวกคนอื่น ๆ ในสวนเกทเสมนีในขณะที่มีทหารกองหนึ่งกำลังมุ่งหน้ามาจับพระเยซูในคืนนั้น ในหนึ่งกองจะมีทหารอยู่ 600 คน พวกเขาถือคบเพลิงและอาวุธมาด้วย แน่นอน พวกเขาคงคิดว่าจะมีการต่อสู้เกิดขึ้น เมื่อพวกเขามาถึงพระเยซู พระองค์ได้ตรัสถามเขาว่า "พวกท่านมาหาใคร"

พวกเขาตอบว่า "เยซูชาวนาซาเร็ธ"

พระองค์จึงตรัสตอบเขาว่า "เราเป็นผู้นั้น" เมื่อพระเยซูทรงกล่าวถ้อยคำเหล่านี้ออกมา ศัตรูของพระองค์ก็หงายหลังล้มลงที่พื้น ฤทธิ์อำนาจของพระเจ้า

ทำให้เปโตรฮึกเหิม เขาได้ชักดาบออกมาและฟันหูทาสของมหาปุโรหิตคนหนึ่งขาด เปโตรคงจะคิดว่า *อำนาจอะไรช่างยิ่งใหญ่ขนาดนี้! ด้วยว่าองค์พระผู้เป็นเจ้าของเรามีอำนาจมาก จึงไม่มีเหตุผลอะไรที่จะต้องยอมให้จับ* และผมเชื่อว่าเปโตรคงไม่ได้ตั้งใจที่จะฟันหูของทาสคนนั้นหรอก เขาเล็งไปที่หัวอย่างแน่นอน แต่ทาสคนนั้นหลบได้ทันก่อน

เปโตรพร้อมที่จะต่อสู้กับกองทัพโรมัน อะไรเป็นเหตุที่ทำให้เขาตัดสินใจเช่นนี้? จากการที่เปโตรได้เห็นทหารล้มลงอย่างไม่เป็นท่าด้วยพระนามของพระเยซู เขาสัมผัสได้ว่าไม่มีอะไรจะเอาชนะเขาได้ เพราะเขารู้ว่าองค์พระผู้เป็นเจ้าทรงอยู่ฝ่ายเขา

แต่สิ่งที่เปโตรทำนั้นผิด เขากระทำตามความรู้สึกของเขาเอง ไม่ใช่ตามความจริงที่พระคริสต์ได้ทรงสำแดงให้เขารู้ ถ้าเปโตรฟังคำสั่งของพระเยซูตั้งแต่ตอนเย็น เขาก็คงจะรู้ว่าเหตุการณ์ที่เกิดขึ้นนี้เป็นไปตามแผนการของพระเจ้า

น่าเสียดายที่หลายคนในทุกวันนี้ที่หมกมุ่นอยู่กับการเผชิญหน้ากับวิญญาณชั่ว กลับกระทำผิดมากยิ่งกว่าสิ่งที่เปโตรทำในสวนเกทเสมนีในคืนนั้นเสียอีก ความกระตือรือร้นของพวกเขาเป็นผลมาจากความเชื่อมั่นที่ผิด ๆ อันเกิดจากประสบการณ์ของเขา ไม่ใช่จากพระวจนะของพระเจ้า เราจะต้องตรวจสอบประสบการณ์ทุกอย่างด้วยมาตรฐานแห่งความจริงคือพระวจนะของพระเจ้า นั่นจึงเป็นเหตุที่ผู้เผยพระวจนะอิสยาห์กล่าวว่า “ไปดูธรรมบัญญัติและถ้อยคำพยาน แน่ทีเดียวคนที่ไม่พูดเช่นข้าพเจ้าก็จะเป็นคนที่ไม่มีรุ่งอรุณเลย” (อิสยาห์ 8:20)

ทำไมอิสยาห์จึงกล่าวเช่นนี้? เพราะพระเจ้าต้องการให้ชนชาติอิสราเอลแสวงหาพระองค์จากพระวจนะของพระองค์ ซึ่งเป็นแหล่งแห่งความจริงเพียงหนึ่งเดียว ไม่ใช่แสวงหาพระองค์ทางคนทรงหรือพ่อมดหมอผี (ข้อ 19)

เปาโลได้กล่าวเตือนแม้กระทั่งทีโมธีซึ่งเป็นผู้นำและได้รับการฝึกอบรมมาอย่างดี ท่านสั่งให้ทีโมธีหลีกหนีความเท็จและให้หันมามุ่งมั่นที่ความจริงอันบริสุทธิ์แห่งพระวจนะของพระเจ้า (1 ทิโมธี 6:20-21) การยอมให้ตัวเองรับฟัง

คำสอนเท็จคือการไม่เชื่อฟังพระเจ้านั่นเอง

ดร. ปีเตอร์ มาสเตอร์ ได้กล่าวอย่างถูกกต้องเกี่ยวกับเรื่องนี้ว่า

> เมื่อหมายสำคัญและการอัศจรรย์ซึ่งกระทำโดยมือของมนุษย์กลายเป็นสิ่งที่สำคัญต่อความเชื่อ ความเชื่อที่แท้จริงก็จะหายไป มันเป็นชัยชนะของซาตาน ถ้ามันสามารถเอาความเชื่อออกไปจากคริสเตียนได้ ดังนั้น แทนที่เขาจะตั้งความหวังของเขาไว้บนพระดำรัสของพระเจ้า เขากลับพึ่งอาศัย "ข้อพิสูจน์" ที่มองเห็นได้ด้วยตา โดยที่เขาคิดว่า "ฉันต้องเห็นหมายสำคัญและการอัศจรรย์"... โดยการทำเช่นนี้เขากำลังหมิ่นประมาทพระบุคคลและพระวจนะของพระเจ้า[1]

อย่ายอมให้สิ่งหนึ่งสิ่งใด แม้ว่ามันจะยิ่งใหญ่ขนาดไหนก็ตาม มาดึงเราออกไปจากพระวจนะแห่งความจริงของพระเจ้าได้

การเชื่อฟังของกิเดโอน

กิเดโอนได้เรียนรู้หลักการในการยืนหยัดต่อสู้กับศัตรู กองทัพมีเดียนได้ยกมาบุกอิสราเอล พระคัมภีร์กล่าวว่า "บรรดาคนมีเดียน และคนอามาเลขกับชาวตะวันออกนอนอยู่ตามหุบเขาเหมือนตั๊กแตนปาทังก้าเป็นฝูงๆ ฝูงอูฐของเขาก็นับไม่ถ้วน มากดุจเม็ดทรายที่ฝั่งทะเล" (ผู้วินิจฉัย 7:12) อิสราเอลตอบสนองเรื่องนี้ด้วยการรวบรวมทหาร 32,000 คน แต่พระเจ้าตรัสกับกิเดโอนว่าพระองค์ไม่ต้องการทหารมากขนาดนั้น ในที่สุดเหลือทหารเพียง 300 คนเท่านั้นที่ออกไปต่อสู้กับศัตรู (ข้อ 6)

พระเจ้าทรงสัญญากับกิเดโอนว่า ทหารเพียงไม่กี่ร้อยคนนี้จะเอาชนะกองทัพใหญ่ของพวกมีเดียนได้ (ข้อ 7) เป็นไปได้อย่างไร? พระเจ้าบอกกิเดโอน

ว่าให้ทหารแต่ละคนถือหม้อซึ่งข้างในมีคบเพลิงและถือเขาสัตว์ไปด้วย แล้ว
ให้ล้อมกองทัพของมีเดียนซึ่งตั้งค่ายอยู่ที่หุบเขาข้างล่างไว้ เมื่อพระเจ้าตรัสสั่ง
กิเดโอน ให้ทหารทุกคนเป่าเขาสัตว์พร้อมกัน ให้ทุบหม้อ และชูคบเพลิงขึ้น
(ข้อ 16-21) เมื่อทหารทำตามคำสั่งของพระเจ้า เหล่าทหารมีเดียนก็โกลาหลและ
ลุกขึ้นฆ่าฟันซึ่งกันและกัน (ข้อ 22) ทำไมกิเดโอนจึงกล้าออกไปต่อสู้กับกองทัพ
ใหญ่ด้วยคนเพียง 300 คน? เพราะเขารู้ว่าพระเจ้าทรงอยู่ฝ่ายเขา

คุณเองก็สามารถยืนอย่างมั่นคงด้วยอำนาจของพระคริสต์เช่นเดียวกัน
ไม่ว่าซาตานจะเล่นงานคุณด้วยวิธีอะไร คุณไม่มีเหตุผลที่จะกลัวเมื่อคุณได้
สวมเท้าของคุณด้วย "ข่าวประเสริฐแห่งสันติสุข"

8

โล่แห่งความเชื่อ

เมื่อหลายปีก่อน โรงเรียนพระคริสต์ธรรมฟูลเลอร์ได้สอนวิชาหนึ่งที่เรียกว่า
"การอัศจรรย์และการเติบโตของคริสตจักร" โดยใช้รหัสว่า MC510 ในตอนท้าย
ของการบรรยายแต่ละครั้งจะมีการฝึกภาคปฏิบัติ เช่น การขับผี และการรักษา
คนป่วย จุดประสงค์ของกิจกรรมนี้ก็เพื่อช่วยให้นักศึกษาค้นหาว่าเขาได้รับ
ของประทานในการทำอัศจรรย์อะไรบ้าง

ปัจจุบันวิชานี้ได้ถูกยกเลิกไปแล้ว วิชานี้ได้รับความนิยมมากและในขณะ
เดียวกันก็ทำให้เกิดความแตกแยกอย่างมากในหมู่นักศึกษาด้วย คณาจารย์
ทางด้านศาสนศาสตร์หลายคนมีคำถามมากมายเกี่ยวกับสิ่งที่เกิดขึ้นในห้องเรียน
ผลจากการต่อต้านทำให้วิชานี้ต้องปิดตัวลงไป ผู้อำนวยการของโรงเรียนได้ขอให้
คณาจารย์ตั้งคณะกรรมการเพื่อศึกษาหลักการของพระคัมภีร์ ศาสนศาสตร์
และอิทธิพลทางด้านจิตวิทยาของวิชานี้ ต่อมามีการพิมพ์ข้อสรุปว่า วิชาที่ว่าด้วย
หมายสำคัญและการอัศจรรย์นั้นไม่เหมาะสมกับหลักสูตรทางด้านศาสนศาสตร์
ต่อไปนี้เป็นตัวอย่างคำคัดค้านของคณาจารย์ที่มีต่อวิชานี้

โลกิยนิยมสมัยใหม่ จะเน้นในเรื่องการอัศจรรย์อย่างมาก โดยเน้นว่าพระเจ้าทรงสถิตอยู่ด้วยเป็นพิเศษในการอัศจรรย์ ซึ่งต่างจากการรักษาโรคแบบธรรมดา สิ่งที่อันตรายก็คือ พระคัมภีร์ไม่ได้แยกทั้งสองออกจากกัน หรืออาจจะพูดได้อีกอย่างว่า “พระเจ้าแห่งการอัศจรรย์” จะกระทำการในรูปแบบพิเศษและเหนือธรรมชาติ ไม่ใช่ในรูปแบบธรรมดา

ความเฉพาะตัว สิ่งที่เรียกว่าการเผชิญหน้าด้วยหมายสำคัญและการอัศจรรย์ถูกอ้างว่าเป็นบรรทัดฐานสำหรับการประกาศข่าวประเสริฐตามหลักของพระคัมภีร์ที่แท้จริง การตัดสินทางตรงและบางครั้งเป็นทางอ้อมก็คือว่า คนอื่นเคยทำและกำลังทำพระราชกิจของพระเจ้าด้วยกำลังของตนเอง ถ้าเป็นเช่นนี้แล้ว ออกัสตินแห่งฮิปโป, ลูเธอร์, คาลวิน, ปาสคาล, โจนาธาน เอ็ดเวิร์ด และจอห์น เวสลีย์ ก็น่าฉงนมาก เพราะท่านเหล่านี้ไม่ได้ทำการอัศจรรย์ในพันธกิจของท่าน

อำนาจวิเศษของคริสเตียน คณาจารย์พากันเป็นห่วงว่าวิธีทางการอัศจรรย์มีแนวโน้มว่าจะเป็นสูตร โดยเฉพาะอย่างยิ่งในพันธกิจ “การขับผี” เพื่อปลดปล่อยคนที่ถูกคิดว่าผีเข้าให้เป็นอิสระ นักศึกษาบางคนเน้นว่า จะต้องใช้คำพูดที่ถูกต้องหรือจะต้องค้นหาชื่อของผีตัวที่เข้าสิงคนนั้นจากรายชื่อของผี เขาบอกว่าเราจะต้องดูรายชื่อทีละชื่อจนกว่าจะพบชื่อที่สะดุดตา วิธีการนี้เชื่อว่าเราสามารถบีบบังคับพระเจ้าให้ทำตามคำสั่งของเราได้ คือ ถ้าเราทำสิ่งนี้พระองค์จะทำสิ่งนั้น

> *ความเป็นส่วนตัวนิยม* เมื่อความเชื่อแบบคาริสเมติกถูกผลักดันให้ขึ้นมาอยู่ในแนวหน้าของประสบการณ์คริสเตียน จริยธรรมก็มีแนวโน้มที่จะถดถอยลงไป ดูเหมือนว่าคนที่เชื่อแบบนี้จะหมกหมุ่นอยู่กับสุขภาพฝ่ายร่างกายและเรื่องวิญญาณ แนวโน้มของพวกเขาก็คือให้ความสนใจกับเรื่องเหล่านี้ แต่เป้าหมายสูงสุดของคริสเตียนคือ ผลของพระวิญญาณ ไม่ใช่ของประทานของพระวิญญาณ...
>
> *ความล้มเหลว* เราจะทำอย่างไรกับคนที่ไม่ได้รับการรักษา? นี่เป็นคำถามที่เกิดขึ้นในใจของคณาจารย์หลายคน ซาตานชนะหรือ? ถ้าเป็นเช่นนั้น ซาตานก็คือผู้ออกคำสั่ง เพราะว่าความเป็นจริงก็คือ คนส่วนใหญ่ที่ได้รับการอธิษฐานเผื่อยังไม่ได้รับการรักษาให้หาย ในการอัศจรรย์และหมายสำคัญจะมีพลังอำนาจและแรงกดดันอย่างประหลาดที่เรียกร้องให้เราแสวงหาการอัศจรรย์ในที่ซึ่งไม่มีการอัศจรรย์ คณาจารย์บางคนรู้สึกไม่พอใจกับรายงานในเรื่องการรักษาโรคที่ออกมาจากการประชุม MC510 ซึ่งพวกเขาเห็นว่ามันไม่มีสาระอะไรเลย[1]

วิชานี้อาจจะปิดไปแล้ว แต่การเคลื่อนไหวในเรื่องนี้กลับรุนแรงกว่าที่เป็นมาเสียอีก การเคลื่อนไหวนี้รู้จักกันในนามของคลื่นลูกที่สาม[2] ซึ่งมีคนเป็นจำนวนมากที่ให้การสนับสนุนรวมทั้งคริสตจักรที่แสวงหา “ฤทธิ์อำนาจในการเผชิญหน้า” แบบหน้าต่อหน้ากับวิญญาณชั่ว แนวคำสอนแบบคลื่นลูกที่สามและพวกที่เน้นเรื่องสงครามฝ่ายวิญญาณซึ่งกำลังเติบโตอยู่ในท่ามกลางหมู่คริสเตียน ได้ทำให้คริสเตียนหันมาสนใจในเรื่องการขับผีและการเผชิญหน้ากับวิญญาณชั่วอย่างที่ไม่เคยมีมาก่อนนับตั้งแต่ยุคกลาง

การเคลื่อนไหวที่กล่าวมานี้ไม่สอดคล้องกับคำสอนของพระคัมภีร์ สิ่งที่เราจะเน้นถึงนั้นไม่ใช่อำนาจของความมืด เราจะไม่หมกมุ่นอยู่กับวิญญาณชั่ว แต่เราจะใส่ใจกับความชอบธรรม อัครทูตเปาโลเขียนไว้ว่า "ข้าพเจ้าอยากให้ท่านเชี่ยวชาญในการดี และทื่มในการชั่ว" (โรม 16:19)

ขอให้สังเกตว่ายุทธภัณฑ์ฝ่ายวิญญาณที่เปาโลอธิบายไว้ในเอเฟซัส 6 นั้นไม่ใช่เป็นเครื่องมือในการขับผี แต่เป็นขุมกำลังสำหรับการดำเนินชีวิตคริสเตียนปกติ เราได้พิจารณายุทธภัณฑ์มาแล้ว 3 อย่าง ซึ่งเราจะต้องสวมใส่ตลอดเวลา คือ เข็มขัด เกราะป้องกันอก และรองเท้า ในตอนนี้เปาโลได้กล่าวถึงยุทธภัณฑ์อีกชุดหนึ่งที่ต่างออกไป คือ

> และพร้อมกับสิ่งทั้งหมดนี้ จงเอาความเชื่อเป็นโล่ ด้วยโล่นี้พวกท่านจะสามารถดับลูกศรเพลิงทั้งหมดของมารร้าย จงเอาความรอดเป็นหมวกเหล็กป้องกันศีรษะ และจงถือ [ดาบ] ของพระวิญญาณคือพระวจนะของพระเจ้า (เอเฟซัส 6:16-17)

แม้ว่ายุทธภัณฑ์ทุกชิ้นจะมีความสำคัญ แต่เปาโลก็ชี้ให้เห็นถึงความแตกต่างระหว่างยุทธภัณฑ์สามอย่างแรกกับยุทธภัณฑ์อีกสามอย่างที่เหลือ ยุทธภัณฑ์สามอย่างแรกใช้คู่กับคำกริยาว่า "มี" (ตามภาษาเดิม ส่วนพระคัมภีร์ภาษาไทยใช้คำว่า "เอา") ชี้ให้เห็นว่า เป็นเรื่องถาวรตลอดระยะเวลาแห่งการเตรียมตัว เราจะต้องสวมยุทธภัณฑ์ทั้งสามชิ้นอย่างถาวรตลอดเวลา ยุทธภัณฑ์สามอย่างหลังใช้คู่กับคำกริยาว่า "เอา" ซึ่งชี้ให้เห็นว่ายุทธภัณฑ์เหล่านี้อยู่ใกล้มือที่พร้อมจะนำมาใช้เมื่อไหร่ก็ได้ที่มีการต่อสู้

ทหารโรมันจะสวมเข็มขัด เกราะป้องกันอก และรองเท้าไว้ตลอดเวลา แต่ในช่วงที่ไม่ได้อยู่ในสนามรบเขาอาจจะวางโล่ ดาบ และหมวกเหล็ก ไว้ข้าง ๆ ตัว และเมื่อได้สัญญาณที่จะออกรบ เขาก็พร้อมที่จะหยิบมันขึ้นมาทันที หลักการ

อันเดียวกันนี้ก็ถูกนำมาใช้กับกีฬาด้วย เช่น กีฬาเทนนิส มีอุปกรณ์บางอย่างที่นักกีฬาต้องสวมใส่ตลอดเวลา เช่น เสื้อผ้า ถุงเท้า รองเท้า แต่ก็มีบางอย่างที่จะใช้ก็ต่อเมื่อเวลาลงไปแข่งขันเท่านั้น เช่น แร็กเก็ต เป็นต้น

ในสงครามฝ่ายวิญญาณก็เช่นเดียวกัน มีอุปกรณ์บางอย่างที่เราต้องใช้ตลอดระยะเวลาในการเตรียมความพร้อม และก็มีบางครั้งที่จะนำออกมาใช้ได้ในทันทีทันใดเมื่อมีการต่อสู้ คุณจะต้องยอมจำนนต่อพระคริสต์เสมอ ด้วยการแสวงหาความบริสุทธิ์และยืนหยัดอย่างมั่นคงในความรู้ที่ว่าพระเจ้าทรงอยู่ฝ่ายคุณ นั่นคือเครื่องป้องกันอย่างดีในการต่อสู้

คลังสรรพาวุธฝ่ายวิญญาณของพระเจ้ามีอาวุธมากมายสำหรับผู้เชื่อ แต่โดยการใช้อาวุธทั้งสามอย่าง คือ โล่แห่งความเชื่อ หมวกเหล็กแห่งความรอด และดาบของพระวิญญาณ ก็ทำให้เรามีเครื่องป้องกันสองชั้นที่ป้องกันลูกศรที่ศัตรูยิงมา ตอนนี้ให้เรามาดูว่าโล่แห่งความเชื่อนั้นหมายถึงอะไร

โล่ของทหารโรมัน

ทหารโรมันนั้นใช้โล่หลายชนิด แต่มีสองชนิดที่ใช้กันประจำ อันหนึ่งเป็นโล่ขนาดเล็กมีรูปร่างกลม ทหารราบจะสวมโล่นี้ไว้ที่ต้นแขนข้างซ้าย เนื่องจากมันมีน้ำหนักเบา จึงทำให้ทหารเคลื่อนไหวได้อย่างคล่องแคล่วในสนามรบ ทหารจะถือดาบด้วยมือขวา ในการต่อสู้แบบตัวต่อตัว เขาจะจู่โจมศัตรูด้วยดาบ ในขณะเดียวกันก็ป้องกันตัวเองด้วยโล่ แต่นี่ไม่ใช่โล่อย่างที่เปาโลกำลังกล่าวถึงในเอเฟซัส 6:16

เนื้อความในภาษากรีกชี้ให้เห็นว่าท่านกำลังกล่าวถึงโล่ขนาดใหญ่ที่เป็นรูปสี่เหลี่ยม โล่นี้มีความสูง 135 ซม. กว้าง 75 ซม. ทำมาจากไม้กระดานและเคลือบด้านนอกด้วยโลหะหรือหนัง สิ่งที่เคลือบอยู่ด้านนอกนั้นหนามาก โลหะจะหันเหทิศทางของลูกศรเพลิง ในขณะที่หนังจะดับไฟที่ลุกไหม้ที่หัวลูกศร

โล่นี้มีบทบาทในการรบเป็นอย่างมาก เมื่อทหารโรมันต้องต่อสู้กับการรบครั้งสำคัญ ทหารจะเข้าแถวเป็นแนวยาว ยืนถือโล่ชนิดนี้เป็นกองหน้า ข้างหลัง

ของพวกเขานั้นคือทหารคนอื่น ๆ ที่ใช้ดาบและธนูเป็นอาวุธ เมื่อกองทัพเพลี่ยงพล้ำต่อศัตรู ทหารในแนวหน้าจะปักโล่ของเขาเรียงต่อเนื่องกันเป็นแนวกำแพงที่แน่นหนา ข้างหลังของกำแพงนี้ ทหารที่ใช้ธนูจะยิงธนูเพลิงไปยังข้าศึก ในลักษณะเช่นนี้ กองทัพจะค่อยๆ คืบคลานเข้าไปหาข้าศึก จนกระทั่งเขาสามารถสู้รบตัวต่อตัวได้ ในเรื่องฝ่ายวิญญาณนั้น ผู้เชื่อจะป้องกันตัวเองจากศรเพลิงได้โดยการใช้โล่แห่งความเชื่อ

โล่ฝ่ายวิญญาณของเรา

คำจำกัดความของความเชื่อในเชิงปฏิบัติ

เมื่อมิชชั่นนารีจอห์น เพตัน กำลังแปลพระคัมภีร์สำหรับชาวหมู่เกาะทะเลใต้ เขาไม่สามารถหาคำที่เหมาะสมสำหรับแนวคิดของการเชื่อ การไว้วางใจ และการมีความเชื่อได้ เขาไม่รู้ว่าจะทำอย่างไรดี วันหนึ่งขณะที่เขากำลังทำงานอยู่ในกระท่อม ชาวพื้นเมืองได้วิ่งเข้ามาหาเพตันและทรุดลงที่เก้าอี้อย่างหมดแรง เขาพูดว่า "รู้สึกดีจังที่ผมได้ทิ้งน้ำหนักตัวทั้งหมดของผมไว้บนเก้าอี้ตัวนี้" ในทันใดนั้น เพตันก็รู้ทันทีว่าเขาได้คำจำกัดความแล้ว ความเชื่อก็คือการทิ้งน้ำหนักตัวทั้งหมดไว้ที่พระเจ้า ความหมายนี้ได้นำให้คนทั้งหมู่บ้านมาเชื่อพระคริสต์

ความเชื่อของคริสเตียนทั้งสิ้นนั้นเป็นความเชื่อที่ว่าพระเจ้า "ทรงดำรงพระชนม์อยู่ และพระองค์ทรงเป็นผู้ประทานบำเหน็จแก่คนเหล่านั้นที่แสวงหาพระองค์" (ฮีบรู 11:6) คริสเตียนที่แท้จริงเชื่อว่าพระเจ้าคือผู้ดลใจให้เขียนพระคัมภีร์ เชื่อว่าพระคริสต์คือพระเจ้า และเชื่อว่าพระคริสต์ทรงตาย เป็นขึ้นมาจากความตาย และจะเสด็จกลับมาอีกครั้งหนึ่ง คริสเตียนรู้ว่าโดยการหันเสียจากความบาปและตัวเอง และมาเชื่อในพระคริสต์ เขาก็จะได้เข้าไปในอาณาจักรของพระองค์ ในฮาบากุก 2:46 องค์พระผู้เป็นเจ้าชี้ให้เห็นว่า "คนชอบธรรมจะดำรงชีวิตด้วยความเชื่อ"

ความเชื่อคือการไว้วางใจอย่างสิ้นเชิงและไม่มีเงื่อนไขใด ๆ ในพระเจ้าและในพระวจนะของพระองค์ ความเชื่อที่แท้จริงจะไม่มีคำถามใด ๆ และไม่ต้องการ

คำอธิบายใด ๆ ทำไมคนเช่นอาแบล เอโนค โนอาห์ อับราฮัม และโมเสสจึงเชื่อในพระเจ้า? เพราะว่าพวกเขามีทัศนคติที่ถูกต้องว่าพระองค์ทรงเป็นผู้ใด พวกเขามุ่งเน้นที่พระเจ้าและพระลักษณะของพระองค์ พวกเขาเชื่อพระเจ้าจนกระทั่งพระองค์ตรัสอะไร พวกเขาก็ยอมเชื่อฟังทั้งสิ้น

ผู้เขียนพระธรรมฮีบรูอธิบายลักษณะของความเชื่อดังนี้ “ความเชื่อคือความมั่นใจในสิ่งที่หวังไว้ เป็นความแน่ใจในสิ่งที่มองไม่เห็น” (ฮีบรู 11:1) คำภาษากรีกที่แปลว่า “ความมั่นใจ” ยังปรากฏในฮีบรู 3:14 ซึ่งอ้างถึงการรับประกัน ความเชื่อคือความรับประกันมั่นใจว่าพระสัญญาของพระเจ้านั้นเป็นความจริงและเชื่อถือได้

ย้อนกลับไปในสมัยของอับราอัม ผู้เขียนพระธรรมฮีบรูกล่าวไว้ใน 11:13 ว่า “คนเหล่านี้ทั้งหมดตายในขณะที่ยังมีความเชื่ออยู่ และยังไม่ได้รับสิ่งต่างๆ ที่ทรงสัญญาไว้ แต่พวกเขาก็สังเกตเห็นแต่ไกลและรอรับด้วยใจยินดี และยอมรับว่าพวกเขาเป็นคนแปลกถิ่นที่ท่องเที่ยวไปในโลก” แม้ว่าบรรพบุรุษในสมัยพระคัมภีร์เดิมจะตายไปก่อนที่พระสัญญาของพระเจ้าต่อพวกเขาจะสำเร็จ แต่พวกเขาก็ดำเนินชีวิตด้วยความไว้วางใจว่าพระเจ้าจะทรงรักษาสัญญาของพระองค์ พวกเขามองเห็นสวรรค์ด้วยสายตาแห่งความเชื่อ แม้ว่าพวกเขาจะเป็นคนแปลกถิ่นที่ท่องเที่ยวไปในโลก “ซึ่งพระเจ้าทรงเป็นสถาปนิกและเป็นผู้ทรงสร้าง” (ข้อ 10)

ความเชื่อยังป็นความแน่ใจในสิ่งที่มองไม่เห็น (ข้อ 1) ความเชื่อคือการดำเนินชีวิตบนสิ่งที่มองไม่เห็น ในการตอบสนองต่อท่าทีของโทมัสเมื่อเขาได้เห็นพระเยซูครั้งแรกหลังจากที่พระองค์ทรงเป็นขึ้นจากตาย พระเยซูตรัสว่า “เพราะท่านเห็นเราท่านจึงเชื่อหรือ? คนที่ไม่เห็นเราแต่เชื่อก็เป็นสุข” (ยอห์น 20:29) ในฐานะคริสเตียน เรานมัสการพระองค์ “ผู้ไม่ทรงปรากฏแก่ตา” (ฮีบรู 11:27)

สหายของความเชื่อ

ในฐานะผู้เชื่อ เราจะต้องฝึกฝนความเชื่อของเรา นั่นก็คือการเชื่อฟัง

โยชูวาผู้นำชนชาติอิสราเอลเป็นตัวอย่างที่ดีในเรื่องของการเชื่อฟัง เขาได้รับมอบหมายหน้าที่ซึ่งดูเหมือนเป็นไปไม่ได้คือ ยึดเมืองที่เข้มแข็งอย่างเยรีโค

ชาวคานาอันใช้เมืองเยรีโคเป็นเหมือนเมืองหน้าด่าน เมืองนี้มีกำแพงใหญ่ล้อมรอบ ความหนาของกำแพงกว้างพอที่จะให้รถม้าสองคันวิ่งสวนกันได้ ชนชาติอิสราเอลก็มีเหตุผลที่ดีในการเกรงกลัวชาวคานาอัน ชาวคานาอันเป็นนักรบที่ดุร้ายและเป็นคนที่แข็งแรง หลายปีก่อนหน้านั้น โมเสสได้ส่งผู้สอดแนมเข้าไปในคานาอัน เมื่อพวกผู้สอดแนมกลับมา ผู้สอดแนมส่วนใหญ่แนะนำไม่ให้เข้าไปในแผ่นดินนั้น เพราะผู้ที่อาศัยอยู่ในนั้นมีร่างกายใหญ่โตมาก (กันดารวิถี 13:33)

การเข้ายึดเมืองเยรีโคเป็นการฝึกความเชื่ออย่างที่ไม่เคยมีมาก่อน อิสราเอลไม่มีกองทหารและอาวุธตลอดสี่สิบปีพวกเขาเร่ร่อนอยู่ในถิ่นทุรกันดาร ขณะนี้พวกเขากำลังจะเข้าไปยึดเมืองที่มีกำแพงใหญ่โตและเข้มแข็ง แต่เมืองเยรีโคคือทางเข้าแผ่นดินแห่งพระสัญญา และพวกเขาจะต้องเอาชนะมันให้ได้

พระเจ้าสั่งโยชูวาให้นำทหารเดินรอบเมืองหนึ่งรอบแล้วกลับมาที่ค่าย พวกเขาทำอยู่เช่นนี้เป็นเวลา 6 วัน ในวันที่ 7 พวกเขาจะต้องเดินรอบเมืองเจ็ดรอบและเป่าเขาสัตว์พร้อมกับตะโกนอย่างสุดเสียง

การทำตามแผนการของพระเจ้าต้องใช้ความเชื่อ ทำไม? ประการแรก มันคงจะเป็นเรื่องที่ทำให้ลำบากใจมาก เพราะสิ่งที่พวกเขาต้องทำคือเดินรอบเมือง ประการที่สอง มันอันตรายมาก เพราะชาวคานาอันอาจจะเอาธนูยิงพวกเขา ทิ้งก้อนหินลงมาทับหรือเทน้ำร้อนลงมาจากกำแพง มองจากสายตาของมนุษย์แล้ว แผนการเช่นนี้เป็นแผนการบ้า ๆ บอ ๆ แต่ประชาชนเชื่อฟังพระเจ้า ในวันที่เจ็ด พวกเขาเดินรอบเมืองเจ็ดรอบฃ จากนั้นตะโกนด้วยเสียงดัง ฮีบรู 11:30 อธิบายถึงผลที่เกิดขึ้นดังนี้ “โดยความเชื่อ กำแพงเมืองเยรีโคพังลงหลังจากคนอิสราเอลเดินรอบกำแพงครบเจ็ดวัน” มันเป็นความเชื่อไม่ใช่ความโง่เขลา เพราะว่าพวกเขาเชื่อฟังพระเจ้า

ศิษยาภิบาลคนหนึ่งได้อ้างชัยชนะอันยิ่งใหญ่นี้อย่างผิด ๆ เมื่อแสดงให้เห็น
ว่าเราจะเอาชนะวิญญาณชั่วที่ครอบครองดินแดนได้อย่างไร

> การส่งผู้สอดแนมออกไปจำเป็นต่อการทำสงครามอย่าง
> มาก... คริสเตียนควรจะเดินหรือขับรถไปยังทุกถนน
> ทุกตรอกซอกซอยของเมือง อธิษฐานและต่อสู้กับเหล่า
> วิญญาณชั่วที่ครอบครองอยู่เหนือเพื่อนบ้านทุกๆ คน ถ้าคุณ
> ยังไม่เห็นผลในทันทีทันใด จงเป่าแตรต่อไป...ขอให้จำไว้
> เสมอว่าพระเจ้าจะไม่ทรงเฉื่อยช้าในพระสัญญาของพระองค์
> นั่นคือ กำแพงจะพังลงมา![3]

นี่เป็นความโง่เขลาไม่ใช่ความเชื่อ เพราะพระเจ้าไม่ได้ตรัสสั่งให้เราทำเช่นนี้
ขับรถไปทั่วทุกถนนและทุกตรอกซอกซอยคงเป็นงานที่หนักมาก โดยเฉพาะใน
เมืองใหญ่และการจราจรที่ติดขัดอย่างเช่นกรุงเทพฯ ถ้าขับทั้งวันก็คงจะใช้เวลา
หลายเดือนหรืออาจจะหลายปีกว่าจะไปได้ทั่ว วิธีการเช่นนี้ดูจะเชื่องช้า ยิ่งกว่า
นั้นศิษยาภิบาลอาจจะต้องใช้เวลาเป็นชั่วโมง หรือเป็นหลายสัปดาห์เพื่อขับผี
ให้คนที่มาหาเขาที่ห้องทำงานของเขา และในการขับรถออกไปขับผี จะมีใคร
บนท้องถนนที่จะให้ความร่วมมือเพราะเขาจะคิดว่าเราเป็นคนบ้า และยิ่งกว่านั้น
ทำไมพวกผีจึงจะต้องฟังคำสั่งของเรา

ชนชาติอิสราเอลมีชัยเหนือเยรีโคเพราะพระเจ้าตรัสบอกพวกเขา ไม่มี
ตอนไหนในพระคัมภีร์ที่ตรัสสั่งให้เราไปสอดแนมเพื่อนบ้านของเราและขับผีออก
จากพวกเขา คำสั่งในพระคัมภีร์ที่มาถึงเรานั้นชัดเจน พระเยซูตรัสว่า "พวกท่าน
จงออกไปทั่วโลก *ประกาศข่าวประเสริฐแก่มนุษย์ทุกคน*" (มาระโก 16:15)

องค์พระผู้เป็นเจ้าของเราอธิบายต่อไปว่า เราจำเป็นต้อง "ส่องสว่างแก่คน
ทั้งปวง เพื่อว่าเมื่อเขาทั้งหลายได้เห็นความดีที่ท่านทำ พวกเขาจะได้สรรเสริญ
พระบิดาของท่านผู้สถิตในสวรรค์" (มัทธิว 5:16) "ความดี" หมายถึงเสน่ห์และ

ความสวยงามที่ปรากฏออกมา จงให้ความสว่างของคุณส่องสว่างแก่คนอื่น เพื่อ
เขาจะได้เห็นความงามขององค์พระผู้เป็นเจ้าที่กำลังทำงานอยู่ในชีวิตของคุณ

เราควรเป่าแตรต่อไปหรือไม่? กำแพงจะพังลงมาเสมอดังที่ศิษยาภิบาล
คนนั้นกล่าวอ้างหรือเปล่า? กำแพงของเมืองเยรีโคพังครืนลงมาทันที เพราะว่า
พระเจ้าตรัสเช่นนั้น แต่ไม่ใช่พระประสงค์ของพระเจ้าที่จะให้กำแพงพังลงทุกครั้ง
บ่อยครั้งที่พระองค์อนุญาตให้อุปสรรคปัญหาเป็นตัวทดสอบความเชื่อของเรา
ขอให้สังเกตว่าชนชาติอิสราเอลไม่เคยเอาชนะเมืองใดด้วยวิธีการเดียวกันกับที่
พวกเขาเอาชนะเมืองเยรีโคอีกเลย

ความเชื่อที่ทุกข์ทรมาน

เมื่อความเชื่อแสดงออกมาในรูปแบบของการทนทุกข์ นั่นแสดงว่ามันเป็น
ของแท้ มาร์ติน ลอยด์ โจนส์ กล่าวได้ถูกต้องว่า

> ความเชื่อนั้นมีหลายด้าน ในตอนเริ่มต้นนั้นอาจจะมีหลายสิ่ง
> หลายอย่างเข้ามาผสมผสานความเชื่อของเรา อาจจะเป็น
> เนื้อหนังที่เราไม่ได้ตระหนักถึง และเมื่อเราเริ่มเรียนรู้สิ่ง
> เหล่านี้ และเมื่อเรากำลังเข้าสู่ขบวนการชำระให้บริสุทธิ์
> พระเจ้าจะส่งเราเข้าสู่ช่วงเวลาแห่งการทดสอบ พระองค์
> ทรงใช้ความลำบากมาทดสอบเรา เพื่อให้สิ่งที่ไม่เกี่ยวกับ
> ความเชื่อหลุดออกไป ดังเช่นใช้ไฟหลอมทองคำเพื่อทำให้
> ขี้แร่หลุดไป
>
> เราอาจจะคิดว่าความเชื่อของเราสมบูรณ์ และเรา
> สามารถต่อสู้กับอะไรก็ได้ แต่ทันทีที่ความยากลำบากมาถึง
> เราก็พบว่าเราล้มเหลว ทำไม? นั่นเป็นเพียงข้อบ่งชี้ว่า
> องค์ประกอบของความไว้วางใจในความเชื่อของเราจะ
> ต้องได้รับการพัฒนาขึ้น... ยิ่งเรามีประสบการณ์กับความ

> ทุกข์ยากมากเท่าไร เราก็จะยิ่งเรียนรู้ที่จะไว้วางใจพระเจ้ามากขึ้นเท่านั้น[4]

ความเชื่อที่ได้รับชัยชนะเป็นความเชื่อที่ยิ่งใหญ่ แต่ความเชื่อที่ต่อเนื่องนั้นยิ่งใหญ่กว่า มันเป็นความจริงที่ว่าวีรบุรุษแห่งความเชื่อหลายคนในพันธสัญญาเดิม "ผู้ซึ่ง[โดยทาง]ความเชื่อจึงพิชิตอาณาจักรต่างๆ ปกครองด้วยความเที่ยงธรรม ได้รับสิ่งต่างๆ ที่ทรงสัญญาไว้ ได้ปิดปากสิงโต ได้ดับไฟที่ไหม้อย่างรุนแรง ได้พ้นจากคมดาบ ได้เปลี่ยนจากคนอ่อนแอมาเป็นคนเข้มแข็ง มีกำลังมากในการสงคราม ได้ตีกองทัพของประเทศอื่นๆ แตกพ่ายไป" (ฮีบรู 11:33-34) แต่นี่ไม่ใช่จะจริงสำหรับทุกคน เพราะพระคัมภีร์กล่าวต่อไปว่า

> พวกผู้หญิงก็ได้คนของพวกนางที่เป็นขึ้นจากความตาย บางคนถูกทรมานแต่ก็ไม่ยอมรับการปลดปล่อย เพื่อจะได้เป็นขึ้นมาสู่ชีวิตที่ดีกว่า บางคนพบกับการเยาะเย้ยและการโบยตี และยังถูกล่ามโซ่และถูกขังคุกด้วย บางคนถูกขว้างด้วยก้อนหิน บางคนถูกเลื่อยเป็นสองท่อน บางคนถูกฆ่าด้วยคมดาบ บางคนก็นุ่งห่มหนังแกะหนังแพะพเนจรไป สิ้นเนื้อประดาตัว ตกระกำลำบากและถูกทำทารุณ แผ่นดินโลกไม่คู่ควรกับคนเช่นนั้นเลย เขาพเนจรไปตามถิ่นทุรกันดารและตามภูเขา ในถ้ำและในโพรงใต้ดิน (ข้อ 35-38)

ถ้าพวกเขาละทิ้งความเชื่อ พวกเขาก็จะได้รับการปลดปล่อย แต่พวกเขาอดทนต่อการทนทุกข์ทรมาน เพราะว่าพวกเขามองไปยังแผ่นดินสวรรค์และการปลดปล่อยนิรันดร์ ไม่ใช่มองที่โลกนี้และการปลดปล่อยชั่วคราวเท่านั้น พวกเขาไม่กลัวความตาย เพราะพวกเขารู้ว่าในท้ายที่สุดแล้ว พวกเขาก็จะ

เป็นขึ้นมาจากความตายและจะไม่ตายอีก พวกเขามองความทุกข์ยากของเขาด้วยสายตาแห่งความเชื่อ ขอพระเจ้าทรงช่วยให้เรามองความทุกข์ยากของเราในลักษณะเดียวกันนี้ด้วย

ลูกศรเพลิงของศัตรู

ในสมัยของเปาโล ทหารโรมันจะเอาผ้าสำลีมาพันที่หัวลูกธนูและชุบด้วยยางไม้ก่อนที่เขาจะยิงธนูออกไป เขาจะจุดไฟที่หัวธนูก่อน ไฟนี้จะลุกไหม้อย่างช้า ๆ แต่มีความร้อนมาก เมื่อลูกธนูถูกเป้าหมาย ยางไม้จะกระจายออกและไฟก็จะเริ่มติดตามเสื้อผ้าของทหารหรือเป้าหมายที่เป็นไม้

ในสงครามฝ่ายวิญญาณเราจะต้องใช้โล่แห่งความเชื่อเพื่อ "ดับลูกศรเพลิงทั้งหมดของมารร้าย" (เอเฟซัส 6:16) "ลูกศรเพลิง" ที่ซาตานยิงมาคืออะไร?

การทดลองในถิ่นทุรกันดาร

ซาตานยิงลูกศรเพลิงต่อต้านพระคริสต์ขณะเมื่อพระองค์เตรียมตัวสำหรับงานพันธกิจ (มัทธิว 4:1) พระเยซูได้ทรงอดอาหารมาเป็นเวลา 40 วัน 40 คืน (ข้อ 2) ในตอนท้าย ซาตานเข้ามาทดลองพระองค์ให้ไม่เชื่อฟังพระเจ้า

ในการทดลองครั้งแรก ซาตานท้าทายพระคริสต์ให้เปลี่ยนก้อนหินไปเป็นขนมปัง (ข้อ 3) มารร้ายพูดว่า "พระเจ้าตรัสว่า พระองค์จะดูแลและสนับสนุนท่าน แต่ขณะนี้ท่านอยู่ในถิ่นทุรกันดารและไม่มีอะไรจะกินมาเป็นเวลา 40 วันแล้ว เหมือนว่าพระเจ้าทรงทอดทิ้งท่านแล้ว เนื่องจากท่านเป็นพระบุตรของพระเจ้า ทำไมไม่ทำอะไรเพื่อความพอใจของตนเองบ้างล่ะ? อย่ารอคอยพระเจ้าอีกเลย พระองค์ทรงลืมท่านแล้วอย่างแน่นอน" ซาตานทดลองพระเยซูไม่ให้ไว้วางใจพระเจ้าและทดลองให้พระองค์ทรงควบคุมความเป็นไปของพระองค์เอง

ในการทดลองครั้งต่อไป ซาตานนำพระเยซูไปยังยอดหลังคาพระวิหารในกรุงเยรูซาเล็มและพูดกับพระองค์ว่า "ถ้าท่านเป็นบุตรของพระเจ้า จงกระโดดลงไป" (ข้อ 6) ซาตานกำลังพูดว่า "พระเจ้าไม่ได้สัญญาหรือว่าจะทำให้ท่าน

เป็นพระเมสสิยาห์? พระเจ้าไม่ได้สัญญาหรือว่าทุกหัวเข่าจะก้มลงกราบท่าน? พระเจ้าไม่ได้สัญญาหรือว่าท่านจะเป็นกษัตริย์และได้รับความจงรักภักดีและการนมัสการ? มากับเราเถอะ เราจะไปยังยอดหลังคาพระวิหารและท่านสามารถกระโดดลงไปได้ ทูตสวรรค์จะประคองท่านไว้ และประชาชนจะรู้ว่าท่านคือพระเมสสิยาห์" (ข้อ 5-6)

ในการทดลองครั้งที่สาม ซาตานนำพระเยซูไปบนภูเขาสูงและสำแดงราชอาณาจักรทั้งสิ้นในแผ่นดินโลกให้พระองค์ได้เห็น แล้วซาตานก็พูดว่า "ถ้าท่านจะกราบนมัสการเรา เราจะให้สิ่งทั้งปวงเหล่านี้แก่ท่าน" (ข้อ 9) ซาตานกำลังพูดอะไร? "พระเจ้าไม่ได้บอกท่านหรือว่า พระองค์จะประทานราชอาณาจักรในแผ่นดินโลกนี้ให้แก่ท่าน? มากับเราเถอะ และเราจะให้สิ่งเหล่านั้นแก่ท่านเดี๋ยวนี้" (ข้อ 89) ซาตานกำลังบอกเป็นนัยว่า เราไม่อาจไว้วางใจพระเจ้าที่จะทรงรักษาพระดำรัสของพระองค์ได้อีก

การทดลองในสวนเอเดน

ซาตานจะพยายามหลอกลวงเราด้วยวิธีการเช่นเดียวกันนี้ เราได้หลักฐานในเรื่องนี้จากสิ่งที่เกิดขึ้นในสวนเอเดน พระเจ้าทรงสร้างสภาพแวดล้อมที่สมบูรณ์แบบ นอกจากนั้น พระองค์ยังทรงสร้างมนุษย์ทั้งชายและหญิงให้สมบูรณ์แบบด้วย

สมบูรณ์แบบในที่นี้หมายถึงปราศจากความบาปไม่ใช่เป็นความสมบูรณ์แบบที่พิสูจน์แล้ว ภายหลังซาตานในคราบของงูได้พูดกับเอวาว่า "จริงหรือ? ที่พระเจ้าตรัสว่า..." (ปฐมกาล 3:1) ซาตานต้องการให้เธอสงสัยพระเจ้า แล้วซาตานก็โกหกเอวาว่า "พวกเจ้าจะไม่ตายแน่ เพราะพระเจ้าทรงทราบอยู่ว่าพวกเจ้ากินผลจากต้นไม้นั้นวันใด ตาของพวกเจ้าจะสว่างขึ้นในวันนั้น แล้วพวกเจ้าจะเป็นเหมือนอย่างพระเจ้า คือรู้ความดีและความชั่ว" (ข้อ 4-5) ซาตานกำลังบอกว่า "คุณไว้วางใจพระเจ้าอีกไม่ได้ เพราะว่าพระองค์ปิดบังอะไรบางอย่างไว้ พระองค์ไม่ต้องการให้มีคู่แข่ง" เกิดอะไรขึ้นต่อมา เอวาเชื่อซาตาน ตั้งแต่นั้นมาซาตานก็หลอกลวงให้คนหันไปเชื่อถือมันแทนที่จะเชื่อพระเจ้า

ซาตานจะยิงลูกศรแห่งความไม่บริสุทธิ์ ความเห็นแก่ตัว ความสงสัย ความกลัว ความผิดหวัง ราคะตัณหา ความโลภ ความหยิ่งจองหอง และความละโมบออกมา การทดลองเหล่านี้คือตัณหาของเนื้อหนังและตัณหาของตา และความทะนงของชีวิต (1 ยอห์น 2:16) ซาตานโจมตีคู่ต่อสู้ของมันด้วยลูกศรเพลิงแห่งการล่อลวงอันเย้ายวนใจเพื่อล้วงเอาการตอบสนองที่ชั่วร้ายออกมา

ซาตานจะพูดว่า "เรารู้ว่าพระคัมภีร์บอกว่าคุณไม่ควรมีเพศสัมพันธ์กับคนอื่นนอกจากคู่สมรสของคุณ แต่เชื่อเราเถอะ มันสนุกจริง ๆ" หลายคนล้มลงในการทดลองเช่นนั้น ชายคนหนึ่งที่รับเชื่อเป็นคริสเตียนแล้วบอกว่า เขาเคยมีเพศสัมพันธ์กว่า 50 ครั้ง แต่ก็ยังไม่ได้แต่งงาน เขาพูดว่า "พระคริสต์ต้องการให้เรามีชีวิตที่บริบูรณ์ สำหรับผมความบริบูรณ์รวมถึงเรื่องเพศสัมพันธ์ด้วย" คุณคิดว่าผู้ชายคนนี้กำลังเชื่อใคร? ไม่ใช่พระเจ้าแน่

หลายคนพูดกับผมว่า "ผมรู้ว่าพระคัมภีร์สอนว่าผมควรจะแต่งงานกับคริสเตียนเท่านั้น แต่คนที่ผมชอบนั้นยังไม่เป็นคริสเตียนและเธอก็ยอดมาก เราจะแต่งงานกัน และผมเชื่อว่าพระเจ้าจะนำเธอมาถึงความรอด เพราะว่าพระเจ้าทรงเป็นพระเจ้าแห่งพระคุณ" นั่นไม่ใช่ความเชื่อ มันคือการไม่เชื่อฟัง พระเจ้าตรัสว่าอย่าทำ ซาตานบอกว่าทำเลย พระเจ้าตรัสว่าอย่าอ่านนิตยสารลามก อย่าดูหนังโป๊ อย่าโกงภาษี อย่าโกงบัญชี ซาตานพูดว่า "ทำเลย คุณจะมีเงินมากขึ้น คุณจะตื่นเต้นมากขึ้น" ซาตานต้องการให้เราเชื่อว่าวิธีการของมันจะนำความสำเร็จและความพึงพอใจมาให้ แต่มันเป็นผู้โกหก (ยอห์น 8:44)

ในความร้อนระอุของสงคราม เราจะปกป้องตัวเองจากซาตานอย่างไร? ก็โดยการใช้โล่แห่งความเชื่อ

ถือโล่แห่งความเชื่อของเรา

ทางเดียวที่เราจะดับลูกศรเพลิงของซาตานได้ก็คือ การเชื่อพระเจ้าในสุภาษิต 30:5-6 กล่าวว่า "พระดำรัสทุกคำของพระเจ้าพิสูจน์แล้วว่าจริง

พระองค์ทรงเป็นโล่แก่ผู้ลี้ภัยในพระองค์ อย่าเพิ่มอะไรเข้ากับพระวจนะของพระองค์ เกรงว่าจะทรงตำหนิเจ้าและทรงตัดสินว่าเจ้าพูดมุสา” สิ่งที่พระเจ้าตรัสนั้นเป็นความจริง ซาตานบอกว่า “เรารู้ว่าพระเจ้าตรัสเช่นนั้น แต่เราอยากจะเพิ่มเติมในเรื่องนี้” ไม่ใช่เลย พระเจ้าทรงเป็นโล่ของบรรดาผู้ที่วางใจของเขาในพระองค์

ตราบใดที่เราเชื่อพระเจ้า โล่ของเราจะถูกยกขึ้น เมื่อซาตานโกหกและเราเชื่อมัน เมื่อนั้นโล่แห่งความเชื่อของเราจะลดลง จงไวางใจพระเจ้าในทุกสิ่ง อัครทูตยอห์นกล่าวว่า “ทุกคนที่เกิดจากพระเจ้า ก็มีชัยเหนือโลก และความเชื่อของเรานี่แหละเป็นชัยชนะที่มีชัยเหนือโลก” (1 ยอห์น 5:4) เรามีชัยชนะโดยการวางใจในพระเจ้า แม้ว่าซาตานจะยิงลูกศรเพลิงหรืออาจจะเป็นขีปนาวุธมาที่เรา เราก็จะมั่นคงได้โดยการเชื่อในพระวจนะของพระองค์

ใน 1 โครินธ์ 10:13 เปาโลกล่าวว่า “ไม่มีการทดลองใดๆ เกิดขึ้นกับท่านทั้งหลาย นอกเหนือการทดลองซึ่งเคยเกิดกับมนุษย์ พระเจ้าทรงซื่อสัตย์ พระองค์จะไม่ทรงให้พวกท่านต้องถูกทดลองเกินกว่าที่ท่านจะทนได้ และเมื่อถูกทดลอง พระองค์จะทรงให้มีทางออกด้วย เพื่อพวกท่านจะมีกำลังทนได้”

จะเกิดอะไรขึ้นเมื่อคุณใช้โล่แห่งความเชื่อของคุณ? การเชื่อฟังและพระพร ดังตัวอย่างที่ผู้เขียนสดุดีเขียนไว้ ดังนี้

> “บรรดาผู้ที่ดีพร้อมในทางของตนก็เป็นสุข คือผู้ที่ดำเนินตามธรรมบัญญัติของพระยาห์เวห์ บรรดาผู้ที่รักษาพระโอวาทของพระองค์ก็เป็นสุข พวกเขาแสวงหาพระองค์ด้วยสุดใจ พระองค์เองทรงออกข้อบังคับ เพื่อให้พวกข้าพระองค์ปฏิบัติตามอย่างเคร่งครัด พวกเขาไม่ทำผิด แต่เดินตามพระมรรคา ของพระองค์” (สดุดี 119:1-4)

พระเจ้าต้องการเปิดหน้าต่างในฟ้าสวรรค์และเทพระพรฝ่ายวิญญาณบน
ตัวคุณ พระองค์ต้องการอวยพรคุณอย่างเหลือล้น แต่คุณต้องเชื่อและเชื่อฟัง
พระองค์ เพื่อพระองค์จะอวยพรเราได้

แผนการต่อสู้ของพระเจ้าคืออะไร? ไม่ใช่ที่เรียกว่าอำนาจในการเผชิญหน้า
ไม่ใช่การขับผีตามถนน แผนการของพระเจ้าคือ วางใจพระเจ้าอยู่เสมอ และ
ประยุกต์สิ่งที่เรารู้ว่าเป็นความจริงเกี่ยวกับพระเจ้ามาใช้ในสถานการณ์ต่าง ๆ
ของชีวิต

ถ้าคุณไม่วางใจพระเจ้า คุณยังรู้จักพระองค์ดีไม่พอ ยิ่งคุณรู้จักพระเจ้า
มากขึ้นเท่าไร (ผ่านการศึกษาพระวจนะของพระองค์ การใคร่ครวญกับพระองค์
และการอธิษฐานกับพระองค์) คุณก็จะยิ่งวางใจพระองค์มากเท่านั้น ถ้าคุณรัก
พระองค์ด้วยสุดใจ สุดจิต สุดความคิด และสุดกำลังของคุณ และเชื่อว่าพระองค์
ทรงเป็นอย่างที่พระองค์ตรัส และเชื่อว่าพระสัญญาทั้งสิ้นของพระองค์เป็นจริง
คุณจะยืนอยู่ในจุดที่ได้รับพระพรอย่างเต็มล้น

เมื่อลูกศรเพลิงยิงเข้ามา จงยกโล่ของคุณขึ้นโดยการวางใจพระเจ้าอย่าง
สิ้นเชิง ไม่มีเหตุผลที่เราจะแพ้สงครามได้เลย เพราะ "เรามีชัยเหลือล้น
โดยพระองค์ผู้ทรงรักเราทั้งหลาย" (โรม 8:37)

9

สง่าราศีในอนาคตของผู้เชื่อ

ผมได้รับจดหมายฉบับนี้จากผู้ฟังรายการวิทยุของเราคนหนึ่งในเมืองบอสตัน:

> ผมเป็นชายหนุ่มอายุ 23 ปี และผมรับเชื่อพระเยซูเมื่ออายุ 19 ปี ในช่วงเวลานั้นผมเติบโตขึ้นในพระวจนะของพระเจ้า ผมล้มลุกคลุกคลานในความเชื่อ และเป็นโรคประสาทเนื่องจากถูกวิญญาณชั่วรบกวน เคยถูกจับในข้อหาดื่มสุราในขณะขับรถ และเคยทำให้เพื่อนผู้หญิงคนหนึ่งท้อง
>
> ผมมาเริ่มได้สติฝ่ายวิญญาณอีกครั้งหนึ่ง โปรดส่งอาวุธและคำอธิษฐานมาถึงผมด้วย การต่อสู้ได้เริ่มต้นแล้ว สนามเพลาะถูกขุดแล้ว และผมไม่อยากขายหน้าเมื่อผู้บังคับบัญชาผู้ยิ่งใหญ่ของเราเสด็จกลับมา เมื่อบันทึกต่าง ๆ ถูกนำมาเปิดเผย ผมอยากให้มีบันทึกว่าทหารคนนี้ได้สวมยุทธภัณฑ์ รายงานต่อผู้บังคับบัญชาของเขา ต่อสู้อย่างกล้าหาญ และเล่นงานศัตรูด้วยอาวุธทุกชนิด และได้ทำลาย

> ล้างแผนการของศัตรู ซึ่งเป็นการทำความดีความชอบตอบแทนผู้บัญชาการที่อดทนและให้อภัยเขา หลังจากที่เขาเคยไม่เชื่อฟังครั้งแล้วครั้งเล่า และเคยหลบหนีหน้าที่ไปในระหว่างสงคราม

เขาอยู่ในการต่อสู้แล้ว! คุณและผมก็เช่นกัน ในฐานะผู้เชื่อเราจะถูกซาตานต่อต้าน เกียดกัน จู่โจม และขัดขวางจากทุกทิศทุกทาง เราจะทำอย่างไร? ในเอเฟซัส 6:17 เปาโลกล่าวว่า "จงเอาความรอดเป็นหมวกเหล็กป้องกันศีรษะ" นั่นเป็นวิธีเดียวที่จะป้องกันตนเองเมื่อสงครามกำลังร้อนระอุขึ้น

หมวกในสมัยโรมันมีสองแบบ แบบหนึ่งทำมาจากโลหะ อีกแบบหนึ่งทำมาจากหนังและหุ้มด้วยโลหะ หมวกจะช่วยป้องกันศีรษะของทหารจากลูกธนูของข้าศึก แต่หน้าที่หลักของมันก็คือป้องกันการโจมตีด้วยดาบขนาดใหญ่ ดาบชนิดนี้มีความยาวประมาณ 1 เมตร และมีด้ามยาวที่ต้องใช้สองมือจับ ทหารจะยกดาบขึ้นเหนือศีรษะของตนเองและฟันลงบนศีรษะของศัตรู หมวกจะป้องกันการโจมตีเช่นนี้

ในสงครามฝ่ายวิญญาณก็เช่นกัน ผู้เชื่อจำเป็นต้องสวมหมวกเหล็กแห่งความรอด แล้ว "ความรอด" ที่ว่านี้หมายถึงความรอดแบบไหน? มีความเป็นไปได้สามแบบคือ ความรอดในอดีต ความรอดในปัจจุบัน และความรอดในอนาคต

ความรอดในอดีตคือ การเป็นอิสรภาพพ้นจาก*โทษ*ของความบาป ถ้าคุณถามผมว่า "คุณเป็นคริสเตียนใช่ไหม?" ผมจะตอบว่า "ใช่ หลายปีก่อน ผมได้ยอมรับว่าพระคริสต์คือองค์พระผู้เป็นเจ้าและเป็นองค์พระผู้ช่วยให้รอดของผม และผมได้มอบถวายชีวิตให้กับพระองค์ ในวินาทีนั้นเอง ความบาปของผมก็ถูกตรึงไว้ที่ไม้กางเขนและโทษแห่งความบาปของผมก็ได้รับการชดใช้ นั่นก็คือผมได้ตายต่อบาปแล้ว" เปาโลกล่าวในลักษณะนี้ว่า "ข้าพเจ้าเองไม่มีชีวิตอยู่ต่อไปแต่พระคริสต์ต่างหากที่ทรงมีชีวิตอยู่ในข้าพเจ้า" (กาลาเทีย 2:20ก) เมื่อคุณเชื่อใน

พระคริสต์ คุณก็ถูกตรึงไว้กับพระองค์แล้วในฝ่ายวิญญาณ และโทษแห่งความบาป
ของคุณก็ได้รับการชดใช้แล้ว

ความรอดในปัจจุบัน หมายถึง การเป็นอิสรภาพพ้นจากอำนาจครอบงำ
ของความบาป ความบาปไม่ได้ปกครองเหนือชีวิตของผู้เชื่ออีกต่อไป ในโรม
6:11-14 เปาโลเขียนไว้ว่า

> "ในทำนองเดียวกัน พวกท่านจงถือว่าท่านได้ตายต่อบาป
> และมีชีวิตสนิทกับพระเจ้าโดยพระเยซูคริสต์ เพราะฉะนั้น
> อย่าให้บาปครอบงำกายที่ต้องตายของท่าน ซึ่งทำให้ต้อง
> เชื่อฟังตัณหาของกายนั้น อย่ายกอวัยวะของท่านให้แก่
> บาป ให้เป็นเครื่องใช้ในการอธรรม แต่จงถวายตัวของท่าน
> แด่พระเจ้า เหมือนคนที่เป็นขึ้นมาจากตายแล้ว และจงให้
> อวัยวะเป็นเครื่องใช้ในการชอบธรรมถวายแด่พระเจ้า บาป
> จะไม่ครอบงำพวกท่านต่อไป เพราะว่าท่านไม่อยู่ใต้ธรรม
> บัญญัติ แต่อยู่ใต้พระคุณ"

เปาโลกำลังมองความบาปว่าเป็นเหมือนกษัตริย์ที่ครอบครองอยู่เหนือชีวิต
ของผู้ไม่เชื่อ แต่สำหรับคริสเตียน ความบาปได้ถูกขับไล่ลงจากบัลลังก์แล้ว เพราะ
ว่าการสิ้นพระชนม์ของพระคริสต์ได้ทำลายอำนาจของความบาปชั่วนิรันดร์
อย่างไรก็ตาม ซาตานไม่ต้องการให้เราเชื่อว่าอำนาจการครอบครองของความบาป
ได้ถูกทำลายไปแล้ว มันอยากให้เราเชื่อว่ามันยังคงควบคุมเราอยู่ มันต้องการให้
ความบาปอยู่เหนือเราโดยการทำให้เราคิดว่าเราไม่อาจต่อต้านมันได้

แต่ความบาปไม่มีสิทธิอะไรในชีวิตของผู้เชื่อ แม้ว่ามันปรารถนาที่จะล่อลวง
เราให้กลับไปอยู่ใต้อำนาจของมัน แต่เราสามารถเลือกที่จะไม่ทำบาปได้ (ข้อ 12)
เราไม่เคยถูกบังคับให้ทำบาปและก็ไม่ต้องเป็นเหยื่อของความอ่อนแอที่ไม่

สามารถเอาชนะมันได้ด้วย แม้ว่าเรายังต้องต่อสู้กับความบาปในโลกที่ล้มลงในบาปนี้อยู่ แต่มันก็ไม่มีสิทธิที่จะปกครองเหนือเรา สิ่งที่ควบคุมบังคับชีวิตของเราในขณะนี้ก็คือพระคุณและความบริสุทธิ์

ความรอดในอนาคต หมายถึง การเป็นอิสรภาพพ้นจาก*การมีอยู่*ของบาป วันนั้นจะมาถึงคือวันที่จะไม่มีบาปอีกต่อไป อัครทูตเปาโลเขียนไว้ว่า "'ข้าพเจ้าเห็นว่าความทุกข์ลำบากแห่งสมัยปัจจุบัน ไม่ควรจะเอาไปเปรียบกับศักดิ์ศรีซึ่งจะเผยให้แก่เราในอนาคต" (โรม 8:18) วันหนึ่งในอนาคต ร่างกายของเราจะรอดเช่นเดียวกับที่จิตวิญญาณรอด นี่เป็นสูงสุดของความรอด

ความรอดที่เกิดขึ้นแล้ว—นั่นคือการถูกนับเป็นผู้ชอบธรรม ความรอดที่กำลังเกิดขึ้นอยู่ในขณะนี้—นั่นคือการชำระให้บริสุทธิ์ และความรอดที่จะเกิดขึ้นในอนาคต—การรับสง่าราศี ความรอดในอดีตเป็นความรอดที่สำเร็จแล้ว ความรอดในปัจจุบันเป็นความจริงที่กำลังเกิดขึ้น และเนื่องจากเป็นคำรับประกันสำหรับอนาคต คุณก็จะปลอดภัยอย่างแน่นอน

หมวกเหล็กแห่งความรอดหมายถึงความรอดแบบไหน? ไม่ใช่ความรอดในอดีตแน่ เปาโลไม่ได้กำลังพูดว่า "หลังจากคาดเข็มขัดแห่งความจริง สวมเกราะป้องกันอกแห่งความชอบธรรม เอาข่าวประเสริฐแห่งสันติสุขมาสวมเป็นรองเท้า และรับเอาโล่แห่งความเชื่อแล้ว อย่างไรก็ตาม คุณต้องไปรับเอาความรอดด้วย" ไม่ใช่เช่นนั้น ความรอดในอดีตเป็นความเป็นจริงที่เกิดขึ้นแล้ว คุณจะไม่ได้อยู่ในกองทัพเลย หากคุณไม่ได้เป็นผู้เชื่อ ถ้าคุณกำลังต่อสู้กับซาตาน คุณอยู่ฝ่ายพระเจ้าแน่ แต่ถ้าคุณไม่ได้อยู่ฝ่ายพระเจ้า คุณก็อยู่ฝ่ายต่อต้านกับพระองค์ (มัทธิว 12:30)

แล้วหมวกเหล็กที่ว่านี้หมายถึงอะไร? หมายถึงความรอดในปัจจุบันและในอนาคตของเรา เป็นทั้งความมั่นใจในความรอดที่พระเจ้ากำลังทำขณะนี้ และความรอดอย่างสมบูรณ์ในอนาคต ขอให้สังเกตการอ้างอิงถึงหมวกเหล็กแห่งความรอดของเปาโลใน 1 เธสะโลนิกา 5:8-9

"แต่เมื่อเราเป็นของเวลากลางวันแล้วก็ให้เรามีสติ จงสวม
ความเชื่อกับความรักเป็นเกราะป้องกันอก และสวมความ
หวังที่จะได้ความรอดเป็นหมวกเหล็ก เพราะว่าพระเจ้า
ไม่ได้ทรงกำหนดเราไว้สำหรับพระพิโรธ แต่สำหรับการรับ
ความรอด โดยพระเยซูคริสต์องค์พระผู้เป็นเจ้าของเรา"

กลางคืนคือการปกครองของซาตาน เราเป็นของกลางวัน เราเป็นลูกแห่ง
ความสว่างในอาณาจักรของพระเจ้า ขณะนี้เรากำลังเดินอยู่ในความสว่าง
และความรอดอันสมบูรณ์ของเราในอนาคตเป็นสิ่งที่ตรงข้ามกับพระพิโรธของ
พระเจ้าที่มีแต่คนที่ไม่ยอมกลับใจ พระเจ้ากำลังนำเราสู่ความรอดในที่สุดไม่ใช่
การทำลาย

แรงจูงใจในการยืนหยัด

การได้รู้ว่าสงครามฝ่ายวิญญาณนั้นมีวันสิ้นสุด ทำให้เรามีแรงจูงใจที่จะยืนหยัด
ในการต่อสู้ เราจะไม่ต่อสู้กับโลก เนื้อหนัง และวิญญาณชั่วตลอดไป ถ้าความรอด
เป็นแค่ความจริงในอดีตเท่านั้น เราจะยังมีหวังอะไรอีก

การมีชีวิตที่ไร้ความหวังก็เหมือนกับการวิ่งแข่งขันโดยไม่รู้ว่าเส้นชัยอยู่
ที่ไหน มันคงจะเป็นเรื่องตลกที่ใครบางคนจะพูดว่า "จงวิ่งไปตลอดชีวิตของคุณ
และมันจะไม่มีวันสิ้นสุด แต่คุณจะได้ในสิ่งที่คุณอยากได้" คุณมีแรงจูงใจที่จะ
ทำตามคำขอร้องแบบนี้หรือเปล่า คุณคิดว่าพระเจ้าจะเรียกร้องให้คุณทำในสิ่ง
ที่ไม่มีเป้าหมายหรือ ในวิวรณ์ 14:13 ยอห์นกล่าวว่า เมื่อธรรมิกชนตายไป
เขาจะได้พักจากการงานทั้งหมดของเขา ถ้าไม่มีคำยืนยันสำหรับความรอดใน
อนาคต ความรอดในอดีตก็คงจะไม่มีความหมายอะไร นั่นคือประเด็นที่เปาโล
ชี้ให้เห็นเมื่อท่านกล่าวว่า "ถ้าข้าพเจ้าต่อสู้กับสัตว์ป่าในเมืองเอเฟซัสด้วย
ความหวังแบบมนุษย์เท่านั้น ข้าพเจ้าจะได้ประโยชน์อะไร ถ้าคนตายไม่ถูกทำให้
เป็นขึ้นมา "ก็ให้เรากินและดื่มเถิด เพราะว่าพรุ่งนี้เราก็จะตาย" (1 โครินธ์

15:32) ท่านกำลังพูดว่า "คุณคิดว่าผมจะยอมเสี่ยงประกาศข่าวประเสริฐกับ
คนอธรรมเหล่านี้หรือ ถ้าไม่มีการเป็นขึ้นมาจากความตาย ถ้าเป็นเช่นนั้น ผม
จะเลิกและกลับบ้านดีกว่า" ความรอดที่ไม่มีอนาคตจะทำให้ทหารไม่มีกำลัง
ในการต่อสู้กับสงครามในปัจจุบัน

แต่เปาโลไม่ยอมแพ้ ท่านกล่าวว่า "เราเผชิญความยากลำบากรอบด้าน แต่
ก็ไม่ถูกบดขยี้ เราสับสนแต่ก็ไม่หมดหวัง เราถูกข่มเหงแต่ก็ไม่ถูกทอดทิ้ง เราถูก
ตีให้ล้มลง แต่ก็ไม่ถูกทำลาย" (2 โครินธ์ 4:8-9) เปาโลมีชีวิตอยู่ในแต่ละวันด้วย
ความเสี่ยงตาย ในขณะที่ต้องเผชิญกับคนอธรรมและโลกที่ชั่วร้าย ทำไม? เพราะ
ท่านรู้ว่าวันหนึ่งข้างหน้าท่านจะเป็นขึ้นมาในศักดิ์ศรีร่วมกับพระคริสต์ (ข้อ 14)
ท่านได้สวมหมวกเหล็กของท่านไว้อย่างมั่นคงแล้ว

เหตุผลของความยินดี

หมวกเหล็กทำให้เราสามารถยืนหยัดต่อความยากลำบากโดยไม่หลบหนี
พวกมันไป ทุกวันนี้คนจำนวนมากมายพยายามที่จะหลีกเลี่ยงความทุกข์ยาก
มากกว่าที่จะยืนหยัดต่อสู้กับมัน น่าเสียดายที่คำสอนยอดนิยมในการเคลื่อนไหว
ของสงครามฝ่ายวิญญาณบางส่วนกลับให้ความสำคัญกับความเข้าใจที่ผิดๆ นี้
การให้เหตุผลของพวกเขาเป็นดังนี้ "เนื่องจากซาตานเป็นต้นเหตุของโรค และ
พระคริสต์ได้เสด็จมาทำลายงานของซาตาน ดังนั้น จึงเป็นน้ำพระทัยของพระเจ้า
ที่จะทำการรักษาโรค" ความหมายโดยนัยของพวกเขาก็คือว่า พระเจ้าไม่ได้
ใช้ความเจ็บป่วยเพื่อประโยชน์ฝ่ายวิญญาณของผู้เชื่อ ศาสตราจารย์ท่านหนึ่ง
เขียนว่า

พระเจ้าไม่ได้ส่งโรคภัยไข้เจ็บมาเพื่อพัฒนาเราหรือเพื่อ
ช่วยให้เราเติบโต โรคภัยไข้เจ็บไม่ได้มีส่วนในการพัฒนา
คุณสมบัติฝ่ายวิญญาณของคริสเตียน เช่น ความอดกลั้น

ความอดทนนาน การไว้วางใจหรือความเชื่อ พระเจ้าอาจจะ
ใช้มันเพื่อไม่ให้เราถลำลึกลงไปในความบาป...

ความเจ็บป่วยในพันธสัญญาใหม่นั้นถูกมองว่าเป็น
เชิงลบ พระเจ้าไม่ได้ส่งมันมา นอกจากเพื่อลงโทษความบาป
แต่มันก็เกิดขึ้นน้อยมาก...

ความเจ็บป่วยจะต้องได้รับการรักษา มันไม่ใช่เรื่องน่า
ยินดี แต่เราจะต้องอธิษฐานต่อสู้มัน... ไม่มีอะไรบ่งบอกเลย
ว่าความเจ็บป่วยนั้นมีประโยชน์[1]

จริงหรือที่ว่าพระเจ้าไม่เคยส่งความเจ็บป่วยและโรคภัยไข้เจ็บมาเพื่อพัฒนา
ชีวิตฝ่ายวิญญาณของเรา? พระเจ้าทรงส่งโรคภัยมาเพียงเพื่อลงโทษเราเท่านั้น
หรือ? โรคภัยไข้เจ็บเป็นเรื่องที่ไม่น่ายินดีหรือ? ผู้เชื่อที่เจ็บป่วยหรือเป็นโรค อยู่นอก
พระประสงค์อันสมบูรณ์แบบของพระเจ้าหรือ? วิบัติแก่ความคิดเช่นนี้!

ในบทความเรื่อง "สุขภาพที่ไม่ดีอาจเป็นการรักษาที่ดีที่สุด" ของ เจ. ไอ.
แพคเกอร์ ได้กล่าวถึงเรื่องนี้ไว้อย่างถูกต้องว่า

พระสัญญาเกี่ยวกับสุขภาพร่างกายที่สมบูรณ์จะเกิดขึ้น
ในแผ่นดินสวรรค์ ไม่ใช่ในชีวิตนี้ เพราะมันเป็นส่วนหนึ่ง
ของการเป็นขึ้นมาด้วยสง่าราศี ในวันที่พระคริสต์ "จะทรง
เปลี่ยนแปลงร่างกายอันต่ำต้อยของเรา ให้เหมือนพระกาย
ของพระองค์ที่เต็มด้วยพระรัศมี ตามพลังอำนาจที่ทำให้
พระองค์สามารถให้ทุกสิ่งอยู่ใต้อำนาจของพระองค์"
ร่างกายที่สมบูรณ์เป็นพระพรแห่งความรอดที่ได้จัดเตรียม
ไว้ในอนาคตไม่ใช่ในปัจจุบันนี้ พระสัญญาของพระเจ้าและ
เวลาที่พระองค์จะทรงประทานให้เป็นคนละคำถามกัน[2]

เปาโลกล่าวถึงพระพรแห่งความรอดในอนาคตไว้ดังนี้ "เราชื่นชมยินดีในความหวังว่าจะได้มีส่วนร่วมในพระสิริของพระเจ้า" (โรม 5:2ข) พระคัมภีร์ข้อนี้พูดถึงการอวดอ้างความมั่นใจหรือความยินดีปรีดา ซึ่งเป็นความชื่นชมยินดีในระดับสูงสุด เราชื่นชมยินดีอย่างมากในเรื่องอะไร? เราชื่นชมยินดีในความหวังของการรับพระสิริ ความหวังนี้ไม่ได้ขึ้นอยู่กับคุณค่าของเรา แต่ขึ้นอยู่กับพระสัญญาและฤทธานุภาพของพระเจ้า (8:11) เรามองไปในอนาคตข้างหน้าว่า ร่างกายแบบมนุษย์โลกของเราจะสูญหายไป และเราจะได้รับร่างกายที่มีสง่าราศรี การสำแดงพระสิริของพระเจ้าในชีวิตของเรา คือจุดสูงสุดในการทรงไถ่และในความรอดของเรา เราสามารถชื่นชมยินดีได้ เพราะว่าในวันหนึ่งข้างหน้า พระเจ้าจะทรงสะท้อนพระลักษณะอันสมบูรณ์แบบของพระองค์อย่างเต็มที่ผ่านทางชีวิตของเรา แต่เปาโลไม่ได้จบแค่เพียงแค่นั้น ท่านได้เขียนต่อไปว่า "ยิ่งกว่านั้นเราก็ชื่นชมยินดีในความทุกข์ยากด้วย เพราะเรารู้ว่าความทุกข์ยากนั้น ทำให้เกิดความทรหดอดทน และความทรหดอดทนทำให้เห็นว่าเราเป็นคนที่พระเจ้าทรงใช้ได้ และการที่เป็นเช่นนั้นทำให้มีความหวัง" (โรม 5:3-4)

ผู้เชื่อที่ชื่นชมยินดีในอนาคตจะสามารถชื่นชมยินดีในความทุกข์ยากในปัจจุบันได้ด้วย ทำไม? ก็เพราะว่าความทุกข์ยากจะก่อให้เกิดบุคลิกลักษณะที่จะสามารถชื่นชมยินดีกับสิ่งที่จะเกิดขึ้นในอนาคตได้ คำว่า "ความทุกข์ยาก" ในภาษากรีกหมายถึง "ความกดดัน" มันเป็นภาพของการคั้นน้ำมันจากผลมะกอกเทศ หรือจากผลองุ่น ไม่ว่าความทุกข์ยากของเราจะเป็นอะไร มันก็ไม่สามารถแย่งชิงความหวังหรือความชื่นชมยินดีในอนาคตของเราไปได้ จึงไม่แปลกใจที่ผู้เขียนพระธรรมฮีบรูเรียกความหวังเช่นนี้ว่า "สมอของจิตใจ" (6:19)

ในหนังสือเรื่อง "ก้าวต่อไป" ของโจนี่ อีริคสัน ทาดา เธอเขียนไว้ว่า

> ไม่ ซาตานไม่ได้แอบอยู่และทำให้เกิดโรคปอดบวมและมะเร็ง ในขณะที่พระเจ้าบังเอิญเห็นหนทางที่จะฟังคำอธิษฐานของธรรมิกชนของพระองค์ ซาตานจะทำอะไรเราได้เท่าที่

> พระเจ้าทรงอนุญาตให้มันทำเท่านั้น และพระเจ้าทรงสัญญากับเราว่าสิ่งที่พระองค์อนุญาตให้เกิดขึ้นกับเรานั้น ก็เพื่อประโยชน์ของเราและมันจะไม่ยากเกินกว่าที่เราจะทนได้ (โรม 8:28; 1 โครินธ์ 10:13)....
>
> สรรเสริญพระเจ้า เพราะเมื่อซาตานทำให้เราป่วยหรือทำให้เกิดภัยพิบัติอย่างใดอย่างหนึ่ง เราจะสามารถตอบมันด้วยถ้อยคำที่โยเซฟได้ตอบพวกพี่ชายของเขาว่า "พวกท่านคิดร้ายต่อเราก็จริง แต่ฝ่ายพระเจ้าทรงดำริให้เกิดผลดี" (ปฐมกาล 50:20)
>
> บางครั้งฉันคิดว่าฉันจะเป็นอย่างไรในวันนี้ ถ้าฉันไม่มีปัญหากับคออย่างที่เป็นนี้ ตอนแรกฉันไม่เข้าใจเลยว่าทำไมพระเจ้าจึงยอมให้มันเกิดขึ้น แค่ตอนนี้ฉันรู้แล้ว คือ พระองค์ทรงได้รับเกียรติอย่างมากโดยผ่านทางความพิการของฉัน ซึ่งได้รับมากกว่าเมื่อครั้งที่ฉันยังสุขภาพดีเสียอีก และเชื่อฉันสิ! คุณไม่รู้หรอกว่ามันทำให้ฉันรู้สึกดีมากขนาดไหน ถ้าพระเจ้าเลือกที่จะรักษาคุณ เมื่อคุณอธิษฐานนั่นเป็นพระพรที่ยอดเยี่ยม ขอให้ขอบพระคุณพระองค์สำหรับสิ่งนั้น แค่ถ้าพระองค์เลือกที่จะไม่ทำ ก็ให้ขอบพระคุณพระองค์เช่นเดียวกัน คุณมั่นใจได้เลยว่าพระองค์ทรงมีเหตุผลของพระองค์[3]

ทำไมเราจึงสามารถขอบคุณพระเจ้าสำหรับความเจ็บป่วย โรคภัยไข้เจ็บและความทุกข์ยากต่าง ๆ ได้? ก็เพราะโรม 5 บอกเราว่า มันคือผลประโยชน์ฝ่ายวิญญาณ (ข้อ 3-4) ประการแรก มันทำให้เกิดความอดทน โดยการประสบกับความทุกข์ยาก คุณจะได้เรียนรู้การไว้วางใจพระเจ้าและฤทธิ์อำนาจในการค้ำจุนคุณของพระองค์ (2 โครินธ์ 12:7-10) ประการที่สอง มันจะพิสูจน์ถึงลักษณะ

ฝ่ายวิญญาณของคุณด้วยการชำระให้บริสุทธิ์ และทำให้คุณเข้มแข็งขึ้น การยืนหยัด
ในความทุกข์ยากลำบากเป็นเหมือนกับการเพาะกายฝ่ายวิญญาณ มันจะสร้าง
กล้ามเนื้อฝ่ายวิญญาณและทำให้คุณมีความบริสุทธิ์ยิ่งขึ้น

ประการสุดท้าย ความทุกข์ยากทำให้เกิดความหวัง "และความหวังจะไม่ทำ
ให้ผิดหวัง เพราะเหตุว่าความรักของพระเจ้าได้หลั่งเข้าสู่จิตใจของเรา โดยทาง
พระวิญญาณบริสุทธิ์ ซึ่งพระองค์ได้ประทานให้แก่เราแล้ว" (โรม 5:5) ศาสตราจารย์
จอห์น เมอเรย์ ได้เขียนไว้ว่า

> "ความรักของพระเจ้า" ไม่ใช่เป็นความรักที่เรามีต่อพระเจ้า
> แต่เป็นความรักของพระเจ้าที่มีต่อเรา ... ช่างเป็นความหวัง
> ที่มั่นคงและเป็นคำรับรองที่สมบูรณ์อะไรเช่นนี้ มันเป็น
> ความรักที่พระเจ้าทรงมีต่อผู้เชื่อ เป็นความรักที่ไม่มีวัน
> ผันแปรหรือเปลี่ยนแปลง นี่เป็นพระสัญญาแห่งความหวัง
> และความรักที่ไม่มีวันเปลี่ยนแปลง[4]

คุณกำลังอดทนต่อความทุกข์ยากในสนามรบแห่งชีวิตนี้หรือไม่? จงชื่นใจเถิด
เพราะ "ความทุกข์ลำบากแห่งสมัยปัจจุบัน ไม่ควรจะเอาไปเปรียบกับศักดิ์ศรี
ซึ่งจะเผยให้แก่เราในอนาคต" (โรม 8:18)

การต่อสู้กับความท้อใจ

ทหารโรมันสวมหมวกเหล็กเพื่อป้องกันตนเองจากดาบใหญ่ ในสงครามฝ่าย
วิญญาณนั้นดาบใหญ่ของซาตานมีสองอย่างคือความท้อใจและความสงสัย
เมื่อซาตานโจมตีเราด้วยความท้อใจจะเป็นดังนี้ "คุณแน่ใจได้เลยว่าคุณให้มาก
แต่คุณจะได้รับกลับคืนมาน้อย คุณได้ดำเนินชีวิตตามมาตรฐานแห่งพระวจนะ
ของพระเจ้าและแยกตัวคุณออกจากโลก แต่มาดูกันสิว่าเกิดอะไรขึ้น คุณเพิ่งจะ
ตกงาน คุณอาจจะได้รับพระพรบ้าง คุณอ่านพระคัมภีร์ทุกวัน แต่ภรรยาของคุณ

ก็ยังมีอารมณ์ฉุนเฉียวเช่นเดิม การอ่านพระคัมภีร์ไม่เห็นทำให้ภรรยาของคุณ
เปลี่ยนแปลง พระเจ้ากำลังทำอะไรในชีวิตของคุณ คุณไปคริสตจักรมาเป็นเวลา
หลายปีแล้ว แต่ดูลูกของคุณสิ พวกเขาก็ยังไม่ให้ความเคารพนับถือคุณอยู่ดี"

บางคนท้อใจ เพราะเขารู้สึกเหนื่อยหน่าย คุณอาจกำลังคิดว่า *"ฉันต้อง
สร้างสาวกคนอื่นหรือ? ฉันจะหยุดอ่านพระคัมภีร์สักสองสามวันไม่ได้หรือ? ฉัน
ไม่อาจสอนชั้นเรียนรวีอีกอาทิตย์หนึ่งได้ ข้าแต่พระเจ้า ข้าพระองค์ไม่ต้องพูด
กับเพื่อนบ้านของข้าพระองค์ไม่ได้หรือ? ข้าแต่พระเจ้า พระองค์ทรงทราบดีว่า
ข้าพระองค์ได้ต่อสู้กับการทดลองนี้มาเป็นเวลานานแล้ว ข้าพระองค์เหนื่อย"*

บางทีคุณอาจจะท้อใจ เพราะคู่สมรสของคุณที่ไม่ใช่ผู้เชื่อ คนที่ดูเหมือนไม่มี
ท่าทีที่จะเปลี่ยนแปลงเลย บางทีคุณอาจไม่ได้รับคำขอบคุณอย่างที่คุณควรจะ
ได้รับจากการทำพันธกิจของคุณ บางทีคุณอาจจะมีปัญหาสุขภาพซึ่งทำให้คุณ
รู้สึกเหนื่อยหน่ายต่อการต่อสู้ สิ่งต่าง ๆ เหล่านี้คือสิ่งที่ "หมวกเหล็ก" จะเข้ามา
ป้องกัน อย่ามองดูที่สถานการณ์ในปัจจุบัน จงยึดมั่นในความหวังของความรอด
นิรันดร์และสง่าราศีที่จะเป็นของคุณ

ในพระธรรม 1 พงศ์กษัตริย์ ผู้เขียนได้อธิบายถึงความท้อใจของเอลียาห์
ผู้เผยพระวจนะของพระเจ้า เขาเพิ่งมีประสบการณ์กับชัยชนะอันยิ่งใหญ่โดยการ
ฆ่าผู้เผยพระวจนะของพระบาอัลไปถึง 450 คน (18:22, 40) แต่แล้วเหตุการณ์
ก็กลับตาลปัตรไปอย่างรวดเร็ว:

> อาหับจึงบอกเยเซเบลทุกสิ่งที่เอลียาห์ได้ทำ รวมทั้งเรื่องที่
> ท่านฆ่าผู้เผยพระวจนะทั้งสิ้นของพระบาอัลด้วยดาบ แล้ว
> เยเซเบลก็ส่งผู้สื่อสารไปบอกเอลียาห์ว่า "ถ้าพรุ่งนี้ เวลานี้
> เราไม่ได้ทำชีวิตของเจ้าให้เหมือนอย่างชีวิตของคนเหล่านั้น
> แล้ว ก็ให้พระทั้งหลายทำอย่างนั้นกับเรา และทำให้หนักกว่า"
> (1 พงศ์กษัตริย์ 19:1-2)

เยเซเบลเป็นผู้นมัสการพระบาอัล เธอตั้งใจจะฆ่าเอลียาห์ในวันรุ่งขึ้น เพราะว่าเอลียาห์ได้ฆ่าบรรดาผู้เผยพระวจนะของพระบาอัล ถ้าเอลียาห์สามารถจัดการกับผู้เผยพระวจนะ 450 คนได้ คุณคงคิดว่าผู้หญิงเพียงคนเดียวคงไม่อาจทำอะไรเขาได้ แต่สิ่งหนึ่งที่เขาตัดสินใจทำก็คือวิ่งหนี

> เมื่อท่าน [เอลียาห์] ทราบก็ลุกขึ้นหนีเอาชีวิตรอด และมาถึงเบเออร์เชบาเขตยูดาห์ แล้วท่านละคนใช้ของท่านไว้ที่นั่น แต่ตัวท่านเองเดินเข้าถิ่นทุรกันดารไปเป็นระยะทางวันหนึ่ง ท่านมานั่งอยู่ใต้ต้นซากที่มีเพียงต้นเดียว และทูลขอให้ตัวท่านตายเสียที่ว่า "พอกันที ข้าแต่พระยาห์เวห์ บัดนี้ขอเอาชีวิตข้าพระองค์ไปเสีย เพราะข้าพระองค์ก็ไม่ดีไปกว่าบรรพบุรุษ" (1 พงศ์กษัตริย์ 19:3-4)

เอลียาห์อาจกำลังคิดอยู่ว่า *"ข้าแต่พระเจ้า ข้าพระองค์พึ่งกระทำสิ่งที่ยิ่งใหญ่เพื่อพระองค์ โดยการกำจัดผู้เผยพระวจนะของพระบาอัล แต่พระองค์กลับส่งเยเซเบลมาไล่ตามข้าพระองค์ในวันรุ่งขึ้น ขอพักผ่อนสักหน่อยจะได้ไหม?"* ความจริงแล้วเขาอยากจะตาย นี่แหละคือสิ่งที่ผมเรียกว่า ความท้อใจ!

เมื่อซาตานพยายามทำให้คุณอ่อนกำลังด้วยดาบแห่งความท้อใจ จงจำไว้ว่า "ความรอดได้เข้ามาใกล้กว่าสมัยที่เราเริ่มเชื่อนั้น" (โรม 13:11) อย่ายอมแพ้ เวลาแห่งการสิ้นสุดสงครามกำลังใกล้เข้ามาแล้ว การตรากตรำของคุณเพื่อพระคริสต์จะไม่ไร้ประโยชน์ (1 โครินธ์ 15:58)

การทดสอบอุปนิสัยที่แท้จริงอย่างหนึ่ง คือการดูว่ามีสิ่งใดบ้างที่จะหยุดเขาได้ มีหลายคนที่ต่อสู้ในตอนแรก และต่อมาก็หนีไป แต่ก็มีบางคนที่แตกต่างไปจากนี้คือเขาจะยืนหยัดต่อสู้อย่างไม่ย่อท้อครั้งแล้วครั้งเล่า

แล้วคุณล่ะ? คุณเคยรู้สึกว่าคุณสู้ต่อไปไม่ไหวอีกแล้วหรือไม่? คุณเคยไปถึงจุดที่คุณกำลังจะหมดสติไปหรือเปล่า? คุณเคยพูดไหมว่า "ข้าแต่พระเจ้า ข้าพระองค์ไม่มีกำลังเหลืออยู่อีกแล้ว"?

คุณสามารถยืนหยัดต่อสู้ตลอดเส้นทางได้ด้วยการสวมหมวกเหล็กแห่งความรอด ขอให้จำความจริงพื้นฐานเหล่านี้เอาไว้:

เราจะเป็นเหมือนอย่างพระคริสต์: "เรารู้ว่าในเวลาที่พระองค์จะเสด็จมาปรากฏนั้น เราจะเป็นเหมือนอย่างพระองค์ เพราะว่าเราจะเห็นพระองค์อย่างที่พระองค์ทรงเป็นอยู่นั้น" (1 ยอห์น 3:2)

เราจะชื่นชมยินดีในสัมพันธภาพกับพระคริสต์อย่างไม่มีจบสิ้น: พระเยซูตรัสว่า "เมื่อเราไปจัดเตรียมที่ไว้สำหรับท่านแล้ว เราจะกลับมาอีกและรับท่านไปอยู่กับเรา เพื่อว่าเราอยู่ที่ไหนพวกท่านจะได้อยู่ที่นั่นด้วย" (ยอห์น 14:3)

เราจะชื่นชมยินดีกับสุขภาพที่สมบูรณ์: ร่างกายที่เสื่อมสลายได้ของเราจะเป็น "ร่างกายที่เป็นขึ้นมา[ที่]ไม่เสื่อมสลาย สิ่งที่ถูกหว่านลงนั้นไร้เกียรติ สิ่งที่เป็นขึ้นมานั้นมีศักดิ์ศรี สิ่งที่ถูกหว่านลงนั้นอ่อนกำลัง สิ่งที่เป็นขึ้นมานั้นมีพลัง" (1 โครินธ์ 15:42-43)

เราจะมีความสุขอย่างไม่จบสิ้น: "พระเจ้าจะทรงเช็ดน้ำตาทุกๆ หยดจากตาของเขาทั้งหลาย และความตายจะไม่มีอีกต่อไป ความโศกเศร้า การร้องไห้ และการเจ็บปวดจะไม่มีอีกต่อไป เพราะยุคเดิมนั้นผ่านไปแล้ว" (วิวรณ์ 21:4)

ชัยชนะในวันอันยิ่งใหญ่กำลังจะมาถึง ดังนั้น อย่าปล่อยให้ซาตานทำให้คุณท้อใจ อย่าให้มันมาทำลายความหวังซึ่งจะเป็นเหตุให้คุณอดทน สักวันหนึ่งพระสง่าราศีอันเจิดจ้าของที่สถิตย์ของพระคริสต์จะส่องมาที่คุณ ถ้าคุณกำลังยืนหยัดต่อสู้อยู่ คุณจะสามารถรายงานได้ว่า "พระองค์เจ้าข้า ข้าพระองค์อาจจะฟกช้ำและเลือดไหล แต่ข้าพระองค์อยู่ที่นี่ ข้าพระองค์ต่อสู้เสมอ"

การต่อสู้กับความสงสัย

นอกจากความท้อใจแล้ว ซาตานยังมีคมดาบของมันอีกอันหนึ่ง: ความสงสัย คุณรู้หรือไม่ว่ามันต้องการให้คุณสงสัยความรอดของคุณ? มันเก่งในเรื่องแบบนี้ หลายคนต้องทนทุกข์กับการไม่มั่นใจในชีวิตคริสเตียนบางด้านของเขา เมื่อคุณทำบาป ซาตานจะพูดว่า "คุณไม่ใช่คริสเตียน แล้วทำไมพระเจ้าจึงทรงช่วยคุณให้รอดด้วย? คุณทำไม่ได้หรอก คุณดีไม่พอ คุณไม่สมควรจะได้รับความรอด"

บางคนบอกว่าคุณสามารถสูญเสียความรอดของคุณได้ บางคนก็บอกว่า
เราจะมั่นใจในความรอดได้ก็ต่อเมื่อเราพบกับพระเจ้า คำสอนที่ไม่ตรงตาม
พระคัมภีร์เช่นนี้ทำให้หลายคนต้องดำเนินชีวิตด้วยความไม่มั่นใจ ช่างเป็นการ
ดำรงชีวิตที่น่ากลัวเสียจริง! คำสอนแบบนี้คงจะเป็นสิ่งที่ตรงข้ามกับ 1 ยอห์น
1:4 ที่กล่าวว่า "เราเขียน... เพื่อความชื่นชมยินดี [ของท่าน] จะได้เต็มเปี่ยม"
หรือ 1 ยอห์น 5:13: "ข้อความเหล่านี้ข้าพเจ้าเขียนถึงท่านทั้งหลาย... เพื่อให้
ท่านรู้ว่าท่านมีชีวิตนิรันดร์"

บางคนเชื่อว่าคริสเตียนสูญเสียความรอดทุกครั้งที่เขาทำบาป มีชายคนหนึ่ง
ได้โทรเข้ามายังรายการโทรซึ่งคาดว่าของคริสเตียน ผมได้ยินเขาถามว่า "จะเกิด
อะไรขึ้นถ้าคริสเตียนทำบาปและลืมสารภาพบาปก่อนที่พระเยซูจะเสด็จ
กลับมา?" นักจัดรายการคนนั้นตอบว่า "คุณก็จะตกนรก" คุณจินตนาการออกไหม
กับการดำเนินชีวิตด้วยความกลัวแบบนั้น?

ทำไมซาตานต้องการให้เราสงสัยความรอดของเราน่ะหรือ? ก็เพราะว่ามัน
ต้องการให้เราสงสัยในพระสัญญาของพระเจ้า มันต้องการให้เราเชื่อว่าพระเจ้า
ไม่ได้รักษาคำมั่นสัญญาของพระองค์ มันต้องการให้เราเชื่อว่าพระเจ้าไม่ได้
คุ้มครองเราตลอดไป มันต้องการให้เราปฏิเสธฤทธิ์อำนาจของพระเจ้าและคิดว่า
พระองค์ตรัสมุสา มันรู้ว่าถ้าเราสงสัยความรอดของเรา เราก็จะถอดหมวกเหล็ก
ของเราออกเสีย

โปรดอย่าด่วนเข้าใจผิด ยังมีที่สำหรับการตรวจสอบตนเองอย่างถูกต้อง
เหมาะสมอยู่ เปาโลเขียนไว้ว่า "จงพิจารณาตัวเองดูว่าท่านทั้งหลายดำรงอยู่
ในความเชื่อหรือไม่ จงพิสูจน์ตัวเอง พวกท่านไม่ตระหนักว่าพระเยซูคริสต์สถิต
อยู่ในท่านทั้งหลายหรือ? นอกจากพวกท่านไม่สามารถผ่านการพิสูจน์" (2 โครินธ์
13:5) ในลักษณะเดียวกัน เปโตรก็เขียนด้วยว่า "เพราะเหตุนั้น พี่น้องทั้งหลาย
จงพยายามมากขึ้นที่จะยืนยันการทรงเรียกและการทรงเลือกพวกท่านนั้น
เพราะว่าถ้าพวกท่านทำเช่นนั้น ท่านจะไม่มีวันล้มลง" (2 เปโตร 1:10) เราได้รับ
คำสั่งให้สำรวจตัวเองทุก ๆ ครั้ง เมื่อเราเข้าร่วมโต๊ะอาหารขององค์พระผู้เป็นเจ้า
(1 โครินธ์ 11:28) แต่จุดประสงค์ของการตรวจสอบตนเองนั้นไม่ใช่เพื่อเปิดเผย

ความสงสัย แต่เพื่อไม่เข้าข่ายความสงสัย แต่เพื่อ "เราจะรู้ว่าเราอยู่ฝ่ายสัจจะและใจเราจะหมดกังวลเฉพาะพระพักตร์พระองค์" (1 ยอห์น3:19) หรือจะพูดอีกอย่างหนึ่งก็คือ "จงสวมหมวกเหล็ก"

ตามที่เราได้ดูกันมาแล้ว ความรอดของเราเป็นความรอดที่มีสามความนัย คือ อดีต ปัจจุบัน และอนาคต เปาโลกล่าวว่า "ข้าพเจ้าแน่ใจอย่างนี้ว่าพระองค์ผู้ทรงเริ่มต้นการดีไว้ในพวกท่าน จะทรงทำให้สำเร็จจนถึงวันแห่งพระเยซูคริสต์ [นัยอนาคต]" (ฟีลิปปี 1:6) พระเยซูคริสต์ได้ตรัสไว้ในยอห์น 6:37 ว่า "สารพัดที่พระบิดาประทานแก่เราจะมาหาเรา และคนที่มาหาเรา เราจะไม่ขับไล่เลย" พระสัญญาเพียงเท่านี้ก็เพียงพอแล้วที่จะปกป้องเราจากความท้อใจและความสงสัยที่ศัตรูซัดสาดเข้ามาหาเรา

เราที่รู้จักพระเยซูคริสต์คือ ของประทานจากพระบิดาแก่พระบุตร—แสดงถึงลักษณะความรักของพระบิดา พระบุตรจะปกป้องบรรดาผู้ที่พระบิดาประทานให้พระองค์ ไม่มีอะไรจะมาทำให้พระเยซูทรงละทิ้งเขาได้เลย เพราะพระองค์ได้ตรัสว่า

> "เพราะว่าเราลงมาจากสวรรค์ ไม่ใช่เพื่อทำตามความประสงค์ของเราเอง แต่เพื่อทำตามพระประสงค์ของผู้ทรงใช้เรามา และพระประสงค์ของผู้ทรงใช้เรามานั้นก็คือให้เรารักษาทุกสิ่งที่พระองค์ทรงมอบไว้กับเรา ไม่ให้หายไปสักสิ่งเดียว แต่ทำให้เป็นขึ้นมาในวันสุดท้าย" (ยอห์น 6:38-39)

การทรงเรียกของพระองค์จะถูกเพิกถอนไม่ได้ มรดกของพระองค์ไม่มีวันที่จะเสื่อมสลาย รากฐานของพระองค์ไม่มีวันที่จะสั่นคลอน และตราประทับของพระองค์ไม่มีวันที่จะถูกทำลาย ดังนั้น ผู้เชื่อจึงไม่จำเป็นต้องกลัวการโจมตีของซาตาน สง่าราศีของเราในอนาคตได้รับคำยืนยันจากพระเจ้าแล้ว

ในยอห์น 10:27-29 พระคริสต์ได้ให้ภาพเกี่ยวกับความมั่นคงนิรันดร์ของ
ผู้เชื่อว่า

> แกะของเราย่อมฟังเสียงของเรา เรารู้จักแกะเหล่านั้น และ
> แกะนั้นก็ตามเรา เราให้ชีวิตนิรันดร์แก่แกะทั้งหลาย แกะ
> เหล่านั้นจะไม่มีวันพินาศและจะไม่มีใครแย่งชิงแกะนั้น
> ไปจากมือของเราได้ พระบิดาของเราผู้ประทานแกะนั้น
> ให้แก่เราทรงเป็นใหญ่กว่าทุกสิ่ง และไม่มีใครสามารถชิง
> ไปจากพระหัตถ์ของพระบิดาได้

ข้อพระคัมภีร์เหล่านี้ อธิบายถึงองค์ประกอบเจ็ดประการที่ผูกพันเราไว้อย่าง
นิรันดร์กับพระคริสต์ องค์ประกอบเหล่านี้ได้แก่

ประการแรก คือลักษณะของผู้เลี้ยงแกะ เนื่องจากเราเป็นของพระองค์
จึงเป็นหน้าที่ของพระองค์ที่จะปกป้องและดูแลเรา ถ้าพระองค์ปล่อยให้เราถูก
แย่งชิงไป พระลักษณะแห่งความเป็นพระเจ้าและความสามารถของพระองค์
ก็เป็นที่น่าสงสัย

ประการที่สอง คือลักขณะของแกะ ในข้อ 27 พระเยซูตรัสว่าแกะของ
พระองค์จะตามพระองค์อย่างไม่มีเงื่อนไข แกะของพระองค์จะไม่ฟังเสียง
คนแปลกหน้า มันจะฟังพระองค์เท่านั้น แม้ว่าจะมีความดื้อดึงบ้างและทำบาป
บ้าง แต่พวกเขารู้ว่าเขาจะตามใคร

ประการที่สาม คือคำจำกัดความของชีวิตนิรันดร์ ในข้อ 28 พระเยซูตรัสว่า
"เราให้ชีวิตนิรันดร์แก่แกะทั้งหลาย" ชีวิตนิรันดร์ยาวนานขนาดไหน? ตลอดไป
ถ้าบอกว่าชีวิตนิรันดร์มีวันจบสิ้นก็จะขัดแย้งกับคำว่านิรันดร์ เรามั่นใจใน
ความรอดของเราได้เพราะคำจำกัดความของคำนี้

ประการที่สี่ คือชีวิตนิรันดร์เป็นของประทาน (ของขวัญ) เราไม่ได้ทำอะไร
เพื่อจะได้ชีวิตนิรันดร์ และเราก็ไม่สามารถทำอะไรเพื่อจะรักษาชีวิตนิรันดร์ไว้
มันเป็นของประทาน

ประการที่ห้า คือความไว้วางใจได้ของพระคริสต์ ในข้อ 28 พูดต่อไปว่า "แกะนั้นจะไม่พินาศเลย" ถ้าผู้เชื่อต้องพินาศก็แสดงว่าพระเยซูพูดมุสา แต่พระเจ้าจะตรัสมุสาไม่ได้เลย (ทิตัส 1:2) ทุกสิ่งที่พระองค์ตรัสนั้นเป็นจริงเชื่อถือได้

ประการที่หก คือฤทธิ์อำนาจของพระคริสต์ พระคริสต์ตรัสว่า "และจะไม่มีผู้ใดแย่งชิงแกะเหล่านั้นไปจากมือของเราได้" ลีออน มอรีส กล่าวถึงประเด็นนี้ว่า

> มันเป็นสิ่งที่ล้ำค่าที่สุดสิ่งหนึ่งในความเชื่อของคริสเตียนที่ว่า ชีวิตนิรันดร์ของเรานั้นไม่ได้ขึ้นอยู่กับการยึดพระคริสต์อย่างหละหลวมของเรา แต่ขึ้นอยู่กับการที่พระคริสต์ทรงฉวยเราไว้อย่างมั่นคง[5]

ประการสุดท้าย คือฤทธิ์อำนาจของพระบิดา พระเยซูตรัสว่า "พระบิดาของเราผู้ประทานแกะนั้นให้แก่เราทรงเป็นใหญ่กว่าทุกสิ่ง และไม่มีใครสามารถชิงไปจากพระหัตถ์ของพระบิดาได้" (ข้อ 29) ขอให้สังเกตในข้อ 28 พระเยซูตรัสว่า "มือของเรา" และในข้อ 29 "พระหัตถ์ของพระบิดา" นี่เป็นการปกป้องสองชั้นเลยทีเดียว

พระเยซูคริสต์กำลังตรัสว่าอย่างไร? พระองค์กำลังตรัสว่าไม่มีอะไรและไม่มีใครจะสามารถเพิกถอนความรอดของพระเจ้าได้ และไม่มีใครจะสามารถแย่งชิงคุณไปจากพระหัตถ์ของพระองค์ได้ เปาโลได้กล่าวในลักษณะเดียวกันนี้ว่า

> เพราะข้าพเจ้าแน่ใจว่า แม้ความตาย หรือชีวิต หรือบรรดาทูตสวรรค์ หรือเทพเจ้า หรือสิ่งซึ่งมีอยู่ในปัจจุบันนี้ หรือสิ่งซึ่งจะมีในภายหน้า หรือฤทธิ์เดชทั้งหลาย หรือซึ่งสูง หรือซึ่งลึก หรือสิ่งใดๆ อื่นที่ได้ทรงสร้างแล้วนั้น จะไม่สามารถทำให้เราขาดจากความรักของพระเจ้า ซึ่งมีอยู่ในพระเยซูคริสต์องค์พระผู้เป็นเจ้าของเราได้ (โรม 8:38-39)

　　　　ถ้าคุณเป็นผู้เชื่ออย่างแท้จริง อย่าปล่อยให้ซาตานมาก่อความยุ่งยาก ให้คุณด้วยความสงสัย ความรอดของคุณซึ่งรวมถึงสง่าราศีในอนาคตด้วยนั้นเป็น สิ่งสำคัญมั่นคงตลอดนิรันดร์ในพระคริสต์ จงสวมความรอดนี้เป็นหมวกของคุณ

ยืนหยัดท่ามกลางความชั่วร้าย

บางครั้งการต่อสู้ดุเดือดและรุนแรงมาก นี่เป็นแรงจูงใจของยูดาเมื่อท่านเขียน จดหมายของท่านซึ่งเป็นเรื่องเกี่ยวกับการละทิ้งความเชื่อ ผู้ละทิ้งความเชื่อไม่ใช่ ผู้เชื่อที่ละทิ้งความเชื่อไป แต่เป็นผู้เชื่อปลอมที่ขาดความเชื่อจึงทำให้เขาหันหลัง กลับไป ยูดาให้ลักษณะผู้สอนเท็จเหล่านี้ว่าเป็นนักเพ้อฝัน (ข้อ 8) เป็นผู้เผย พระวจนะที่ปล่อยตัว (ข้อ 11) เป็นเมฆที่ไม่มีน้ำ; เป็นต้นไม้ที่ไร้ผล; ตายมา สองหนแล้ว; ถูกถอนออกทั้งราก (ข้อ 12) เป็นคลื่นรุนแรงในทะเล และเป็น ดวงดาวที่พลัดออกไปนอกวงโคจร ความมืดมิดถูกสงวนไว้สำหรับพวกเขา ตลอดกาล (ข้อ 13) ในข้อ 16 ยูดากล่าวว่าผู้ละทิ้งความเชื่อเป็นพวกขี้บ่น ชอบ จับผิด ดำเนินชีวิตตามตัณหาชั่วของตนเอง คุยโวโอ้อวด และยกยอผู้อื่นเพื่อ หวังประโยชน์ของตน

การปกป้องของพระเจ้า

　　　　ในท่ามกลางการละทิ้งความเชื่อและความชั่วร้าย ยังมีกลุ่มผู้เชื่อที่แท้จริง พวกเขาไม่เพียงแต่เห็นคำสอนผิด ๆ และความเสื่อมทรามที่กำลังคืบคลาน เข้ามาในคริสตจักรเท่านั้น แต่พวกเขายังเห็นค่านิยมของสังคมที่กำลังเสื่อมลง อีกด้วย แน่ทีเดียว พวกเขาวิตกกังวลกับการถูกกวาดล้างโดยความชั่วร้ายเหล่านั้น แต่ยูดาเขียนว่า ไม่มีเหตุผลใดที่จะต้องกลัวเพราะผู้เชื่อที่แท้จริงเป็น "ที่รักของ พระเจ้าพระบิดา และได้รับการคุ้มครองรักษาไว้เพื่อพระเยซูคริสต์" (ข้อ 1)

　　　　คำภาษากรีกที่ใช้เพื่อเน้นความหมายของการปกป้องเป็นคำที่ใช้กับการ ดูแลทะนุถนอมสิ่งที่มีค่า ยูดากำลังพูดถึงอะไร? ว่าพระเยซูคริสต์ทรงปกป้อง เราจากความชั่วร้ายทั้งปวง

เห็นได้ชัดว่าพวกที่อยู่ในการเคลื่อนไหวของสงครามฝ่ายวิญญาณทุกวันนี้
ไม่เชื่อเช่นนั้น ตัวอย่างเช่น พวกเขาอ้างว่าวิญญาณชั่วสามารถเข้าสิงคริสเตียน
ที่แท้จริงได้ เพราะ*การเข้าไปยุ่งเกี่ยวของบรรพบุรุษ การเข้าไปยุ่งเกี่ยวของ
ตัวเอง* หรือ*การถ่ายโอน* ศาสตราจารย์คนหนึ่งอธิบายคำเหล่านี้ไว้ว่า

> เมื่อพูดถึง *การเข้าไปยุ่งเกี่ยวของบรรพบุรุษ* เราหมายถึง
> บรรพบุรุษของคนที่ถูกผีเข้า หรือไปยุ่งเกี่ยวกับผี นี่เป็น
> สาเหตุที่เราจะพบได้โดยทั่วไปเมื่อคนถูกวิญญาณชั่ว
> รบกวนหรือถูกผีเข้า[6]

เขาอ้างคำกล่าวนั้นตามคำสั่งของพระเจ้าที่มีต่อชนชาติอิสราเอลในอพยพ
20:4-5 ที่ว่า

> "ห้ามทำรูปเคารพสำหรับตน เป็นรูปสิ่งใดซึ่งมีอยู่ในฟ้า
> เบื้องบน หรือบนแผ่นดินเบื้องล่าง หรือในน้ำใต้แผ่นดิน
> ห้ามกราบไหว้หรือปรนนิบัติรูปเหล่านั้น เพราะเราคือ
> ยาห์เวห์พระเจ้าของเจ้า เป็นพระเจ้าที่หวงแหน *ให้โทษ
> ของบิดาตกทอดไปถึงลูกหลานของผู้ที่ชังเราจนถึงสามชั่ว
> สี่ชั่วอายุคน*

เขากล่าวต่อไปว่า

> ทั้งผู้ที่นมัสการรูปเคารพ และลูกหลานของเขาสามสี่
> ชั่วอายุคนจะถูกพิพากษาในเรื่องนี้อย่างรุนแรง และการ
> พิพากษานี้อาจจะรวมถึงการถูกผีเข้าสิงด้วย ถ้าเราสำรวจ
> จากประวัติศาสตร์หรือตามคลินิกให้คำปรึกษา เราจะพบ
> ว่ามันเป็นเรื่องจริง[7]

เขายังได้อธิบายความหมายของการเข้าไปยุ่งเกี่ยวของตัวเองและการ
ถ่ายโอนอีกว่า

> *การเข้าไปยุ่งเกี่ยวของตัวเอง* หมายถึง ปัญหาที่เกิดจาก
> บุคคลนั้น ๆ ไปลองหรือไปมีส่วนเกี่ยวข้องกับวิญญาณชั่ว
> การปฏิบัติที่ต้องห้ามเช่นนี้เป็นการเชื้อเชิญให้ผีเข้ามา
> มีอิทธิพลหรือรุกล้ำ....
> *การถ่ายโอน* หมายถึง บุคคลหนึ่งตกอยู่ใต้อำนาจ
> ของวิญญาณชั่ว โดยได้รับอิทธิพลมาจากอีกคนหนึ่งที่ถูก
> ผีเข้าสิงอยู่แล้ว การยอมจำนนต่ออำนาจของคนนั้นเท่ากับ
> เป็นการยอมจำนนต่ออำนาจของวิญญาณชั่ว[8]

แล้วคำกล่าวอ้างของเขาล่ะจะว่าอย่างไร? ผู้เชื่อสามารถสืบทอดวิญญาณชั่ว
จากบรรพบุรุษของเขาได้อย่างนั้นหรือ? การเข้าไปมีส่วนเกี่ยวข้องกับวิญญาณชั่ว
ในอดีตจะทำให้ผู้เชื่อเปิดช่องทางให้มารร้ายรุกล้ำเข้ามาหรือ? วิญญาณชั่ว
สามารถถูกส่งต่อมายังผู้เชื่อได้หรือ? เป็นไปไม่ได้!
ดังที่เราได้กล่าวมาแล้ว วิญญาณชั่วอาจทำให้ผู้เชื่อแท้เกิดความทุกข์ยาก
*ภายนอก*ได้ ซึ่งก็ขึ้นอยู่กับการทรงอนุญาตของพระเจ้าเพื่อให้พระประสงค์ของ
พระองค์สำเร็จเท่านั้น แต่อย่างไรก็ตาม มันจะไม่สามารถเข้าสิงผู้เชื่อแท้ได้:

> วิญญาณชั่วไม่สามารถเข้าสิงคริสเตียนได้ ความคิดเช่นนี้
> ขัดแย้งกับทุกสิ่งที่พันธสัญญาใหม่สอนเกี่ยวกับธรรมชาติ
> ของการบังเกิดใหม่และฐานะความเป็นบุตรของพระเจ้า
> มาร์ติน ลูเธอร์ กล่าวว่า "เป็นไปไม่ได้ที่พระเยซูและมารร้าย
> จะอยู่ใต้หลังคาเรือนเดียวกัน ฝ่ายหนึ่งจะต้องยอมจำนน
> ต่ออีกฝ่ายหนึ่ง นั่นคือมารร้ายยอมจำนนต่อพระคริสต์"[9]

ยิ่งกว่านั้น อพยพ 20:5 *ไม่ได้*สอนว่าลูกหลานสามสี่ชั่วอายุจะรับสืบทอด
ความบาปจากบรรพบุรุษของเขา แต่ตรงกันข้าม พันธสัญญาเดิมกลับเน้น
หลักการของความรับผิดชอบส่วนบุคคล:

> "อย่าให้บิดารับโทษถึงตายแทนบุตรของตน หรือให้บุตร
> รับโทษถึงตายแทนบิดาของตน ให้ทุกคนรับโทษถึงตาย
> ด้วยบาปของตนเอง (เฉลยธรรมบัญญัติ 24:16)

> "แต่พวกเจ้ายังกล่าวว่า 'ทำไมบุตรจึงไม่รับโทษความชั่ว
> ของบิดาของตน?' เมื่อบุตรได้ทำความยุติธรรมและความ
> ชอบธรรมแล้ว ทั้งได้รักษากฎเกณฑ์ทั้งหมดของเราและได้
> ทำตาม เขาจะมีชีวิตอยู่อย่างแน่นอน ตัวคนที่ทำบาปจะ
> ต้องตาย บุตรไม่ต้องรับโทษความผิดบาปของบิดา บิดาก็
> ไม่ต้องรับโทษความผิดบาปของบุตร คนชอบธรรมจะรับผล
> ความชอบธรรมของตน และคนอธรรมจะรับผลการอธรรม
> ของตน (เอเสเคียล 18:19-20)

เมื่อพระเจ้าทรงพบความชั่วในสามสี่ชั่วอายุคนถัดมา นั่นเป็นเพราะว่าเขา
*เลือก*ที่จะทำบาปเอง ไม่ใช่เป็นเพราะว่าบรรพบุรุษของเขาได้ทำบาป
ไม่มีที่ไหนในพระคัมภีร์ที่กล่าวว่าผู้เชื่อแท้ได้รับวิญญาณชั่วจากบรรพบุรุษ
ของเขา ไม่มีที่ไหนในพระคัมภีร์ที่บอกว่าผู้เชื่อจะได้รับความเดือดร้อนจาก
วิญญาณชั่ว เพราะว่าเมื่อก่อนเขาเคยไปยุ่งเกี่ยวข้องด้วย ไม่มีที่ไหนในพระคัมภีร์
ที่บอกว่าวิญญาณชั่วจะย้ายจากคนอื่นแล้วมาเข้าสิงอยู่ในผู้เชื่อ ไม่มีที่ไหนใน
พันธสัญญาใหม่ที่สั่งให้คริสตจักรใช้พระนามของพระคริสต์เพื่อปลดปล่อย
ผู้เชื่อจากวิญญาณชั่ว เหตุเพราะการไปยุ่งเกี่ยวของบรรพบุรุษ การไปยุ่งเกี่ยวของ
ตนเอง การถ่ายโอน หรือด้วยเหตุผลใดก็ตาม และก็ไม่มีที่ไหนในพระคัมภีร์

ที่บอกให้ผู้เชื่อแสวงหาการปลดปล่อยที่ว่านี้ ทำไม? ก็เพราะพระเจ้าได้ทรงจัด
เตรียมทั้งการปลดปล่อยและการปกป้องไว้แล้วในความรอดที่พระองค์ประทานให้

อัครทูตเปาโลกล่าวถึงเรื่องนี้ว่า "องค์พระผู้เป็นเจ้าทรงซื่อสัตย์ จะทรงเสริม
กำลังของท่าน และทรงป้องกันท่านไว้ให้พ้นจากมารร้าย" (2 เธสะโลนิกา 3:3)
ใน 2 ทิโมธี 1:12 ท่านได้ย้ำถึงความจริงเดียวกันนี้ว่า "ข้าพเจ้ารู้จักพระองค์
ที่ข้าพเจ้าเชื่อ และข้าพเจ้าเชื่อมั่นว่า พระองค์ทรงสามารถรักษาสิ่งที่พระองค์
ทรงมอบไว้กับข้าพเจ้า จนถึง [วันนั้น] ได้" เปาโลสนับสนุนเรื่องนี้โดยเน้นความ
สัมพันธ์อันใกล้ชิดที่เขามีกับพระเจ้า เขารู้จักผู้ที่เขาวางใจเป็นส่วนตัว ท่านได้
มอบวางใจอะไรไว้กับองค์พระผู้เป็นเจ้า? ชีวิตทั้งสิ้นของท่าน ทุกสิ่งทุกอย่าง!
ท่านรู้ว่าพระเจ้าจะทรงปกป้องชีวิตของท่านไว้จนถึงวันที่พระเยซูคริสต์เสด็จมา
เพื่อประทานบำเหน็จแก่คริสตจักรของพระองค์ ถ้าคุณเป็นผู้เชื่อแท้ พระเจ้า
จะทรงปกป้องคุณด้วยเช่นกัน

การรับประกันของพระเจ้า

ภาษากรีกของคำว่า "คุ้มครองรักษา" ในยูดาข้อที่ 1 ไม่เพียงแต่หมายถึง
ยามรักษาการณ์เท่านั้น แต่ยังหมายถึงการรับประกันด้วย เมื่อคุณได้รับความรอด
แล้ว พระเจ้าทรงประทานพระวิญญาณบริสุทธิ์ให้คุณเป็นเครื่องรับประกันว่า
วันหนึ่งคุณจะได้รับสง่าราศี เปาโลพูดเกี่ยวกับเรื่องนี้ในเอเฟซัส 1:13-14 ว่า

> เมื่อพวกท่านได้ยินสัจวาทะคือข่าวประเสริฐเรื่องความรอด
> ของท่าน และวางใจในพระองค์แล้ว พวกท่านก็ได้รับการ
> ประทับตราด้วยพระวิญญาณบริสุทธิ์ตามที่ทรงสัญญาไว้
> พระวิญญาณนั้นเป็นมัดจำในการรับมรดกของเรา จนกว่า
> คนของพระเจ้าจะได้รับการไถ่ เพื่อเป็นการยกย่องพระเกียรติ
> ของพระองค์ (เอเฟซัส 1:13-14)

ภาษากรีกของคำว่า "มัดจำ" (*arrabōn*) หมายถึง "เงินดาวน์" เรารู้ว่า
พระเจ้าจะไม่ผิดสัญญาพระสัญญาต่าง ๆ ที่พระองค์ทรงให้แก่เรา เพราะว่า
พระองค์ประทานพระวิญญาณบริสุทธิ์ให้เราเป็นเงินดาวน์มัดจำแล้ว พระเจ้า
ทรงจัดเตรียมการรับประกันให้แก่เรา เพราะพระองค์รู้ว่าเราต้องการความมั่นใจ
ในความรอดของเรา เรายังไม่ได้รับการไถ่อย่างสมบูรณ์แบบ เราได้รับการไถ่
ฝ่ายวิญญาณแล้ว แต่เรารอคอยการทรงไถ่ทางกายของเรา (โรม 8:23) เรายัง
ไม่ได้รับมรดกของเราอย่างเต็มที่ เพราะเรายังไม่ได้ไปสวรรค์ แต่เรารู้ว่ามันจะ
เกิดขึ้นในวันหนึ่งข้างหน้า เพราะพระวิญญาณบริสุทธิ์ผู้ทรงสถิตอยู่ในเรา ทรง
เป็นคำรับประกันในเรื่องนี้

คำว่า "มัดจำ" (*arrabōn*) ในภาษากรีกยังถูกนำมาใช้กับแหวนหมั้น
พระคัมภีร์กล่าวว่าวันหนึ่งจะมีงานเลี้ยงสมรสซึ่งพระเยซูทรงเป็นเจ้าบ่าวและ
คริสตจักรเป็นเจ้าสาวของพระองค์ (วิวรณ์ 19:7-10) พระองค์ทรงประทาน
แหวนหมั้นกับคริสตจักร—เครื่องหมายของการผูกมัด พระวิญญาณบริสุทธิ์คือ
แหวนหมั้น พระองค์ทรงเป็นตัวแทนของข้อผูกมัดของพระเจ้าและแสดงถึงการ
ลงทุนของพระเจ้าในชีวิตของเรา ดังนั้น สง่าราศีในอนาคตของเราจึงได้รับการ
รับประกันโดยพระเจ้าพระองค์เอง

ฤทธิ์อำนาจของพระเจ้า

เพราะพวกเขาอยู่ท่ามกลางการละทิ้งความเชื่อและความชั่วร้าย จึงไม่ต้อง
สงสัยเลยว่าผู้เชื่อที่ยูดาเขียนจดหมายถึงนั้นคงจะคิดว่า *"ฉันกำลังอยู่ในอันตราย
ที่จะถูกครอบงำโดยความชั่วร้ายเช่นนั้นใช่ไหม? ฉันจะรอดท่ามกลางการละทิ้ง
ความเชื่อไหม? ฉันจะยังคงอยู่ในการอวยพระพรของพระเจ้าได้หรือไม่? ฉัน
สามารถหลีกเลี่ยงการเข้าไปเจือปนได้ไหม?"*

ยูดาตอบสนองอย่างไร? ท่านได้เตือนพวกเขาหรือไม่ว่าวิญญาณชั่วสามารถ
ถูกส่งทอดหรือถ่ายโอนมาได้? ท่านได้บอกพวกเขาให้หลีกเลี่ยงอันตรายโดยการ

ขับไล่ซาตานหรือโดยการผูกมัดวิญญาณชั่วแห่งการละทิ้งความเชื่อและวิญญาณ
แห่งความชั่วร้ายหรือเปล่า? ไม่ใช่เลย ตรงข้ามกับทุกสิ่งที่กล่าวมานี้ ท่านได้
ยืนยันกับพวกเขาด้วยคำอวยพรที่ยิ่งใหญ่ว่า

> แด่ [พระคริสต์] ผู้ทรงสามารถปกป้องพวกท่านไม่ให้สะดุด
> ล้ม และทรงตั้งพวกท่านอยู่เบื้องหน้าพระสิริของพระองค์
> โดยปราศจากตำหนิและมีความร่าเริงยินดี ขอพระเกียรติ
> ความยิ่งใหญ่ อานุภาพ และสิทธิอำนาจ จงมีแด่พระเจ้า
> องค์เดียว ผู้เป็นพระผู้ช่วยให้รอดของเรา โดยทางพระเยซู
> คริสต์องค์พระผู้เป็นเจ้าของเรา ทั้งในอดีตกาล ปัจจุบัน
> กาล และในกาลต่อๆ ไปเป็นนิตย์ อาเมน (ยูดา 1:24-25)

   ไม่ว่าศัตรูจากขุมนรกจะต่อต้านเราอย่างไร เราจะมั่นคงปลอดภัยในฤทธิ์
อำนาจของพระเจ้า ขอให้สังเกตว่ายูดาเน้นความสนใจของผู้เชื่อไปที่พระเจ้า
และฤทธิ์อำนาจของพระองค์ ไม่ใช่ซาตานและวิญญาณชั่ว ทำไมล่ะ? ก็เพราะว่า
พระเจ้าทรงมีฤทธิ์อำนาจที่จะปกป้องเราไว้ไม่ให้ล้มลง และชำระเราให้บริสุทธิ์
อย่างพระคริสต์จำเพาะพระพักตร์ของพระองค์ ความมั่นใจที่ว่าพระองค์จะทรง
รักษาคำมั่นสัญญาคือหมวกเหล็กที่มีประสิทธิภาพที่เราสามารถสวมใส่เข้าไปใน
สงครามฝ่ายวิญญาณ

10

ดาบของพระวิญญาณ

วีร่า คาเดวา ผู้เชื่อชาวมอสโคว์ได้เขียนบันทึกเกี่ยวกับชีวิตของเธอในช่วง
เหตุการณ์รัฐประหารในสมัยที่มิกคาเอล กอบาชอฟ เป็นประธานาธิบดีของ
รัสเซียว่า

เวลา 8.00 น. ในตอนเช้า เราได้ข่าวเหตุการณ์ที่เกิดขึ้น
เมื่อคืน ความคิดแรกของฉันคือ "พระองค์เจ้าข้า! เราจะทำ
อะไรเพื่อพระองค์ได้บ้าง!" ความปรารถนาที่จะประกาศ
เรื่องของพระคริสต์กับประชาชนผุดขึ้นมา และมีเสียง
อธิษฐานเกิดขึ้นในใจของฉันว่า "ข้าแต่พระเจ้า ขอทรงสอน
ให้ข้าพระองค์ทำตามน้ำพระทัยของพระองค์"

ในระหว่างวันนั้น ฉันเห็นรถถังและรถหุ้มเกราะ
บนถนนในกรุงมอสโคว์ บ้านเมืองลุกเป็นไฟและไม่มีความ
สงบ ฝูงชนได้พากันเดินมุ่งหน้าไปยังอาคารที่ทำการของ
รัฐสภารัสเซีย

ในช่วงนมัสการตอนเย็น คริสตจักรมีการเฉลิมฉลองระลึกถึงวันที่พระเยซูทรงจำแลงพระกายบนภูเขา ฉันนั่งอยู่ในคริสตจักรและรู้สึกไม่สบายใจ เพราะนี่อาจจะเป็นโอกาสสุดท้ายของฉัน ฉันจึงตัดสินใจหยิบเอาพระกิตติคุณ นิตยสาร และโบรชัวร์ ... และไปพูดคุยกับผู้คนเกี่ยวกับพระเยซูคริสต์...

ที่จัตุรัสมาเนซนายาเต็มไปด้วยผู้คนทั้งผู้มาเยี่ยมเยือนชาวต่างประเทศ และเด็กๆ ในจัตุรัสมีรถถัง รถหุ้มเกราะและวงล้อมทหารที่มีอาวุธปืนครบมือ ฉันมีความคิดที่จะเอาพระกิตติคุณในมือและมุ่งไปยังรถถังโดยผ่านวงล้อมของทหารไป ไม่มีใครสนใจฉัน ฉันให้พระกิตติคุณเหล่านั้นกับพวกทหาร บรรดาทหารผู้บังคับบัญชาทั้งระดับทั่วไปและระดับสูงซึ่งอยู่รอบ ๆ จัตุรัสนั้นได้กระโดดออกจากรถถังและมุ่งตรงมาที่ฉัน ฉันเห็นเพียงแค่หน้าและมือของพวกเขาเท่านั้นแม้พวกเขาจะยืนอยู่ตรงหน้าของฉัน ทหารคนหนึ่งพูดว่า “ส่งหนังสือเกี่ยวกับพระเจ้ามาให้ฉันด้วย”

บนถนนเวิร์สกี้ รถหุ้มเกราะหลายคันได้หยุดที่นั่น เราออกจากรถและแจกพระกิตติคุณให้กับพวกทหารพร้อมกับกล่าวคำว่า “คุณจะไม่ถูกฆ่า” ครั้งแล้วครั้งเล่า ปฏิกิริยาของถ้อยคำเหล่านี้เหมือนกับการโดนไฟช็อต เหล่าทหารยักไหล่เมื่อเขาได้ยินพระวจนะของพระเจ้า ทหารคนหนึ่งถึงกับน้ำตาคลอ...

เราไปถึงที่ตึกของรัฐสภารัสเซียตอนเที่ยง... ที่นั่นมีทหารรักษาการณ์อยู่เป็นวันที่สาม มีฝนตกลงมาอย่างหนัก เราเดินลุยน้ำและโคลนเพื่อแจกพระกิตติคุณให้กับทหารฝ่ายประธานาธิบดีเยลซิลซึ่งรายล้อมรถถังอยู่....

ฉันได้เดินผ่านจัตุรัสซึ่งทุกวันนี้เรียกว่า "จัตุรัสแห่ง
เสรีภาพของรัสเซีย" ไปยังสิ่งกีดขวางบนถนนคาลินิน เดิน
บนทางเท้าที่ถูกขุดขึ้นมา เศษซากปรักหักพังของคอนกรีต
ถูกนำมากองรวมกันไว้เป็นกองสูง บรรดาสิ่งกีดขวางนั้นมา
จากรถไฟฟ้าและรถบรรทุกที่ถูกนำมาวางขวางถนนไว้...
ประชาชนเข้าไปหลบฝนในรถไฟฟ้า ข้างหลังรถไฟฟ้าคือ
ฝูงคนที่ยืนเรียงแถวซึ่งกำลังตบมืออยู่ ข้างหลังพวกเขาก็คือ
รถถังและรถหุ้มเกราะซึ่งขวางถนนอยู่

ไม่มีใครสามารถฝ่าสิ่งกีดขวางไปได้ไม่ว่าจะทางด้าน
ไหน ฉันขออนุญาตที่จะผ่านสิ่งกีดขวางเข้าไปและแจก
พระกิตติคุณให้กับพวกทหาร ในมือของฉันมีพระกิตติคุณ
ที่หน้าปกเป็นรูปไม้กางเขน ประชาชนหยุดตบมือและฉัน
ก็เบียดเข้าไประหว่างรถถัง

ทหารคนหนึ่งวิ่งตรงมาหาฉัน ฉันพูดว่า "พี่ชาย รับ
พระกิตติคุณไปซิ!" เขามองฉันด้วยตาที่เบิกกว้าง "จริงหรือ?"
เขาคว้าพระกิตติคุณด้วยมือที่สกปรกแล้วยัดมันใส่ไว้ในเสื้อ
กันหนาวของเขา หลังจากหยุดคิดชั่วขณะหนึ่งเขาพูดกับ
ฉันว่า "ขอเพิ่มอีกสามใบได้ไหม? ผมจะเอาไปให้เพื่อน!"
ด้วยการแจกจ่ายพระกิตติคุณฉันสามารถข้ามไปยังอีก
ฝั่งหนึ่งของสิ่งกีดขวางได้ ฉันไม่รู้สึกกลัว มันเหมือนกับว่า
เท้าของฉันไม่ได้สัมผัสพื้น มันเป็นความสุขที่ยิ่งใหญ่เพราะว่า
ฉันได้นำพระวจนะของพระเจ้าซึ่งเป็นฤทธิ์เดชของพระเจ้า
เพื่อให้ทุกคนที่เชื่อได้รับความรอด... โดยการมีพระกิตติคุณ
ฉันจึงสามารถผ่านเครื่องกีดขวางต่างๆ ไปได้ ไม่มีอะไรที่มา
ขวางกั้นพระวจนะของพระเจ้าได้[1]

ไม่มีอะไรจะมาขัดขวางพระวจนะของพระเจ้าได้ เพราะว่าพระวจนะเป็นฤทธิ์เดชของพระเจ้า เป็นอาวุธฝ่ายวิญญาณอันทรงประสิทธิภาพ ในเอเฟซัส 6:17 เปาโลเรียกพระวจนะของพระเจ้าว่า "ดาบของพระวิญญาณ" คำภาษากรีกที่ท่านใช้นั้นหมายถึงดาบสั้นชนิดใดชนิดหนึ่งที่มีความยาวประมาณ 6-18 นิ้ว ทหารจะเหน็บดาบนี้ซึ่งอยู่ในฝักไว้ข้างลำตัว และใช้มันเมื่อต้องต่อสู้แบบประชิดตัว

ดังนั้น ดาบของพระวิญญาณจึงไม่ใช่ดาบยาวที่คุณจะใช้ฟาดฟันไปรอบ ๆ โดยหวังว่ามันจะก่อให้เกิดความเสียหายบ้าง มันเป็นดาบที่แหลมคม ดาบนี้ใช้โจมตีที่จุดอ่อน ไม่เช่นนั้นมันจะไม่เกิดผล

คุณลักษณะของดาบนี้

ในข้อ 17 เปาโลได้ให้คำจำกัดความของดาบของพระวิญญาณว่าเป็น "พระวจนะของพระเจ้า" นั่นหมายความว่า เรามีดาบของพระเจ้าซึ่งมีคุณลักษณะที่แน่นอน คุณลักษณะเหล่านี้มีอะไรบ้าง?

ประการแรก พระวจนะของพระเจ้าไม่มีข้อผิดพลาด พระคัมภีร์ทั้งเล่มไม่มีความผิดพลาด พระคัมภีร์ไม่มีข้อบกพร่อง ไม่มีข้อเสีย และไม่มีข้อตำหนิ เพราะว่าเขียนขึ้นโดยพระเจ้าผู้ทรงมีพระลักษณะที่ไม่มีผิดพลาด สดุดี 19:7 TNCV กล่าวว่า "บทบัญญัติขององค์พระผู้เป็นเจ้าสมบูรณ์ไร้ที่ติ"

ประการที่สอง พระคัมภีร์ไม่ผิดพลาด พระคัมภีร์ไม่มีผิดพลาดในเรื่องข้อเท็จจริง ในเรื่องประวัติศาสตร์ ในเรื่องวิทยาศาสตร์ และในเรื่องฝ่ายวิญญาณ พระคัมภีร์ถูกต้องสมบูรณ์ในขีดทุกขีดและจุดเล็กๆ ทุกจุด สุภาษิต 30:5 กล่าวว่า "พระดำรัส*ทุกคำ*ของพระเจ้าพิสูจน์แล้วว่าจริง" นั่นหมายความว่าพระวจนะทุกถ้อยคำบริสุทธิ์และจริง พระคัมภีร์เป็นเพียงหนังสือเล่มเดียวที่ไม่เคยมีข้อผิดพลาด ทุกสิ่งที่กล่าวไว้ในพระคัมภีร์เป็นความจริงทั้งสิ้น

พระคัมภีร์บอกเราถึงความจริงที่สมบูรณ์เกี่ยวกับชีวิตและความตาย เวลาและนิรันดร์กาล สวรรค์และนรก ความถูกและความผิด ผู้ชายและผู้หญิง

คนแก่และคนหนุ่ม พระคัมภีร์ยังให้ความจริงแก่เราเกี่ยวกับเด็ก สังคม และ
ความสัมพันธ์ทุกรูปแบบระหว่างพระเจ้ากับมนุษย์ มนุษย์ต่อมนุษย์ และมนุษย์
กับธรรมชาติ พระคัมภีร์เป็นความจริงทุกอย่างที่จำเป็นต้องมี

คุณลักษณะประการที่สาม คือ ความสมบูรณ์ของพระวจนะคำ ไม่มีอะไร
จำเป็นต้องเพิ่มเติมหรือตัดออก ทุกวันนี้มีบางคนอ้างว่าได้รับการเปิดเผย
เพิ่มเติม แต่โดยการเพิ่มเติมอะไรไปในพระคัมภีร์ พวกเขากำลังบอกเป็นนัยว่า
พระคัมภีร์นั้นไม่สมบูรณ์ไม่ว่าจะเป็นโดยทางตรงหรือทางอ้อมก็ตาม สุภาษิต
30:6 พูดกับพวกเขาว่า "อย่าเพิ่มอะไรเข้ากับพระวจนะของพระองค์ เกรงว่า
จะทรงตำหนิเจ้าและทรงตัดสินว่าเจ้าพูดมุสา"

ประการที่สี่ พระวจนะของพระเจ้ามีสิทธิอำนาจ พระเจ้าในฐานะผู้เขียน
พระคัมภีร์ทรงเป็นผู้มีสิทธิอำนาจสูงสุด อิสยาห์พูดว่า "ฟ้าสวรรค์เอ๋ย จงฟัง
แผ่นดินโลกเอ๋ย จงเงี่ยหู[ฟัง] เพราะพระยาห์เวห์ตรัส" (อิสยาห์ 1:2) เมื่อพระเจ้า
ตรัส เราควรฟัง เพราะพระวจนะของพระเจ้ามีสิทธิอำนาจ เราจึงต้องเชื่อฟัง
พระเยซูตรัสว่า "ถ้าพวกท่านประพฤติตามที่เราสั่ง ท่านก็จะเป็นมิตรสหาย
ของเรา" (ยอห์น 15:14) การเชื่อฟังคือสัญลักษณ์ของสาวกที่แท้จริงของพระคริสต์
ในกาลาเทีย 3:10 เปาโลกล่าวว่า "ทุกคนที่ไม่ได้ประพฤติตามข้อความทุกข้อ
ที่เขียนไว้ในหนังสือธรรมบัญญัติก็ถูกสาปแช่ง"

ประการที่ห้า พระวจนะของพระเจ้านั้นเพียงพอ ใน 2 ทิโมธี 3:16-17
เปาโลกล่าวว่า "พระคัมภีร์ทุกตอนได้รับการดลใจจากพระเจ้า และเป็น
ประโยชน์ในการสอน การตักเตือนว่ากล่าว การแก้ไขสิ่งผิด และการอบรมใน
ความชอบธรรม *เพื่อคนของพระเจ้าจะมีความสามารถและพรักพร้อมเพื่อการ
ดีทุกอย่าง*" พระวจนะของพระเจ้าสั่งสอนผู้เชื่อว่าอะไรเป็นสิ่งที่ถูกต้อง ตำหนิ
ผู้เชื่อเมื่อพวกเขาทำผิด และแสดงให้ผู้เชื่อเห็นถึงวิธีการเดินในทางที่ถูกต้อง
พระคัมภีร์เตรียมผู้เชื่อให้พรักพร้อมสำหรับการดีทุกอย่าง พระคัมภีร์เพียงพอแล้ว
ไม่มีแหล่งข้อมูลใดอีกที่สำคัญจำเป็นสำหรับความจริงฝ่ายวิญญาณ

คุณลักษณะประการที่หก คือ ความมีประสิทธิภาพของพระวจนะ เมื่อ
พระคัมภีร์พูด สิ่งต่าง ๆ ก็เกิดขึ้น พระวจนะของพระเจ้าเปลี่ยนแปลงชีวิต ใน
อิสยาห์ 55:11 พระเจ้าได้ทรงสัญญาว่า "คำของเรา...จะไม่กลับมาสู่เราเปล่าๆ
แต่จะทำให้สิ่งที่เราพอใจนั้นสำเร็จ และให้สิ่งที่เราใช้ไปทำนั้นเสร็จสิ้น"

ประการที่เจ็ด พระวจนะของพระเจ้าเป็นสิ่งชี้ขาด การตอบสนองของบุคคล
ใดบุคคลหนึ่งต่อพระวจนะของพระเจ้า แสดงให้เห็นถึงความสัมพันธ์ของเขา
กับพระองค์ พระเยซูตรัสกับผู้ฟังที่ดื้อด้านว่า "คนที่มาจากพระเจ้าก็ย่อมฟัง
พระดำรัสของพระเจ้า พวกท่านไม่ได้มาจากพระเจ้า เพราะเหตุนี้พวกท่านจึง
ไม่ฟัง" (ยอห์น 8:47) ถ้าการเชื่อฟังพระเจ้าเป็นรูปแบบชีวิตของคุณ ก็แสดงว่า
คุณเป็นของพระองค์ ตรงกันข้าม หากคุณจงใจที่จะไม่เชื่อฟังพระวจนะของ
พระเจ้า นั่นก็แสดงว่าคุณไม่ใช่ของพระองค์ มองในแง่นี้แล้ว พระคัมภีร์คือสิ่ง
ชี้ขาดชะตานิรันดร์และความสัมพันธ์ของบุคคลหนึ่งกับพระเจ้า

เมื่อคุณเข้าสู่สนามรบเพื่อต่อสู้กับซาตานและกองทัพของมัน คุณสามารถ
มั่นใจในคุณภาพของดาบฝ่ายวิญญาณของคุณได้ เป็นที่กล่าวกันมาอย่างดีว่า
พระคัมภีร์นั้นเป็นคลังแสงอาวุธของสวรรค์ เป็นห้องปฏิบัติการยาที่ไม่มีผิดพลาด
เป็นเหมืองแร่ที่มีแร่ธาตุอย่างอุดมสมบูรณ์ เป็นแผนที่สำหรับถนนทุกสาย เป็น
แผนภูมิสำหรับทะเลทุกแห่ง เป็นยาสำหรับทุกคนที่เจ็บป่วย และเป็นยาบรรเทา
ปวดสำหรับทุกบาดแผล

พระวจนะของพระเจ้าเป็นดาบฝ่ายวิญญาณที่ทรงพลานุภาพ หากคุณ
ไม่ใช้ดาบนี้ในสนามรบ คุณจะสูญสิ้นความสามารถไปในไม่ช้า

ดาบที่ถูกทำลายไม่ได้

พระวจนะของพระเจ้าถูกอธิบายไว้ว่าเป็นดาบ "ของวิญญาณ" ซึ่งแปลได้อีกว่า
"ฝ่ายวิญญาณ" ดาบนี้เป็นดาบฝ่ายวิญญาณในแง่ที่ว่า อาวุธของเราที่ใช้สู้รบ
ไม่ใช่แบบมนุษย์ (2 โครินธ์ 10:4) การต่อสู้กับความชั่วในฝ่ายวิญญาณจำเป็น

ต้องใช้อาวุธฝ่ายวิญญาณ อาวุธทุกอย่างของเราไม่ว่าจะเป็นเข็มขัด เกราะป้องกัน
อก รองเท้า โล่ และหมวกเหล็ก ล้วนเป็นอาวุธฝ่ายวิญญาณ

    ดาบของพระวิญญาณยังหมายถึงดาบที่พระวิญญาณทรงประทานให้อีกด้วย
นี่บ่งบอกว่าดาบนี้มาจากไหน เมื่อนำความคิดสองอย่างมารวมกัน ก็จะทำให้เรา
รู้ว่า ดาบนี้เป็นดาบฝ่ายวิญญาณ เพราะว่าพระวิญญาณบริสุทธิ์เป็นผู้ทรง
ประทานให้ นั่นจึงเป็นเหตุให้พระวจนะของพระเจ้าเป็นอาวุธที่มีลักษณะเฉพาะ
เพราะไม่ได้ทำมาจากเตาหลอมของมนุษย์และก็ไม่ได้ใช้ไฟแห่งโลกนี้ในการ
หลอมด้วย แต่ดาบนี้มีแหล่งกำเนิดมาจากพระเจ้า ดังนั้น จึงไม่มีอะไรที่จะ
เอาชนะดาบนี้ได้ ดาบทุกชนิดในโลกนี้จะหมดฤทธิ์อำนาจลงเมื่อดาบของ
พระวิญญาณ (พระวจนะของพระเจ้า) ที่ไม่อาจถูกทำลายได้มาอยู่ในมือของผู้มี
ความรอบรู้ นั่นก็คือ ธรรมิกชนผู้ชอบธรรม

    เมื่อคุณมาเป็นคริสเตียน คุณก็ได้รับดาบนี้คือพระคัมภีร์ ผู้ไม่เชื่ออาจจะมี
พระคัมภีร์ แต่เขาไม่ได้มีพระวิญญาณบริสุทธิ์ผู้สอนความจริงซึ่งทำให้พระคัมภีร์
มีความหมายต่อชีวิตของเขา นั่นจึงเป็นเหตุที่เขาไม่เข้าใจสิ่งที่เป็นของพระเจ้า
(1 โครินธ์ 2:14) พระคริสต์ตรัสว่า "องค์ผู้ช่วยคือพระวิญญาณบริสุทธิ์ซึ่ง
พระบิดาจะทรงใช้มาในนามของเรานั้นจะทรงสอนพวกท่าน [ผู้เชื่อ] ทุกสิ่ง"
(ยอห์น 14:26) พระวิญญาณของพระเจ้าผู้ซึ่งสถิตอยู่ในผู้เชื่อจะช่วยให้เขาเข้าใจ
คำสอนของพระคัมภีร์

    เมื่อคุณใช้ดาบนี้ด้วยความเข้าใจ ผู้คนจะได้รับความรอด "เพราะว่า
ข่าวประเสริฐนั้นเป็นฤทธานุภาพของพระเจ้า เพื่อให้ทุกคนที่เชื่อได้รับ
ความรอด" (โรม 1:16) พระเจ้าทรงใช้พระวจนะของพระองค์เพื่อดึงความสนใจ
ของคนที่อยู่ภายใต้อำนาจของซาตาน และปลดปล่อยเขาออกจากอาณาจักร
ของความมืด ตามที่ฮีบรู 4:12 ได้กล่าวไว้ พระวจนะของพระเจ้า "สามารถ
วินิจฉัยความคิดและความมุ่งหมายในใจ" เมื่อคุณนำเสนอพระวจนะของพระเจ้า
ต่อผู้อื่น การวินิจฉัยของพระเจ้าจะบังเกิดขึ้นในชีวิตของคนนั้น พระวจนะจะ

เปิดใจของมนุษย์ สำแดงหลักฐานให้เขาเห็นถึงความผิดและความบาปของเขา จำเพาะพระเจ้า

พระวจนะของพระเจ้านำมาความจริงมาสู่ความเท็จ นำความสุขมาสู่ความทุกข์ นำความสว่างมาสู่ความมืด และนำการเติบโตมาสู่การหยุดนิ่ง จึงไม่น่าแปลกใจที่ดาวิดเขียนไว้ว่า

> บทบัญญัติขององค์พระผู้เป็นเจ้าสมบูรณ์ไร้ที่ติ
> ฟื้นฟูจิตวิญญาณ
> กฎเกณฑ์ขององค์พระผู้เป็นเจ้าเชื่อถือได้
> กระทำให้คนรู้น้อยมีปัญญา
> ข้อบังคับขององค์พระผู้เป็นเจ้านั้นถูกต้อง
> ให้ความชื่นชมยินดีแก่จิตใจ
> พระบัญชาขององค์พระผู้เป็นเจ้ากระจ่างชัด
> ให้ความสว่างแก่ดวงตา
> ความยำเกรงองค์พระผู้เป็นเจ้านั้นบริสุทธิ์
> ยั่งยืนเป็นนิตย์
> ข้อปฏิบัติขององค์พระผู้เป็นเจ้านั้นแน่นอน และ
> ล้วนแต่ชอบธรรมทั้งสิ้น
> ล้ำค่ากว่าทองคำ ยิ่งกว่าทองบริสุทธิ์
> หวานยิ่งกว่าน้ำผึ้ง ยิ่งกว่าน้ำผึ้งที่หยดจากรวง
> สิ่งเหล่านี้ตักเตือนผู้รับใช้ของพระองค์
> และเป็นบำเหน็จยิ่งใหญ่แก่ทุกคนที่ยึดถือ
> ปฏิบัติตาม (สดุดี 19:7-11 TNCV)

ดาบของพระวิญญาณ อาวุธที่มีเอกลักษณ์พิเศษเฉพาะนี้ สามารถใช้ได้เป็นทั้งการป้องกันและการโจมตีในสนามรบ

ใช้ในการป้องกัน

พระวจนะของพระเจ้าที่ถูกใช้อย่างถูกต้องเหมาะสมจะสามารถป้องปัดอาวุธของซาตาน และปกป้องคุณจากทุกซอกทุกมุมที่มันพยายามเล่นงานคุณได้

แบบอย่างที่ผิด

เห็นได้ชัดว่าบรรดาผู้ชนะเลิศของการเคลื่อนไหวของสงครามฝ่ายวิญญาณทุกวันนี้ ไม่ได้เชื่อว่าพระวจนะของพระเจ้าเท่านั้นเพียงพอเสมอสำหรับการป้องกันการโจมตีของซาตาน ในความพยายามช่วยเหลือผู้ที่พวกเขาเรียกว่าผู้เชื่อนั้น พวกเขาจะทำการไล่ผีออกโดยการเข้าไปพูดคุยอย่างยืดยาวและแปลกประหลาดกับพวกมัน การชุมนุมขับไล่ผีอาจใช้เวลาหลายนาทีไปจนถึงหลายสัปดาห์เพียงเพื่อขับไล่ผีออกไปชั่วคราวเท่านั้น บ่อยครั้งผู้ขับไล่ผีจะย้ำคำถามหรือคำสั่งเดิมซ้ำ ๆ เพราะว่าผีจะไม่ให้ความร่วมมือหรือไม่เชื่อฟัง ต่อไปนี้เป็นตัวอย่างของผู้เชี่ยวชาญคนหนึ่งที่ได้ขับผีให้ดอตตี้ ซึ่งเขาบอกว่าเธอเป็นผู้เชื่อ

> ในขณะที่เราพูดถึงการเปิดโปงพวกผีร้าย ทันใดนั้น พวกมันแทรกขึ้นมาว่า
>
> "พวกเขาไม่ชอบคุณเพราะคุณบอกมากเกินไป และพูดมากเกินไป และมีคนจำนวนมากเกินไปที่กำลังถูกทำให้เชื่อ!"
>
> "หลายคนกำลังถูกทำให้เชื่ออะไร?" ผมถามกลับ
>
> "พวกเราทำสงครามกับคุณมานานแล้ว และพวกเราก็เบื่อกับมัน!"
>
> "'พวกเรา'หมายถึงใคร?" ผมขอทราบ
>
> "'พวกเรา'งั้นเหรอ คุณหมายความว่าไง? คุณรู้ดีว่าเราเป็นใคร" มันตอบด้วยความโกรธเดือดดาล
>
> "เจ้าชื่ออะไร?"

"อะไรนะ!" มันพูดด้วยเสียงที่น่าขยะแขยง

"พวกเจ้าน่ะ ชื่ออะไร?" ผมถามซ้ำ

"คุณรู้ชื่อของเรา คุณตั้งชื่อให้เรา คุณตั้งชื่อให้เรา เมื่อเราอยู่ที่นี่

ครั้งที่แล้ว คุณตั้งชื่อให้เรา คุณตั้งชื่อให้เรา เอาชื่อของเราคืนมา!"

"ไม่ บอกชื่อของเจ้ามาดีกว่า" ผมยืนกราน

"หุบปากซะ!" มันตอบอย่างไม่สุภาพ

"เจ้าอยู่ใต้อำนาจของพระเยซูคริสต์ เจ้าต้องให้เกียรติพระองค์และผู้รับใช้ของพระองค์! ข้าต้องการให้เจ้าสารภาพว่าเจ้าจะออกไปในวันนี้... โดยสิทธิอำนาจของพระคริสต์ ข้าขอสั่งเจ้าให้ออกไป"

"เราจะฆ่าเธอก่อน" มันย้ำคำนี้ถึงสามครั้ง "คุณจะหยุดเราไม่ได้"

"ทำไมจะทำไม่ได้ ข้าขอสั่งห้ามเจ้าไม่ให้ทำเช่นนั้น"

"จะห้ามยังไง" มันพยายามถ่วงเวลา

"พระเยซูสั่งห้ามเจ้า"

"คุณทำเช่นนั้นไม่ได้" มันคัดค้าน[2]

คุณลองนึกภาพอ่านเรื่องราวประหลาดแบบนี้ในพระกิตติคุณได้ไหม? สิ่งที่คอตตี้ต้องการไม่ใช่เทคนิคที่ถูกต้องในการขับผี แต่สิ่งที่เธอต้องการคือการกลับใจและความรอด แทนที่จะเข้าไปพูดคุยกับผี ผู้เชี่ยวชาญท่านนี้ควรจะท้าทายคอตตี้ด้วยดาบของพระวิญญาณ นั่นคือพระวจนะของพระเจ้า

คนเหล่านั้นที่อยู่ในการเคลื่อนไหวของสงครามฝ่ายวิญญาณจะอ้างถึงมัทธิว 12:29 เพื่อสนับสนุนสิ่งที่พวกเขาทำ ในพระคัมภีร์ตอนนั้นพระคริสต์กล่าวว่า "ใครจะสามารถเข้าไปในบ้านของคนที่มีกำลังมาก และปล้นเอาทรัพย์ของเขาได้?

เว้นแต่จะจับคนที่มีกำลังมากนั้นมัดไว้เสียก่อน แล้วจึงจะปล้นทรัพย์ในบ้าน
นั้นได้"

แต่พระคัมภีร์ตอนนี้พระคริสต์ไม่ได้วางหลักการในการขับผีเพื่อให้ผู้เชื่อ
ทำตาม พระองค์เพียงแต่อธิบายถึงสิทธิอำนาจของพระองค์เหนือซาตาน เพราะ
พวกผู้นำอ้างว่าพระองค์ได้รับอำนาจจากซาตานในการขับผี (ข้อ 24) ในแง่หนึ่ง
นี่ความหมายว่าพระเยซูทรงผูกมัดคนที่มีกำลังมาก ซาตานคือศัตรูที่พ่ายแพ้
(โคโลสี 2:15) มันจึงไม่มีอำนาจเหนือเรา (ฮีบรู 2:14)

แม้กระนั้น ความพ่ายแพ้อย่างสิ้นเชิงของซาตานจะเกิดขึ้นในอนาคต
ตัวอย่างเช่น วิวรณ์ 20:1-3 ได้กล่าวไว้อย่างชัดเจนว่าซาตานจะถูกผูกมัดไว้
ในช่วงที่พระคริสต์ทรงปกครองโลก เมื่อช่วงเวลานั้นมาถึง ทูตสวรรค์องค์หนึ่ง
จะเป็นผู้จับซาตานมัดไว้ ไม่ใช่ผู้เชื่อเป็นผู้กระทำ (ข้อ 1) ต่อมาซาตานจะถูก
ผลักลงไปในบึงไฟกำมะถันและอยู่ที่นั่นเป็นนิตย์ (ข้อ 10) อย่างไรก็ตาม ก่อนที่
จะถึงวันนั้น มันยังถูกคลายที่จะไปเที่ยวหา "ดุจสิงห์คำราม เดินวนเวียนเที่ยว
เสาะหาคนที่มันจะกัดกินได้" (1 เปโตร 5:8) งานของเราไม่ใช่การผูกมัดซาตาน
พระคัมภีร์เพียงแค่บอกให้เราต่อสู้กับมัน (ข้อ 9) เมื่อเราต่อสู้ มันจะหนีเราไป
(ยากอบ 4:7)

พระคัมภีร์อีกตอนหนึ่งที่กลุ่มการเคลื่อนไหวของสงครามฝ่ายวิญญาณมัก
จะนำเอามาใช้อย่างผิด ๆ คือมัทธิว 16:19 ในตอนนี้พระเยซูตรัสว่า "เราจะ
มอบลูกกุญแจต่างๆ แห่งแผ่นดินสวรรค์ให้ไว้แก่ท่าน สิ่งใดที่ท่านกล่าวห้าม
ในโลก สิ่งนั้นก็จะถูกกล่าวห้ามในสวรรค์ และสิ่งใดที่ท่านกล่าวอนุญาตในโลก
สิ่งนั้นก็จะได้รับอนุญาตในสวรรค์"

ตามบริบทของพระคัมภีร์ตอนนี้แล้ว เป็นการอ้างถึงการยอมรับ (การ
ผูกมัด) หรือการไม่ยอมรับ (การสูญเสีย) การกระทำของคนอื่น ไม่ใช่การผูกมัด
ซาตาน พระเยซูกำลังตรัสถึงการลงวินัยคริสตจักร ไม่ใช่สงครามฝ่ายวิญญาณ ใน
หนังสืออรรถาธิบายพระคัมภีร์ที่ผมเขียนขึ้น ผมได้อธิบายพระคัมภีร์ตอนนี้ดังนี้:

หลังจากการเป็นขึ้นมาจากความตายของพระองค์ไม่นาน
พระเยซูบอกเหล่าสาวกของพระองค์ว่า "ถ้าพวกท่านจะ
อภัยบาปของใคร บาปของพวกเขาก็จะได้รับการอภัย"
(ยอห์น 20:30)...

หลังจากนั้น พระองค์ได้ตรัสกับคริสตจักรทั้งหมด
เหมือนกับที่พระองค์ตรัสกับเปโตรและอัครทูตอื่น ๆ ว่า
"เราบอกความจริงกับท่านทั้งหลายว่า สิ่งใดๆ ที่พวกท่าน
จะกล่าวห้ามในโลก สิ่งนั้นก็จะถูกกล่าวห้ามในสวรรค์ และ
สิ่งใดๆ ที่พวกท่านจะกล่าวอนุญาตในโลก สิ่งนั้นก็จะได้รับ
อนุญาตในสวรรค์" (มัทธิว 18:18)

กล่าวอีกนัยหนึ่งคือ กายของผู้เชื่อที่ถูกสถาปนาขึ้น
มีสิทธิที่จะบอกพี่น้องที่ไม่กลับใจใหม่ว่า เขาไม่ได้ทำตาม
บรรทัดฐานแห่งพระวจนะของพระเจ้า และเขาไม่มีสิทธิ
ที่จะมีสามัคคีธรรมร่วมกับคนของพระเจ้า

คริสเตียนมีสิทธิอำนาจเช่นนี้เพราะเขามีความจริง
แห่งพระวจนะของพระเจ้าซึ่งมีสิทธิอำนาจในการตัดสิน...
คริสเตียนมีสิทธิอำนาจที่จะเปิดเผยสิ่งที่พระเจ้าทรง
ยอมรับหรือสิ่งที่พระองค์ทรงห้าม เพราะว่าพวกเขามี
พระวจนะของพระเจ้า

คริสเตียนไม่ได้เป็นผู้ตัดสินว่าอะไรถูกอะไรผิด ควรได้
รับอภัยหรือไม่ควรได้รับอภัย แต่บนรากฐานแห่งพระวจนะ
ของพระเจ้า พวกเขาจะรับรู้และประกาศถึงสิ่งที่พระเจ้าได้
ทรงกำหนดไว้แล้วว่าถูกหรือผิด ได้รับการอภัยหรือไม่ได้รับ
การอภัย เมื่อพวกเขาตัดสินบนรากฐานแห่งพระวจนะของ
พระเจ้า พวกเขาสามารถมั่นใจได้ว่าการตัดสินของพวกเขา
จะเป็นไปในแนวทางเดียวกันกับการตัดสินของสวรรค์[3]

แบบอย่างที่ถูกต้อง

วิธีการของพระเยซูในการจัดการกับซาตานและสมุนของมันนั้นแตกต่างจากวิธีแปลก ๆ ของคนที่อยู่ในการเคลื่อนไหวของสงครามฝ่ายวิญญาณทุกวันนี้อย่างมาก เมื่อซาตานเข้ามาต่อต้านพระองค์ด้วยการทดลองทั้งสามครั้ง พระเยซูไม่ได้สนทนากับมันอย่างยืดยาว ทั้งยังไม่ได้ตำหนิและผูกมัดมารร้าย พระองค์ทรงตอบสนองด้วยการใช้ดาบของพระวิญญาณ (มัทธิว 4:1-11)

ในการทดลองครั้งแรก ซาตานพูดกับพระคริสต์ว่า "จงเปลี่ยนก้อนหินให้เป็นขนมปัง อย่ารอให้พระเจ้ามาดูแลความตองการของท่าน ตัดสินใจและทำในสิ่งที่ท่านต้องการดีกว่า" (ข้อ 3) พระคริสต์ทรงตอบกลับโดยการอ้างเฉลยธรรมบัญญัติ 8:3 ซึ่งเกี่ยวข้องโดยตรงกับการทดลองนี้

ในการทดลองครั้งที่สอง ซาตานบอกว่า "กระโดดจากหลังคาพระวิหารลงไปและให้พระเจ้าประคองรับท่านไว้" (มัทธิว 4:6) ซาตานกระตุ้นให้พระเยซูทดสอบพระสัญญาของพระเจ้า พระเยซูจัดการกับอาวุธแห่งการล่อลวงที่ซาตานซัดมาด้วยการอ้างเฉลยธรรมบัญญัติ 6:16

ซาตานทดลองพระเยซูในครั้งที่สาม โดยเสนอสิ่งที่พระองค์จะทรงได้มาด้วยความทนทุกข์ทรมานบนไม้กางเขน (มัทธิว 4:9) และอีกครั้ง พระเยซูก็ทรงตอบโต้มันด้วยการใช้พระคัมภีร์ (เฉลยธรรมบัญญัติ 6:13)

เกิดอะไรขึ้นเมื่อพระเยซูทรงต่อสู้กับซาตานด้วยพระวจนะของพระเจ้า? มารหนีจากพระองค์ไป

สิ่งที่เราได้เรียนรู้จากแบบอย่างของพระคริสต์คืออะไร? ก็คือเราจำเป็นต้องใช้พระวจนะของพระเจ้าอย่างเฉพาะเจาะจงกับการทดลองในแต่ละอย่าง การใช้ดาบของพระวิญญาณมีความหมายมากกว่าแค่การมีพระคัมภีร์ การใช้ดาบของพระวิญญาณคือการรู้ถึงหลักการของพระคัมภีร์อย่างเฉพาะเจาะจงจนสามารถนำมาใช้กับการทดลองอย่างเฉพาะเจาะจงได้

ขอผมยกตัวอย่างในเรื่องนี้ ในโรม 10:17 THKJV เปาโลกล่าวว่า "ฉะนั้นความเชื่อเกิดขึ้นได้ก็เพราะการได้ยิน และการได้ยินเกิดขึ้นได้ก็เพราะการ

ประกาศพระวจนะของพระเจ้า” คำว่า “พระวจนะ” เป็นคำเดียวกันกับที่ถูกใช้ในเอเฟซัส 6:17 เปาโลกำลังกล่าวถึงข้อพระคัมภีร์ที่เฉพาะเจาะจง ไม่ใช่พระคัมภีร์ทั้งเล่ม ความเชื่อที่ช่วยให้รอดไม่ได้เกิดจากการได้ฟังพระคัมภีร์ตอนไหนก็ได้ แต่ความเชื่อเกิดจากการได้ยินความจริงที่เจาะจงเกี่ยวกับชีวิตของพระคริสต์ การตาย การถูกฝังไว้ และการเป็นขึ้นจากตายของพระองค์ ความเชื่อเกิดจากการได้ฟังการท้าทายที่เจาะจงที่ทำให้เราสำนึกในความบาปและความต้องการจำเป็นของเรา เช่นเดียวกัน เมื่อซาตานเผชิญหน้ากับเราไม่ว่าจะด้วยการทดลองหรือคำสอนเทียมเท็จ คุณจำเป็นต้องตอบสนองมันด้วยข้อพระคัมภีร์ที่เฉพาะเจาะจงกับเรื่องที่มันสร้างปัญหาให้กับคุณ การแค่แกว่งพระคัมภีร์ไปมาต่อหน้ามันไม่มีประโยชน์อะไรเลย จงใช้ดาบเล่มนี้ให้ถูกต้องแม่นยำ

ตัวอย่างเช่น ถ้าผมถูกทดลองให้ท้อใจ ผมจะคิดถึงข้อพระคัมภีร์ที่เกี่ยวข้องกับปัญหานั้น ชายคนหนึ่งถามผมว่า “คุณจะใช้ข้อพระคัมภีร์ตอนไหนเมื่อคุณเศร้าใจ คุณจะใช้พระคัมภีร์ข้อไหนเมื่อคุณต้องการรื้อฟื้นความมุ่งมั่นของคุณ” เขากำลังถามคำถามที่ถูกต้อง

ในทางกลับกัน คุณอาจจะมีพระคัมภีร์มากมายเต็มบ้านแต่ไม่มีดาบของพระวิญญาณ มีคริสเตียนหลายคนที่นั่งในคริสตจักรและเรียนพระคัมภีร์มาเป็นเวลาหลายปี แต่ก็ยังไม่รู้หลักการในการหยุดยั้งการโจมตีง่าย ๆ ของซาตาน ซาตานจะพยายามค้นหาจุดที่คุณไม่รู้ในพระคัมภีร์และโจมตีคุณที่จุดนั้น

หนทางเดียวที่คุณจะมีชัยชนะในการดำเนินชีวิตคริสเตียนก็คือ โดยการศึกษาหลักการจากพระวจนะของพระเจ้าเป็นประจำทุกวัน คุณจะต้องเตรียมพร้อมสำหรับการโจมตีของโลก เนื้อหนัง และซาตาน นั่นหมายความว่าคุณจะต้องฝังความคิดของคุณลงไปในพระวจนะของพระเจ้า

สาเหตุที่คริสเตียนหลายคนพ่ายแพ้การทดลองนั้น เป็นเพราะพวกเขาไม่รู้ว่าพระคัมภีร์จะจัดการกับปัญหาที่เขากำลังเผชิญอยู่อย่างไร เขาไม่ได้เตรียมความพร้อมที่จะใช้พระคัมภีร์อย่างเหมาะสม มันเป็นเรื่องน่าเศร้าสำหรับบางคน

ที่มาเป็นคริสเตียนเป็นเวลานานแต่ก็ยังไม่สามารถใช้ดาบได้อย่างถูกต้องเหมาะสม คุณอาจจะพูดว่า "ฉันพยายามแล้ว แต่ฉันไม่เข้าใจ" ซึ่งไม่มีผู้เชื่อคนไหนสามารถใช้เป็นข้อแก้ตัวได้ พระเจ้าไม่เพียงประทานพระวจนะของพระองค์ให้กับเราเท่านั้น แต่พระองค์ยังประทานครูผู้สอนความจริงซึ่งสถิตอยู่ในของเราให้กับเราอีกด้วย ถ้าเรายอมจำนนเชื่อฟังต่อคำสอนของพระวิญญาณ พระองค์จะช่วยให้เราเข้าใจ

แล้วคุณล่ะ? คุณรู้จักวิธีการใช้พระวจนะของพระเจ้าเพื่อการป้องกันหรือไม่? พระวจนะของพระเจ้าจะมีประสิทธิภาพก็ต่อเมื่อคุณใช้อย่างถูกวิธี

ใช้ในการโจมตี

พลังอานุภาพของพระวจนะของพระเจ้า

ผมดีใจที่พระวจนะของพระเจ้ามีทั้งใช้ในการป้องกันและการโจมตี เพราะผมไม่ชอบการต่อสู้แบบตั้งรับอยู่ในสนามรบตลอดเวลา ผมชอบที่จะพยายามทำลายป่าบางส่วนของซาตานด้วยดาบของผม ทุกครั้งที่ผมแบ่งปันข่าวประเสริฐกับผู้ไม่เชื่อ ผมเห็นตัวเองกำลังถล่มอาณาจักรของซาตานอยู่ ทุกครั้งที่คนได้รับการไถ่ ผมเห็นอาณาจักรของความมืดถูกหั่นออก ผมชอบที่ได้รับโอกาสแบ่งปันพระวจนะของพระเจ้า เพราะการทำเช่นนั้นเป็นการโจมตีระบบของซาตาน คุณตระหนักหรือไม่ว่า เมื่อคุณสอนพระวจนะของพระเจ้ากับลูกของคุณ หรือพูดเกี่ยวกับพระคัมภีร์กับเพื่อนของคุณ หรือบอกกับคนอื่น คุณกำลังตัดทางผ่านอาณาจักรของซาตานอยู่? ที่เป็นเช่นนั้นก็เพราะว่าพระวจนะของพระเจ้านั้น "เป็นฤทธานุภาพของพระเจ้า เพื่อให้ทุกคนที่เชื่อได้รับความรอด" (โรม 1:16)

เป็นเรื่องน่าเศร้าที่บรรดาผู้สนับสนุนการเคลื่อนไหวของสงครามฝ่ายวิญญาณทุกวันนี้ไม่ได้เน้นพระวจนะของพระเจ้า แต่กลับไปเน้นที่หมายสำคัญและการอัศจรรย์ พวกเขามองข้ามฤทธานุภาพของพระวจนะของพระเจ้า

ศิษยาภิบาลท่านหนึ่งกล่าวว่า

> เมื่อผมยอมรับว่าของประทานฝ่ายวิญญาณทุกอย่างนั้น
> เป็นของประทานสำหรับปัจจุบัน ผมก็ได้พบเคล็ดลับ
> ในการประกาศข่าวประเสริฐอย่างมีประสิทธิภาพ นั่นก็คือ
> การผสมผสานระหว่าง*การประกาศและการแสดงของ*
> *ข่าวประเสริฐ...* การประกาศข่าวประเสริฐด้วยวิธีนี้กลับมี
> ฤทธิ์อำนาจและมีประสิทธิภาพอย่างมาก นี่เป็นสาเหตุที่
> ผมเรียกมันว่า "การประกาศด้วยฤทธิ์อำนาจ"[4]

หนังสืออีกเล่มหนึ่ง เขาได้เขียนว่า

> การยอมรับเรื่องเหนือธรรมชาติว่าเป็นเรื่องปกติในการ
> ดำเนินชีวิตคริสเตียน เราจะได้เผชิญหน้ากับอำนาจ
> ของซาตานทุกวัน ดังนั้น เราจึงต้องใช้สิทธิอำนาจของ
> พระคริสต์ซึ่งพระองค์ประทานให้ในพระมหาบัญชาของ
> พระองค์ในการรักษาโรคและขับผีออก เพื่อแสดงถึงการ
> ครอบครองของพระเจ้า
>
>   ความขัดแย้งเหล่านี้เรียกว่าการเผชิญหน้าด้วยพลัง
> อานุภาพ ซึ่งเป็นความขัดแย้งระหว่างอาณาจักรของ
> พระเจ้าและอาณาจักรของซาตาน มันอาจจะเกิดขึ้นใน
> หลายสถานการณ์ การขับผีเป็นรูปแบบที่น่าทึ่งที่สุด แม้ว่า
> การเผชิญหน้านี้ไม่ได้จำกัดอยู่แค่เรื่องของวิญญาณชั่ว
> เท่านั้น เมื่อผู้ไม่เชื่อได้รับพลังแห่งการเผชิญหน้าหรือเห็น
> เป็นสักขีพยาน พวกเขาจะถูกกระตุ้นไปสู่อีกระดับหนึ่งของ

> การรับรู้ในการตัดสินใจที่จะเชื่อพระคริสต์ พระคริสต์ทรงพระชนม์อยู่และพวกเขาก็รู้ ดังนั้น การเผชิญหน้าด้วยพลังอานุภาพ คือหนทางสู่อาณาจักรของพระเจ้า[5]

ในการพยายามค้นหาข้อพระคัมภีร์มาสนับสนุนเรื่องฤทธานุภาพในการประกาศข่าวประเสริฐนั้น บรรดาคนที่สนับสนุนมักจะอ้างมาระโก 16:14-18 ซึ่งกล่าวว่า

> หลังจากนั้นพระองค์ [พระคริสต์] ทรงปรากฏกับสาวกสิบเอ็ดคน ขณะพวกเขากำลังนั่งรับประทานอาหารอยู่ พระองค์ทรงตำหนิพวกเขาในเรื่องความสงสัยและใจดื้อดึง เพราะว่าพวกเขาไม่เชื่อคนที่ได้เห็นพระองค์ เมื่อพระองค์ทรงเป็นขึ้นมาแล้ว พระองค์ตรัสสั่งพวกสาวกว่า “พวกท่านจงออกไปทั่วโลก ประกาศข่าวประเสริฐแก่มนุษย์ทุกคน ใครเชื่อและรับบัพติศมาก็จะรอด แต่ใครไม่เชื่อจะต้องถูกลงโทษ มีคนเชื่อที่ไหนหมายสำคัญเหล่านี้จะเกิดขึ้นที่นั่น คือพวกเขาจะขับผีออกโดยนามของเรา พวกเขาจะพูดภาษาแปลกๆ พวกเขาจะจับงูได้ด้วยมือเปล่า ถ้าพวกเขากินยาพิษใดๆ มันจะไม่ทำอันตรายแก่พวกเขา และพวกเขาจะวางมือบนคนเจ็บคนป่วย แล้วคนเหล่านั้นจะหายโรค”

แต่พระคัมภีร์ตอนนี้ไม่ได้เป็นข้อความพิสูจน์สำหรับเรื่องฤทธานุภาพในการประกาศข่าวประเสริฐเลย ตามที่เราได้ศึกษากันมาแล้ว หมายสำคัญและการอัศจรรย์เป็นเครื่องหมายรับรองที่เฉพาะเจาะจงสำหรับบรรดาอัครทูตและการประกาศข่าวประเสริฐของพวกเขาเท่านั้น ในหนังสือ *ปรากฏการณ์ของ*

คาริสเมติก ของพวกเขา ปีเตอร์ มาสเตอร์ และ จอห์น วิทคอมบ์ เขียนว่า
"ข้อความเหล่านั้น [มาระโก 16:14-18] เป็นข้อความที่กล่าวถึง*เฉพาะอัครทูต
สิบเอ็ดคนเท่านั้น* ด้วยเหตุนี้ ผู้เชื่อในปัจจุบันจึงไม่ควรสูญเสียความมั่นใจใน
ความรอดของพวกเขาเพียงเพราะว่าพวกเขาไม่สามารถรักษาคนป่วยให้หาย
หรือขับผีออกได้ หรือจับงูพิษได้ หรือดื่มยาพิษได้โดยไม่มีอันตราย!"[6]
       ความเชื่อที่ว่าหมายสำคัญและการอัศจรรย์เป็นสิ่งที่สำคัญในการ
ประกาศข่าวประเสริฐ เป็นความเชื่อที่ดูหมิ่นการงานแห่งการบังเกิดใหม่ของ
พระวิญญาณบริสุทธิ์ ดังที่ ดร.เคน ซาเลส กล่าวไว้ว่า

> การอัศจรรย์ที่แท้จริงในการกลับใจเชื่อ ไม่ใช่*การโน้มน้าว*
> *ความคิดด้วยสิ่งที่ทำให้น่าตื่นเต้น* แต่เป็น*การปรับทิศทาง*
> *ความคิดใหม่โดยหลักฐานตามพระคัมภีร์ซึ่งมีอยู่แล้ว* การ
> ปรับมุมมองใหม่นี้เป็นการงานเหนือธรรมชาติที่สำเร็จแล้ว
> ซึ่งพระวิญญาณบริสุทธิ์เท่านั้นที่ทรงสามารถกระทำได้ใน
> การกลับใจเชื่อ สิ่งสำคัญจำเป็นนั้นไม่ใช่สิ่งใหม่ ๆ ที่จะ
> ต้องเห็น (หมายสำคัญและการอัศจรรย์) แต่เป็นดวงตา
> ใหม่ที่จะได้เห็น (การบังเกิดใหม่) สิ่งที่มีอยู่แล้ว (คำพยาน
> ของพระคัมภีร์)[7]

       บรรดาผู้สนับสนุนหมายสำคัญและการอัศจรรย์สมัยนี้ล้มเหลวในการ
ยอมรับจุดประสงค์ของการอัศจรรย์ในคริสตจักรสมัยแรก ของประทานในการ
ทำการอัศจรรย์และพันธกิจของอัครทูตนั้นเป็นสิ่งที่แยกไม่ออก เรารู้ว่าทุกวันนี้
ไม่มีอัครทูตแล้ว เพราะพระคัมภีร์ได้กล่าวถึงเงื่อนไขของการเป็นอัครทูต
ไว้สองอย่างคือ ได้เห็นการเป็นขึ้นมาจากความตายของพระคริสต์ด้วยตาตนเอง
(กิจการ 1:21-23; 1 โครินธ์ 9:1) และได้รับการสอนความจริงโดยตรงจาก
พระคริสต์ (กาลาเทีย 1:11-12; 1 โครินธ์ 15:3) ปัจจุบันนี้จะมีใครที่กล่าวอ้าง

เช่นนี้ได้บ้าง? ใครเคยเห็นพระเยซูด้วยตาของตนเองและได้รับการสอนโดยตรงจากพระองค์? ชาร์ล ฮอดจ์ ได้แสดงความคิดเห็นว่า

> หมายสำคัญเป็นสัญลักษณ์บ่งบอกความเป็นอัครทูตเพื่อเป็นหลักฐานยืนยันว่าพวกเขาได้รับการแต่งตั้งจากพระเจ้าเพื่อกระทำพันธกิจที่ได้รับมอบหมายจากพระองค์ เมื่อหมายสำคัญเหล่านี้ปรากฏขึ้นในพันธกิจต่าง ๆ คนที่ได้เห็นก็จะรู้ว่านี่เป็นสิทธิอำนาจของอัครทูต การกล่าวอ้างว่าเป็นอัครทูตแต่ไม่มีหมายสำคัญนั้น ในแง่หนึ่ง เป็นการกระทำที่หมิ่นประมาท และในอีกแง่หนึ่ง เป็นการทำหมายสำคัญที่ไม่ได้มาจากพระเจ้า คนที่อ้างตัวว่าเป็นอัครทูตแต่แท้ที่จริงไม่ได้เป็นนั้น ไม่เพียงจะหันออกจากพระเจ้าเท่านั้น แต่เป็นการหันไปหาความคิดของมนุษย์หรืออิทธิพลของซาตาน[8]

ในเอเฟซัส 2:20 เปาโลกล่าวว่าคริสตจักร "ถูกก่อร่างสร้างขึ้นบนรากฐานของบรรดาอัครทูตและบรรดาผู้เผยพระวจนะ มีพระเยซูคริสต์เป็นศิลาหัวมุม" การอ้างว่าผู้เชื่อในปัจจุบันสามารถใช้สิทธิอำนาจอย่างเดียวกับอัครทูตได้ เป็นการพยายามวางรากฐานที่พระเยซูคริสต์ได้ทรงวางไว้เรียบร้อยแล้วซ้ำอีก

ยิ่งกว่านั้น การเผชิญหน้าด้วยฤทธานุภาพไม่ใช่หนทางสู่อาณาจักรของพระเจ้า พระคัมภีร์ได้สอนในทางตรงกันข้าม ตัวอย่างเช่น ในมัทธิว 11:20 พระคริสต์ "ทรงเริ่มติเตียนเมืองต่างๆ ที่พระองค์ได้ทรงทำการอัศจรรย์เป็นส่วนมาก เพราะพวกเขาไม่ได้กลับใจใหม่" ต่อมาผู้นำศาสนาที่ไม่เชื่อได้เรียกร้องให้พระเยซูทรงกระทำการอัศจรรย์เพื่อให้พวกเขาเห็น แต่พระองค์ตรัสตอบว่า "คนในยุคชั่วร้ายและไม่ซื่อสัตย์ต่อพระเจ้าแสวงหาหมายสำคัญ แต่จะไม่ประทานหมายสำคัญให้ เว้นไว้แต่หมายสำคัญของโยนาห์ผู้เผยพระวจนะ"

(12:39) ในขณะที่พระคริสต์ถูกตรึงบนไม้กางเขน พวกผู้นำศาสนาก็ยังแสวงหาหมายสำคัญอีก โดยพูดในเชิงเยาะเย้ยว่า “เขาช่วยคนอื่นให้รอดได้ แต่ช่วยตัวเองไม่ได้ เขาเป็นกษัตริย์ของชนชาติอิสราเอล ให้เขาลงมาจากกางเขนเดี๋ยวนี้เถิด เราจะได้เชื่อบ้าง” (มัทธิว 27:42) ซึ่งเป็นข้อเสนอที่พวกเขาไม่มีทางจะทำได้

ไม่มีการอัศจรรย์ใดที่จะเปลี่ยนแปลงให้เขามาไว้วางใจพระเจ้าได้ หากคนนั้นทำเป็นหูหนวกต่อพระวจนะของพระเจ้า พระวจนะของพระเจ้าเท่านั้นที่พระองค์จะทรงใช้ในการกลับใจเชื่อ ไม่ใช่การอัศจรรย์

แล้วแผนการของพระเจ้าสำหรับการโจมตีล่ะ คืออะไร? ไม่ใช่การประกาศข่าวประเสริฐด้วยพลังอานุภาพ แต่เป็นฤทธิ์อำนาจแห่งพระวจนะของพระเจ้าที่นำมาใช้อย่างถูกต้องแม่นยำ

ประสิทธิภาพของพระวจนะของพระเจ้า

ซาตานตระหนักถึงประสิทธิภาพแห่งพระวจนะของพระเจ้าได้ดีกว่าบรรดาผู้ชนะเลิศของการเคลื่อนไหวของสงครามฝ่ายวิญญาณทุกวันนี้เสียอีก ซาตานจะทำทุกอย่างเพื่อทำให้ความพยายามของคนเหล่านั้นที่ประกาศข่าวประเสริฐแก่คนที่หลงหายเป็นโมฆะ นั่นคือประเด็นที่พระเยซูทรงสอนในคำอุปมาเรื่องผู้หว่านพืช

> แล้วพระองค์ก็ตรัสกับเขาทั้งหลายเป็นอุปมาหลายเรื่อง เป็นต้นว่า “นี่แน่ะ มีผู้หว่านคนหนึ่งออกไปหว่านพืช และเมื่อเขาหว่าน เมล็ดพืชก็ตกตามหนทางบ้าง แล้วนกก็มากินเสีย บ้างก็ตกในที่ซึ่งมีพื้นหิน มีเนื้อดินน้อย จึงงอกขึ้นอย่างเร็วเพราะดินไม่ลึก แต่เมื่อดวงอาทิตย์ขึ้นมันก็ถูกแผดเผา จึงเหี่ยวไปเพราะรากไม่มี บ้างก็ตกกลางต้นหนาม ต้นหนามก็งอกขึ้นปกคลุมเสีย บ้างก็ตกที่ดินดี แล้วเกิดผล

ร้อยเท่าบ้าง หกสิบเท่าบ้าง สามสิบเท่าบ้าง (มัทธิว 13:3-8)

ในข้อที่ 18-23 พระเยซูทรงอธิบายความหมายของคำอุปมานี้ว่า ผู้หว่าน
หมายถึง คนที่ประกาศพระวจนะของพระเจ้า เมล็ดพืชคือพระวจนะของพระเจ้า
เมื่อคุณหว่านเมล็ดพืชคุณก็กำลังใช้ดาบของคุณ ในข้อ 8 พระองค์กล่าวว่าเมื่อ
เมล็ดตกในดินดี (เมื่อเมล็ดพืชเจอหัวใจที่เปิดรับ) เมล็ดนั้นก็จะเกิดผล

ซาตานรู้ว่าพระวจนะของพระเจ้านั้นสามารถที่จะเกิดผลได้ ดังนั้น มันจึง
ยุ่งเหยิงกับการพยายามทำให้พระวจนะเกิดผลไม่ได้ อย่างไรล่ะ? วิธีหนึ่งก็คือ
โจมตีผ่านทางวิญญาณชั่ว ในข้อ 4 พระเยซูตรัสว่า นกในอากาศก็มากินเมล็ดที่
ตกตามหนทาง นั่นหมายถึง กองทัพของวิญญาณชั่ว ด้วยวิธีใดวิธีหนึ่งพวกมัน
สามารถฉวยเอาถ้อยคำของพระเจ้าไป เพื่อคน ๆ หนึ่งจะลืมสิ่งที่เขาหรือเธอ
ได้ยินมา บางทีคุณอาจจะเคยพูดกับใครสักคนหนึ่งเกี่ยวกับพระวจนะของ
พระเจ้า แต่ภายหลังเมื่อคุณได้พบเขาอีก ดูเหมือนว่าคุณไม่เคยพูดอะไรกับ
เขาเลย ซาตานฉกฉวยพระวจนะของพระเจ้าไปจากจิตใจของเขา

ซาตานยังโจมตีเราผ่านทางความทุกข์ยาก ในข้อ 5-6 พระเยซูตรัสว่า "บ้าง
ก็ตกในที่ซึ่งมีพื้นหิน มีเนื้อดินน้อย จึงงอกขึ้นอย่างเร็วเพราะดินไม่ลึก แต่เมื่อ
ดวงอาทิตย์ขึ้นมันก็ถูกแผดเผา จึงเหี่ยวไปเพราะรากไม่มี" ต้นอ่อนนั้นทนต่อ
ความร้อนไม่ได้ คุณอาจจะเคยพบใครบางคนที่ตอบสนองต่อข่าวประเสริฐที่คุณ
ประกาศเป็นอย่างดี แต่เมื่อเกิดความทุกข์ยากลำบากขึ้น คนนั้นจะพูดว่า "พระเจ้า
พระองค์ไม่ได้ดีขนาดนั้น!" เมื่อความยากลำบากหรือการข่มเหงเกิดขึ้น คุณเห็น
เขาทิ้งพระเจ้าไป

ซาตานโจมตีเราอย่างไรอีก? ก็โดยผ่านทางโลกียวิสัย ในข้อ 7 พระเยซู
ตรัสว่า "บ้างก็ตกกลางต้นหนาม ต้นหนามก็งอกขึ้นปกคลุมเสีย" พระองค์กำลัง
หมายถึงผู้เชื่อที่ไม่ยอมปฏิเสธค่านิยมของโลก (ข้อ 22) และเพราะว่าเขาต้องการ
โลก เขาจึงทิ้งพระวจนะของพระเจ้าเสีย

ซาตานนั้นยุ่งเหยิงอยู่กับการพยายามบิดเบือนแนวความคิดของผู้คนเกี่ยวกับโลก ข่มเหงพวกเขา หรือฉกฉวยพระวจนะไปเพื่อพวกเขาจะจดจำไม่ได้ มันจะทำทุกอย่างเพื่อหยุดการหว่านเมล็ดพืช เพราะซาตานรู้ดีว่าถ้าเมล็ดตกในดินดีแล้วมันจะเกิดผล

ถ้าผมไม่เชื่อว่าพระวจนะของพระเจ้าจะเกิดผล ผมก็คงจะเลิกเทศนาสั่งสอนและไปทำอย่างอื่นดีกว่า เมื่อเรารู้ว่าพระวจนะของพระเจ้าที่เราประกาศนั้นจะเกิดผลอย่างแน่นอน เราก็จะเกิดความมั่นใจมากยิ่งขึ้น (อิสยาห์ 55:11)

แล้วเราจะใช้พระวจนะของพระเจ้าอย่างถูกต้องได้อย่างไรล่ะ? ภาพประกอบที่น่าทึ่งนี้โผล่ขึ้นมาในความคิดของผม:

ชายคนหนึ่งได้บรรยายถึงสามสิ่งที่เขาเห็นในสวนท่ามกลางต้นไม้และดอกไม้

สิ่งแรกก็คือผีเสื้อที่บินไปเกาะดอกไม้ที่ดึงดูดความสนใจ มันเกาะอยู่ที่ดอกไม้นั้นสักหนึ่งหรือสองวินาที แล้วก็เปลี่ยนไปเกาะดอกอื่นต่อไป มันดูและได้สัมผัสกับดอกไม้หลาย ๆ ดอกที่บานสะพรั่ง แต่มันไม่ได้รับประโยชน์อะไรจากดอกไม้เหล่านั้นเลย

สิ่งต่อมาที่ชายคนนี้เห็นก็คือ นักพฤกษศาสตร์ที่มาพร้อมกับสมุดเล่มใหญ่และกล้องจุลทัศน์ เขาใช้เวลากับดอกไม้แต่ละดอกและต้นไม้แต่ละต้น เขาสังเกตมันอย่างละเอียดละออ เมื่อเขาสำรวจเสร็จแล้ว เขาก็บันทึกความรู้ของเขาไว้ในสมุดเล่มที่เขาถือมา ความรู้ที่เหลือติดตัวเขาอยู่นั้นน้อยมาก

สิ่งสุดท้ายที่ชายคนนี้สังเกตเห็นคือผึ้ง ซึ่งบินไปเกาะที่ดอกไม้ ดอกนี้ดอกนั้น และแทรกตัวลงไปในดอกไม้แต่ละดอก มันโผล่ออกมาจากดอกไม้แต่ละดอกซึ่งเต็มไปด้วยละอองเกสร เมื่อมันเข้าไปนั้น มันเข้าไปตัวเปล่า แต่ออกมาพร้อมกับละอองเกสรเต็มไปหมด

มีบางคนที่อ่านพระคัมภีร์โดยเลือกอ่านเฉพาะตอนที่ชอบเท่านั้น และเขาเองได้รับประโยชน์เพียงน้อยนิดจากสิ่งที่อ่าน บางคนศึกษาอย่างเอาจริงเอาจังแต่ไม่ได้นำเอาคำสอนจากพระคัมภีร์ไปประยุกต์ใช้ แต่บางคนก็เป็นเหมือนผึ้ง

คือใช้เวลากับพระวจนะของพระเจ้า อ่าน ศึกษาค้นคว้าอย่างลึกซึ้ง และนำไป
ประยุกต์ใช้ จิตใจของคนเช่นนี้จะเต็มด้วยสติปัญญา และชีวิตของเขาจะเต็ม
ด้วยความหอมหวานที่มาจากพระเจ้า

    คุณเป็นแบบไหน? ผีเสื้อซึ่งโฉบไปเฉี่ยวมาจากห้องเรียนพระคัมภีร์ห้องหนึ่ง
ไปยังอีกห้องหนึ่ง จากสัมมนาหนึ่งไปยังสัมมนาหนึ่ง จากหนังสือเล่มหนึ่งไปยัง
หนังสือเล่มหนึ่ง โดยไม่มีการเปลี่ยนแปลงใด ๆ เลย หรือคุณเป็นนักพฤกษศาสตร์
ซึ่งมีสมุดโน้ตและข้อมูลจำนวนมหาศาลพอที่จะทำให้เรือรบจมได้ หรือคุณเป็น
เหมือนผึ้งที่มาโดยไม่มีอะไรเลย แต่ออกไปด้วยความเต็มอิ่ม เปลี่ยนความรู้
ให้เป็นน้ำผึ้งที่ทำให้ชีวิตหอมหวาน?

11

คำอธิษฐานในสนามรบ

วิธีการหนึ่งของการเคลื่อนไหวของสงครามฝ่ายวิญญาณทุกวันนี้คือ "ทำสงคราม
ด้วยการอธิษฐาน" นั่นเป็นการพูดถึงการเผชิญหน้ากับซาตานและวิญญาณชั่ว
ในขณะที่อธิษฐาน ศิษยาภิบาลท่านหนึ่งได้อธิบายไว้อย่างนี้ว่า

> ในการอธิษฐานกล่าวตำหนิ เราได้ทำลายการควบคุมของ
> วิญญาณชั่วที่มีต่อบุคคลหนึ่ง ยับยั้งพลังของมัน และได้
> กำจัดการมีอยู่ของมันเสีย... ผมมักจะพูดว่า "ในพระนาม
> พระเยซู เราขอสั่งเจ้า เจ้าวิญญาณชั่ว เจ้าไม่มีส่วนในชีวิต
> ของเจน"[1]

การอธิษฐานกล่าวตำหนินี้คืออะไร? ถูกต้องตามหลักของพระคัมภีร์ไหม?
ขอให้คิดอย่างนี้ คือ ในคำอธิษฐานนั้นกำลังกล่าวถึงใคร? ไม่ใช่พระเจ้า แต่เป็น
วิญญาณชั่ว ถ้าจะพูดตามคำจำกัดความแล้ว นี่ไม่ใช่คำอธิษฐานเลย ยิ่งกว่านั้น
คริสเตียนไม่ควรพยายามที่จะควบคุมวิญญาณชั่ว ดังที่เราได้สังเกตมาแล้ว

บางครั้งพระเจ้าจะทรงอนุญาตให้ซาตานมาก่อความทุกข์ยาก (ภายนอก) ให้กับ
ผู้เชื่อ เพื่อจุดประสงค์อันอำนาจอธิปไตยบางอย่างของพระองค์ เช่นกรณีของ
เปาโล เขาได้รับความทุกข์ยากจากการถูกวิญญาณชั่วโบยตี เราต้องอธิษฐานต่อ
พระเจ้า ไม่ใช่ต่อวิญญาณชั่ว และเราจะต้องเตรียมความพร้อมที่จะยอมจำนนต่อ
แผนการอันอำนาจอธิปไตยสูงสุดของพระเจ้า แม้ว่านั่นจะหมายถึงการถูกโจมตี
อยู่ พระคุณของพระเจ้ามีเพียงพอที่จะช่วยเราให้เติบโตในฝ่ายวิญญาณในความ
ทุกข์ยากของเรา (เหมือนเปาโล) และพระเจ้าทรงสัญญาว่าจะประทานกำลังให้
เราเอาชนะการทดลองได้ (1 โครินธ์ 10:13)

ศิษยาภิบาลอีกคนหนึ่งที่มักจะเขียนเกี่ยวกับสงครามฝ่ายวิญญาณ ได้
เสนอแนะคำอธิษฐานเพื่อการทำสงครามหลาย ๆ แบบกับผู้อ่านของเขา ต่อไปนี้
เป็นตัวอย่างหนึ่ง:

> ในพระนามขององค์พระเยซูคริสต์เจ้า ข้าพเจ้าขอต่อต้าน
> การกระทำทุกอย่างของซาตานที่ทำให้ [จอห์น สมิธ]
> ตาบอดและตกอยู่ในความมืด โดยสิทธิอำนาจที่ข้าพเจ้า
> ได้รับจากองค์พระผู้เป็นเจ้าอันเนื่องมาจากความสัมพันธ์
> ที่ข้าพเจ้ามีกับพระองค์ ข้าพเจ้าขอทำลายป้อมของอาณาจักร
> แห่งความมืดที่ตั้งขึ้นเพื่อต่อสู้กับ [จอห์น] ข้าพเจ้าขอ
> ทำลายแผนการต่าง ๆ ที่ตั้งขึ้นเพื่อต่อต้านความคิด จิตใจ
> อารมณ์ และร่างกายของ [จอห์น] ข้าพเจ้าขอทำลาย
> วิญญาณแห่งความตาบอดและความเป็นใบ้ที่ซาตาน
> ส่งมายังชีวิตของเขา[2]

เขากำลังล้อเล่นกับใคร? เขาคิดว่าคำพูดของเขามีประสิทธิภาพมากกว่า
พระวจนะของพระเจ้าในการต่อต้านกับซาตานอย่างนั้นหรือ? ในที่สุดแล้ว
พระวจนะของพระเจ้าเท่านั้นที่จะสามารถจัดการกับความมืดบอดฝ่ายวิญญาณได้

นั่นเป็นสาเหตุที่ "เราไม่ได้ประกาศตัวเราเอง แต่ได้ประกาศพระเยซูคริสต์" (2 โครินธ์ 4:5) ผู้เชื่อสามารถทำลายแผนการที่ก่อขึ้นเพื่อต่อต้านความคิด จิตใจ อารมณ์ และร่างกายของอีกคนหนึ่งได้หรือ? นั่นดูเหมือนว่าเป็นรูปแบบหนึ่ง ของการติดต่อทางจิต และนั่นไม่ใช่คำอธิษฐานตามหลักของพระคัมภีร์ การ อธิษฐานขอพระเจ้าทรงใช้พระวจนะของพระองค์เพื่อกระทำการฝ่ายวิญญาณ ในชีวิตของอีกคนหนึ่งนั้น เป็นคนละเรื่องกับคำที่ว่า "ข้าขอสั่ง ข้าขอพัง ข้าขอ ล้มล้าง ยกเลิก และทำลาย" ความจริงก็คือ การอธิษฐานเช่นนี้ไม่มีผลในการ ต่อต้านอำนาจของความมืดเลย

ต่อมาในหนังสือของเขา ผู้เขียนคนเดียวกันยังได้แนะนำคำอธิษฐานใน สงครามสำหรับลูกบุญธรรมไว้อีกด้วย เขาเชื่อว่าวิญญาณชั่วสามารถถูกส่งต่อ หรือผ่านมาทางสายเลือดได้ ดังนั้น เพื่อเป็นการป้องกัน เขาจึงหนุนใจพ่อแม่ ให้ลูกบุญธรรมของเขากล่าวคำอธิษฐานนี้:

> ข้าพเจ้าขอยกเลิกความสัมพันธ์ทุกอย่างกับวิญญาณชั่ว
> ซึ่งอาจจะมาถึงข้าพเจ้าโดยทางบรรพบุรุษของข้าพเจ้า ใน
> ฐานะผู้ที่ได้ถูกตรึงไว้กับพระคริสต์แล้ว และได้เป็นขึ้นมา
> เพื่อที่จะดำเนินชีวิตใหม่ ข้าพเจ้าขอยกเลิกคำแช่งสาป
> ทุกอย่างที่เคยตกกับข้าพเจ้า[3]

คำอธิษฐานเช่นนี้ไม่มีความจำเป็นและไม่ถูกต้องตามหลักของพระคัมภีร์ เมื่อใครก็ตามที่วางใจพระคริสต์เป็นองค์พระผู้ช่วยให้รอดและเป็นองค์พระ ผู้เป็นเจ้า พระเจ้าจะทรงยกเลิกและกำจัดข้อกล่าวอ้างทุกอย่างของซาตานที่มัน จะใช้ต่อต้านเขา เปาโลอธิบายความคิดเช่นนี้ไว้ว่า

> ถ้าอย่างนั้น สิ่งเหล่านี้เราจะว่าอย่างไร? ถ้าพระเจ้าทรงอยู่
> ฝ่ายเรา ใครจะขัดขวางเราได้? พระองค์ผู้ไม่ทรงหวงพระบุตร

ของพระองค์เอง แต่ประทานพระบุตรนั้นเพื่อเราทุกคน
ถ้าเช่นนั้นพระองค์จะไม่ประทานสิ่งสารพัดให้เราด้วยกัน
กับพระบุตรนั้นหรือ ใครจะฟ้องคนที่พระเจ้าได้ทรงเลือกไว้?
พระเจ้าทรงทำให้พวกเขาเป็นคนชอบธรรมแล้ว ใครจะเป็น
ผู้ลงโทษอีก? พระเยซูคริสต์หรือ? ผู้สิ้นพระชนม์แล้ว และ
ยิ่งกว่านั้นอีกพระเจ้าทรงให้พระองค์เป็นขึ้นมาจากความตาย
พระองค์สถิต ณ เบื้องขวาพระหัตถ์ของพระเจ้า และทรง
อธิษฐานขอเพื่อเราด้วย (โรม 8:31-34)

ผู้เขียนคนเดียวกันนี้ ยังได้เสนอคำอธิษฐานในสงครามอีกแบบหนึ่ง คือ
"การยึดฐานที่มั่นคืนซึ่งเราอาจจะให้วิญญาณชั่วไป เนื่องมาจากเนื้อหนังหรือ
ความบาปของเรา"

ข้าขอต่อต้านซาตานและอาณาจักรของมัน ข้าขอจะ
เรียกร้องเอาฐานที่มั่นของข้ากลับคืนมา ซึ่งเจ้าได้กล่าวอ้าง
เพื่อต่อต้านข้า เมื่อข้าทำบาปในเรื่อง [ระบุชื่อความผิด]
ในนามของพระเยซูคริสต์เจ้า ข้าขออ้างเอาฐานที่มั่นนั้น
กลับคืนมาเป็นของข้า ข้าขอคลุมฐานที่มั่นนี้ด้วยพระโลหิต
ของพระเยซูคริสต์เจ้า"[4]

นี่ก็ไม่ใช่คำอธิษฐาน การอธิษฐานเป็นการกล่าวถึงพระเจ้า ไม่ใช่ซาตาน
และวิญญาณชั่ว เราเป็นใครที่จะสั่งการอำนาจแห่งความมืด? พระเจ้าเท่านั้นที่
ทรงควบคุมพวกมัน ไม่ใช่เรา พระคัมภีร์กล่าวว่า เราต้องสารภาพบาปของเรา
ต่อพระเจ้า ไม่ใช่พูดต่อศัตรูของเราในเรื่องบาปนั้น ยิ่งกว่านั้น การพูดว่าเราจะ
กล่าวอ้างถึงอะไรก็ได้ด้วยพระโลหิตของพระเยซู เป็นคำพูดที่หมิ่นประมาทอย่าง
ไม่รู้ตัว นั่นไม่ใช่สิทธิของเรา มันเป็นสิทธิของพระเจ้าที่จะลบล้างความบาปของเรา

ด้วยพระโลหิตของพระเยซูคริสต์บนไม้กางเขน ความรอดเป็นการงานของพระเจ้า ไม่ใช่ของมนุษย์

ชัยชนะเหนือซาตานและสมุนของมันเกี่ยวข้องกับการอุทิศตัวเพื่ออธิษฐาน แต่การอธิษฐานเพื่อทำสงครามกับอำนาจของความมืดนั้นไม่มีพื้นฐานตามหลักของพระคัมภีร์ตายตัว แล้วเราจะอธิษฐานในสนามรบอย่างถูกต้องได้อย่างไร? เปาโลกล่าวว่า

> "จงอธิษฐานในพระวิญญาณทุกเวลาโดยการอธิษฐานและการวิงวอนทุกๆ อย่าง เพราะเหตุนี้จงเฝ้าระวังด้วยความเพียรและด้วยการวิงวอนเผื่อธรรมิกชนทุกคนอยู่เสมอ"
> (เอเฟซัส 6:18)

ความจำเป็นของการอธิษฐาน

เกือบหนึ่งร้อยปีที่แล้ว ชาร์ลอต เอลเลียตได้ประพันธ์เพลงสรรเสริฐพระเจ้า "เฝ้าระวังและอธิษฐาน"

คริสเตียนแสวงหาไม่หยุดยั้ง
ฟังเสียงพระผู้ช่วยตรัส
ข้ายืนอยู่ท่ามกลางศัตรู
"เฝ้าระวังและอธิษฐาน"

เจ้าผู้ครองและอำนาจ
การครอบครองที่มองไม่เห็น
ข้ารอเวลาที่เจ้าเผลอ
"เฝ้าระวังและอธิษฐาน"

เฝ้าระวัง ตรงนั้นเป็นที่เดียว
วางปัญหาแต่ละวันไว้
อธิษฐาน ขอความช่วยเหลือ
“เฝ้าระวังและอธิษฐาน”

ทำไมการเฝ้าระวังและอธิษฐานจึงมีความจำเป็น? เพราะว่าคำอธิษฐานจะทำงานร่วมกับยุทธภัณฑ์ฝ่ายวิญญาณของคุณ เปาโลไม่ได้บอกว่านอกเหนือจากยุทธภัณฑ์แล้วมีการอธิษฐานด้วย แต่ท่านพูดในความหมายที่ว่า การอธิษฐานถูกผสมผสานเข้าไปในยุทธภัณฑ์ทั้งชุด เมื่อเราสวมยุทธภัณฑ์ททั้งชุด เราก็ผูกพันอยู่ในการอธิยฐาน ไม่ว่าจะเป็นการสวมยุทธภัณฑ์หรือการออกไปต่อสู้ ล้วนแต่ต้องผูกพันอยู่กับการอธิษฐานทั้งสิ้น

การอธิษฐานนั้นเป็นมากกว่าอาวุธชิ้นหนึ่ง มันเป็นบรรยากาศทั้งหมดในการต่อสู้ การขาดการอธิษฐานจะทำให้คุณอ่อนแอ เกิดความวิตกกังวลเพิ่มขึ้น หรือหนีไปจากการต่อสู้เมื่อการต่อสู้รุนแรงและหนักขึ้น

ในพระธรรมเอเฟซัส เปาโลได้เน้นถึงความสำคัญของการอธิษฐาน ซึ่งอาจจะมากกว่าพระธรรมเล่มอื่น ๆ ในพระคัมภีร์ เอเฟซัสกล่าวถึงขุมกำลังของเราในพระคริสต์ การทำเช่นนี้ทำให้เราได้รับการยกให้สูงขึ้น ในตอนเริ่มต้นของพระธรรมเอเฟซัส เราเริ่มต้นในสวรรคสถานและเราจะอยู่ที่นั่นจนกระทั่งเรามาถึงเอเฟซัส 6:18 ตรงนี้เองที่พระเจ้าทรงสั่งให้เราคุกเข่าลง

คุณอาจจะคิดว่าในเมื่อพระธรรมเล่มนี้ได้กล่าวถึงขุมกำลังอันยอดเยี่ยม ดังนั้น จึงไม่มีความจำเป็นที่จะต้องอธิษฐาน เราจะอธิษฐานเพื่ออะไร? ยิ่งกว่านั้น เปาโลยังได้กล่าวว่าเราเป็นผู้ที่พระเจ้าทรงรัก เราได้รับการยกโทษ ได้รับสติปัญญา เป็นสมาชิกในครอบครัวของพระเจ้า เป็นผู้รับของประทานฝ่ายวิญญาณ และอีกมากมายหลายอย่าง ในเอเฟซัส 1:3 เปาโลกล่าวว่าเราได้รับ “พรฝ่ายจิตวิญญาณทุกอย่าง... ในสวรรคสถาน [ใน] พระคริสต์” นั่นเป็นภาพอันมหัศจรรย์ และทุกสิ่งนั้นเป็นของผู้เชื่อ

แล้วทำไมการอธิษฐานจึงมีความจำเป็นล่ะ? ก็เพราะว่าการอธิษฐานเป็นกุญแจสำคัญต่อแหล่งกำลังของคุณในพระคริสต์ เราต้องเข้าใจว่ายุทธภัณฑ์ฝ่ายวิญญาณหรือแหล่งกำลังอื่น ๆ ไม่ใช่เครื่องจักรกล ดังนั้น จึงต้องใส่ฤทธิ์อำนาจและพลังของพระเจ้าเข้าไป

การอธิษฐานยังมีความจำเป็น เพราะเป็นกุญแจสำคัญในการพึ่งพาพระเจ้า เมื่อคุณคิดถึงฐานะอันสูงส่งและแหล่งกำลังของคุณในพระคริสต์ คุณจะมีปัญหาทันที คุณอาจเรียกมันว่าหลักคำสอนที่ถือตัวเองเป็นใหญ่ ซึ่งเป็นปัญหาตามที่กล่าวไว้ใน 1 โครินธ์ 10:12 “คนที่คิดว่าตัวเองมั่นคงดีแล้ว ก็จงระวังไม่ให้ล้มลง” คุณอาจจะกลายเป็นพวกที่ผมเรียกว่า “ไม่เชื่อว่ามีพระเจ้าในฝ่ายจิตวิญญาณ” คือ เชื่อพระเจ้า แต่ดำเนินชีวิตในลักษณะที่ไม่จำเป็นต้องมีพระองค์

ประสบการณ์ที่ประสบความสำเร็จมากและล้มเหลวน้อยจะทำให้คุณลืมพระเจ้าได้ง่าย และทำให้คุณคิดว่าการพึ่งพาตัวเองก็เพียงพอแล้ว ความกระตือรือร้นและชีวิตในการอธิษฐานไม่อาจเติบโตได้ในสภาพแวดล้อมเช่นนั้น ริชาร์ด บาซเตอร์ เสนอคำปรึกษาในการแก้ไขไว้ ดังนี้

> จงตรากตรำอย่างหนักด้วยสุดใจของคุณอยู่ตลอดเวลาเพื่อรักษาสิ่งเหล่านี้ให้คงอยู่ จริงจัง กระตือรือร้น และอย่าทนปล่อยให้สิ่งเหล่านี้ขาดความตั้งใจไปและเย็นชาลง อย่าให้การอธิษฐานเป็นเพียงการงานของปากและเป็นไปตามแบบแผนที่ไม่มีชีวิตชีวา... เมื่อจิตใจไร้สติหมดความรู้สึก แม้เสียงจะกระตือรือร้นเพียงใด จิตใจก็จะอ่อนแอเบื่อหน่ายลงได้ง่าย และกลายเป็นปกติของนิสัย และกลายเป็นแสแสร้งแสดง หากไม่มีการเฝ้าระวังรัดกุมอย่างรอบคอบ และทำตามอย่างขยันขันแข็งและกระตุ้นเตือนขึ้น[5]

การอธิษฐานที่หลากหลาย

ในเอเฟซัส 6:18 เปาโลกล่าวว่าเราจะต้องอธิษฐาน "โดยการอธิษฐานและการวิงวอนทุกๆ อย่าง" คำว่า "ทุก ๆ อย่าง" หมายถึง คำอธิษฐานทุกชนิด "อธิษฐานและวิงวอน" หมายรวมถึง คำอธิษฐานทั่วไปและคำอธิษฐานที่เฉพาะเจาะจง

มีหลายวิธีที่จะอธิษฐาน บางคนคิดว่าวิธีเดียวที่จะอธิษฐานคือคุกเข่า บางคนคิดว่าวิธีเดียวที่จะอธิษฐานคือยกมือขึ้น บางคนคิดว่าจะต้องพนมมือ บางคนคิดว่าต้องอธิษฐานตามหนังสือ แต่ถ้าคุณจะต้องอธิษฐานตลอดเวลา คุณจะต้องอธิษฐานในหลาย ๆ แบบ เพราะว่าคุณจะไม่อยู่ในท่าทางเดียวตลอดทั้งวัน

คุณสามารถอธิษฐานในที่สาธารณะหรือในห้องส่วนตัวด้วยเสียงดังหรือพูดเบา ๆ การอธิษฐานสามารถคิดพิจารณามาก่อน หรือพูดออกมาเลยก็ได้ การอธิษฐานอาจจะเป็นการทูลขอ การขอบพระคุณ การสารภาพ และการสรรเสริญ คุณจะคุกเข่า ยืน ยกมือขึ้น หรือหมอบตัวลงก็ได้ ไม่มีสถานการณ์ไหนที่คุณจะอธิษฐานไม่ได้

ความถี่ในการอธิษฐาน

ในเอเฟซัส 6:18 เปาโลบอกให้เราอธิษฐาน "ทุกเวลา" การอธิษฐานจะต้องเป็นการกระทำที่สม่ำเสมอ การอธิษฐานทุกเวลาไม่ได้หมายความว่า ให้เอาหนังสือเกี่ยวกับการอธิษฐานติดตัวไปและอ่านตลอดวัน ในอิสราเอลคุณจะเห็นชาวยิวหลายคนไปอธิษฐานนานเป็นหลายชั่วโมงที่หน้ากำแพงพระวิหาร การอธิษฐานทุกเวลาไม่ได้เกี่ยวกับรูปแบบหรือการพูดซ้ำแล้วซ้ำเล่า แต่เป็นการดำเนินชีวิตของคุณจำเพาะพระพักตร์พระเจ้าและด้วยท่าทีที่ตระหนักถึงพระเจ้า ชีวิตทั้งสิ้นของคุณควรจะมีความสัมพันธ์สนิทกับพระเจ้า

ผมพบว่ามีเพียงไม่กี่ครั้งที่ผมไม่ได้ตระหนักถึงพระเจ้า ทุกสิ่งทุกอย่างที่ผมเห็นและมีประสบการณ์ในชีวิตกลายมาเป็นคำอธิษฐาน ถ้าผมมีประสบการณ์กับบางสิ่งที่ดี ความคิดแรกของผมก็คือ *"พระเจ้า พระองค์ทรงเป็นแหล่งของสิ่งที่ดีทั้งมวลและทรงเป็นแหล่งของประทานที่สมบูรณ์แบบ ข้าพระองค์ขอบคุณ*

พระองค์สำหรับสิ่งนั้น" และถ้าผมเห็นสิ่งที่ชั่วร้าย ผมอธิษฐานขอให้พระเจ้าทรง
กระทำมันให้ถูกต้อง ถ้าผมมีโอกาสได้พบใครบางคนที่ยังไม่รู้จักพระเยซูคริสต์
การตอบสนองอย่างแรกของผมคือ "พระเจ้า เป็นที่น่าเศร้าใจมากที่เขายังไม่รู้
จักพระองค์ ขอได้โปรดนำเขาหรือเธอให้มารู้จักกับพระองค์ด้วย" ถ้าผมเห็น
อุปสรรคปัญหา ผมอธิษฐานว่า "พระเจ้า พระองค์คือผู้ปลดปล่อย"

ชีวิตแห่งการอธิษฐานคือเครื่องวัดที่ดีที่สุดของความสัมพันธ์ของคุณกับ
พระเจ้า มาร์ติน ลอยด์ โจนส์ กล่าวอย่างนี้ว่า

> สิ่งดีที่สุดซึ่งใช้ทดสอบความเข้าใจของผมที่มีต่อคำสอน
> ของพระคัมภีร์คือ ระยะเวลาที่ผมใช้ในการอธิษฐาน เมื่อ
> ศาสนศาสตร์เป็นความรู้เกี่ยวกับพระเจ้า ดังนั้น ยิ่งผมรู้
> ศาสนศาสตร์มากเท่าไร มันก็ควรจะผลักดันให้ผมยิ่ง
> พยายามรู้จักพระองค์มากขึ้นเท่านั้น ไม่ใช่รู้ "เกี่ยวกับ"
> พระองค์ แต่เป็นการรู้จักพระองค์ เป้าหมายของความรอด
> ก็คือ การนำผมมารู้จักพระเจ้า... ถ้าความรู้ทั้งสิ้นของผม
> ไม่ได้นำผมให้อธิษฐาน ก็แสดงว่ามีบางอย่างผิดปกติ[6]

อัครทูตยอห์นเขียนไว้ว่า "สิ่งที่เราได้เห็นและได้ยินนั้น เราก็ประกาศให้
พวกท่านรู้ด้วย เพื่อท่านจะได้มีสามัคคีธรรมกับเรา และเราก็มีสามัคคีธรรมกับ
พระบิดา และกับพระเยซูคริสต์พระบุตรของพระองค์" (1 ยอห์น 1:3) พระเจ้า
ต้องการมีสามัคคีธรรมกับคุณ และการอธิษฐานคือสามัคคีธรรมที่ดีที่สุดเมื่อคุณ
ยังอยู่ในโลกนี้

ช่วงเวลาไหนเป็นช่วงเวลาที่ดีที่สุดสำหรับการอธิษฐาน? คำตอบก็คือ
ทุกเวลา ดาวิดกล่าวว่า "ทั้งเวลาเช้า เวลาเย็น และเวลาเที่ยง ข้าพเจ้าจะอธิษฐาน
และร้องทุกข์ และพระองค์จะทรงสดับเสียงของข้าพเจ้า" (สดุดี 55:17 THKJV)
ลูกากล่าวว่า "ในเวลาต่อมาพระเยซูเสด็จไปที่ภูเขาเพื่อจะอธิษฐาน พระองค์

ทรงอธิษฐานต่อพระเจ้าตลอดทั้งคืน” (ลูกา 6:12) ทหารของพระคริสต์จะต้องอธิษฐานทุกเวลา เพื่อว่าเมื่อการต่อสู้เริ่มขึ้นเมื่อใด เขาก็จะพร้อมเมื่อนั้น ชีวิตทั้งชีวิตของเขาจะต้องเปิดไว้สำหรับพระเจ้า

พลังของการอธิษฐาน

เราจะต้องอธิษฐาน “ในพระวิญญาณ” นั่นหมายความว่าคำอธิษฐานของคุณจะต้องสอดคล้องกับพระดำริและพระประสงค์ของพระวิญญาณ ผู้ “ทรงช่วยเมื่อเราอ่อนกำลังด้วย เพราะเราไม่รู้ว่าควรจะอธิษฐานขออะไรอย่างไร แต่พระวิญญาณทรงช่วยขอแทน ด้วยการคร่ำครวญซึ่งไม่อาจกล่าวเป็นถ้อยคำ และพระองค์ผู้ทรงชันสูตรใจมนุษย์ ก็ทรงทราบความหมายของพระวิญญาณ เพราะว่าพระวิญญาณทรงอธิษฐานขอเพื่อธรรมิกชนตามพระประสงค์ของพระเจ้า” (โรม 8:26-27)

เราจะอธิษฐานให้สอดคล้องกับพระวิญญาณได้อย่างไร? ก็โดยการเต็มเปี่ยมด้วยพระวิญญาณ ซึ่งก็มีความหมายเดียวกันกับการให้พระวจนะของพระเจ้าดำรงอยู่ในชีวิตอย่างบริบูรณ์ (เอเฟซัส 5:18-20 เทียบกับโคโลสี 3:16-17) นั่นก็คือการให้พระวจนะของพระเจ้าเข้ามาแทรกซึมอยู่ในทุกส่วนของชีวิตของคุณ ถ้าคุณต้องการเป็นผู้ที่เต็มเปี่ยมด้วยพระวิญญาณ จงบำรุงเลี้ยงชีวิตของคุณด้วยพระวจนะของพระเจ้าอย่างสม่ำเสมอ นี่คือวิธีที่พระวิญญาณบริสุทธิ์จะปรับเจตนารมณ์ของคุณให้สอดคล้องกับพระองค์และอธิษฐานในแนวทางเดียวกันกับพระองค์

ลักษณะของการอธิษฐาน

เฝ้าระวังอธิษฐาน

ในเอเฟซัส 6:18 เปาโลกล่าวว่า “จงเฝ้าระวังด้วยความเพียรและด้วยการวิงวอน” พระเยซูคริสต์เองก็ได้เน้นถึงความสำคัญของการเฝ้าระวังในการอธิษฐาน ไม่นานก่อนที่พระองค์จะถูกจับกุม:

> พระองค์ก็ทรงพาเปโตรกับบุตรทั้งสองของเศเบดีไปด้วย พระองค์ทรงเริ่มโศกเศร้าและทรงทุกข์ใจอย่างยิ่ง จึงตรัสกับพวกเขาว่า "ใจของเราเป็นทุกข์แทบจะตาย จงอยู่ที่นี่และเฝ้าระวังกับเรา" แล้วทรงดำเนินไปอีกหน่อยหนึ่ง ก็ซบพระพักตร์ลงถึงดินอธิษฐานว่า "โอพระบิดาของข้าพระองค์ ถ้าเป็นได้ขอให้ถ้วยนี้เลื่อนพ้นไปจากข้าพระองค์เถิด แต่อย่างไรก็ดี อย่าให้เป็นไปตามใจปรารถนาของข้าพระองค์ แต่ให้เป็นไปตามพระทัยของพระองค์" (มัทธิว 26:37-39)

พันธกิจของพระเยซูคริสต์คือ การทนทุกข์ทรมานและสิ้นพระชมน์เพื่อความผิดบาปของมวลมนุษย์ แม้ว่าพระองค์ไม่สามารถทำบาปได้ ถึงกระนั้นพระองค์ก็ทรงมีประสบการณ์กับการทดลองที่หนักหนาสาหัส (ฮีบรู 4:15) พระองค์ทรงมีประสบการณ์กับความทุกข์ทรมานจากของมนุษยชาติ แต่เมื่อการถูกตรึงของพระองค์ใกล้เข้ามา พระองค์ก็ทรงเป็นทุกข์หนักยิ่งขึ้น พระองค์ผู้ซึ่งเป็นพระบุตรที่ปราศจากตำหนิของพระเจ้าถูกรุมเร้าความรู้สึกด้วยสิ่งที่จะเกิดขึ้นในภายหน้าคือ การแบกรับความผิดบาปอันมากมายมหาศาลของมวลมนุษย์ไว้บนพระกายของพระองค์ พระองค์จะต้องประสบกับความเปลี่ยวเปล่าอย่างที่สุด เมื่อพระบิดาของพระองค์ได้ทรงทอดทิ้งพระองค์เสียเนื่องจากพระองค์ทรงยอมรับความผิดบาปเพื่อพวกเรา ความทุกข์ทรมานอันเนื่องมาจากการทดลองนี้มีมากพอที่จะผลาญชีวิตของพระองค์เสียได้

แม้พระคัมภีร์ตอนนี้ไม่ได้กล่าวถึงซาตานก็ตาม แต่ไม่ต้องสงสัยเลยว่ามันได้ทดลองให้พระคริสต์ใช้สิทธิอำนาจแห่งความเป็นพระเจ้าของพระองค์ บางทีมันอาจจะเสนอแนะว่า "ทำไมพระเจ้าเจ้าแห่งความยุติธรรมจึงยอมพระองค์เองต่อความไม่ยุติธรรมเล่า? ทำไมผู้ทรงสร้างชีวิตจึงจะยอมเสียชีวิต?" เราแน่ใจได้เลยว่าซาตานได้เรียกร้องให้พระเยซูไม่เชื่อฟังพระบิดาของพระองค์โดยการปฏิเสธไม้กางเขน ทำไมน่ะหรือ? ก็เพราะว่าซาตานไม่ต้องการให้พระราชกิจแห่งความรอดนั้นสำเร็จ

ขอให้สังเกตว่าพระเยซูคริสต์ไม่ได้ทรงเผชิญหน้ากับซาตาน หรือทำสงคราม ด้วยการอธิษฐาน แม้ว่าไม้กางเขนจะหมายถึงความทนทุกข์ทรมานอย่างที่สุด พระเยซูทรงถ่อมใจอธิษฐานว่า "อย่าให้เป็นไปตามใจปรารถนาของข้าพระองค์ แต่ให้เป็นไปตามพระทัยของพระองค์" (มัทธิว 26:39)

เมื่อพระคริสต์กลับมาถึงสาวกทั้งสามคนแล้ว พระองค์ทรงเห็นพวกเขา นอนหลับอยู่ พระองค์ตรัสว่า "พวกท่านจะเฝ้าระวังอยู่กับเราสักชั่วโมงไม่ได้ หรือ? ท่านทั้งหลายจงเฝ้าระวังและอธิษฐานเพื่อจะไม่ถูกทดลอง จิตวิญญาณ พร้อมแล้วก็จริง แต่กายยังอ่อนกำลัง" (มัทธิว 26:40-41)

พระองค์ทรงเตือนพวกเขาไม่ให้พึ่งพละกำลังของตนเองในการเอาชนะ ซาตาน แทนที่จะต่อสู้กับวิญญาณชั่วซึ่ง ๆ หน้า พวกเขาควรจะเข้าหาพระเจ้า ด้วยการอธิษฐาน แต่ในกรณีนี้ สาวกกลับนอนหลับแทนที่จะคุกเข่าเฝ้าระวัง อธิษฐาน

เราได้เรียนรู้อะไรจากตัวอย่างการอธิษฐานของพระเยซู? ประการแรก เมื่อ ผู้เป็นพระบุตรของพระเจ้าเองยังจำเป็นต้องอธินฐานท่ามกลางการถูกทดลอง แล้วเราล่ะ จำเป็นมากกว่านั้นไม่ใช่หรือ? ประการที่สอง การอธิษฐานไม่ได้ หมายถึงการเปลี่ยนน้ำพระทัยของพระเจ้ามาตามใจเรา แต่หมายถึงการยอม จำนนต่อน้ำพระทัยของพระองค์ ถ้าพระเยซูคริสตเองยังยอมจำนนต่อน้ำพระทัย ของพระเจ้า เราควรยอมจำนนมากกว่านั้นไม่ใช่หรือ?

อธิษฐานด้วยความเพียร

เราไม่เพียงแต่ต้องเฝ้าระวังอธิษฐานเท่านั้น แต่ยังต้องอธิษฐานด้วย ความเพียรอีกด้วย ในเอเฟซัส 6:18 เปาโลกล่าวว่า "จงเฝ้าระวังด้วยความเพียร" คำว่า "ความเพียร" ในภาษากรีก หมายถึง การยืนหยัดมั่นคง การอธิษฐาน ไม่ได้มีความหมายแค่อิสระและการพูดคุยอย่างง่าย ๆ กับพระเจ้า แต่หมายถึง ชีวิตที่เพียรพยายาม พระเยซูทรงอธิบายเรื่องนี้ในคำอุปมาเรื่องผู้พิพากษา อธรรม (ลูกา 18:1-8) หญิงม่ายคนหนึ่งได้เพียรพยายามและร้องขอต่อผู้พิพากษา

ในที่สุดเขาก็ได้ทำในสิ่งที่นางต้องการ เราเองก็จำเป็นต้องแสดงให้พระเจ้าเห็นว่าเราใส่ใจต่อสิ่งที่เราทูลขอจริงๆ ถ้าคุณต้องการสิ่งที่คุณกำลังอธิษฐานทูลขอจริง ๆ ความเพียรพยายามในการอธิษฐานของคุณก็จะมีขึ้นตามธรรมชาติ

อีกตัวอย่างหนึ่งก็คือ คำอุปมาที่พระเยซูทรงเล่าเกี่ยวกับชายคนหนึ่งที่เฝ้าร้องขออยู่ที่หน้าประตูเพื่อขอยืมขนมปังจากเพื่อนบ้าน (ลูกา 11:5-10) เจ้าของบ้านได้พูดว่า "ประตูปิดแล้ว ลูกๆ กับตัวข้าก็เข้านอนกันหมดแล้ว ข้าไม่สามารถลุกขึ้นไปหยิบให้ท่านได้" แต่ชายคนนั้นยังคงร้องขอ จนกระทั่งเจ้าของบ้านยอมลุกขึ้นมาและหยิบขนมปังให้เขา

จากสองเรื่องนี้ ทั้งหญิงม่ายและชายที่หิวโหยยืนหยัดพากเพียรจนพวกเขาได้ในสิ่งที่พวกเขาขอ ในทำนองเดียวกัน เราควรจะสัตย์ซื่อและพากเพียรในการอธิษฐานของเรา โดยรู้ว่า "เราจะได้รับพระเมตตา และจะพบพระคุณที่ช่วยเราในยามต้องการ" (ฮีบรู 4:16)

อธิษฐานอย่างเจาะจง

การอธิษฐานจะต้องเป็นการอธิษฐานอย่างเจาะจง ในเอเฟซัส 6:18 เปาโลกล่าวว่า "จงเฝ้าระวังด้วยความเพียรและด้วยการวิงวอน" คำภาษากรีกของคำว่า "วิงวอน" หมายถึงคำร้องขอที่เฉพาะเจาะจง ทำไมเราจึงต้องอธิษฐานอย่างเจาะจง? ก็เพราะว่าพระเจ้าทรงคอยคำอธิษฐานเพื่อสำแดงฤทธิ์อำนาจของพระองค์ ถ้าคุณไม่ได้อธิษฐานอย่างเจาะจง คุณก็จะไม่เห็นถึงการทำงานของพระเจ้า

เมื่อลูกสาวของผมยังเด็กอยู่ เธอจะอธิษฐานว่า "พระเจ้าข้า ขอทรงโปรดอวยพระพรทั้งโลกด้วย" ผมจึงพูดกับลูกว่า "มาร์ซี่ ลูกจะอธิษฐานอย่างนั้นไม่ได้ พระองค์จะไม่ทำให้ทั้งโลกรู้สึกดีขึ้น นั่นกว้างเกินไป ลูกจะต้องอธิษฐานอย่างเจาะจง" แล้วเธอก็ได้เรียนรู้ที่จะอธิษฐานอย่างเจาะจง เมื่อคุณอธิษฐานอย่างเจาะจง คุณจะได้เห็นคำตอบที่เจาะจงของพระเจ้าเพื่อสง่าราศีของพระองค์เช่นกัน

คำร้องขอที่เจาะจงของเราควรจะมุ่งเน้นไปที่เรื่องฝ่ายวิญญาณ การอธิษฐานเพื่อความต้องการทางกายภาพนั้นเป็นสิ่งที่สำคัญ เช่น อธิษฐานเผื่อบางคนที่เป็นโรคปวดตามข้อกระดูก ปัญหาสุขภาพ ขาหัก หรือการผ่าตัด เป็นต้น ผมอธิษฐานเผื่อคนที่มีความจำเป็นทางร่างกาย แต่ยิ่งกว่านั้นผมอธิษฐานขอพระเจ้าประทานชัยชนะแก่ผู้เชื่อในการต่อสู้กับศัตรูด้วย นี่คือประเด็นหลักของเปาโลในเอเฟซัส 6:18 ธรรมิกชนท่านหนึ่งได้อธิษฐานขอชัยชนะในการต่อสู้ ดังนี้

ข้าแต่พระเจ้า
ข้าพระองค์สรรเสริญพระองค์ว่าปัญหาการต่อสู้ระหว่าง
พระองค์กับซาตาน
ไม่เคยมีความแน่นอน
และจะจบลงที่ชัยชนะ

บนไม้กางเขน หัวมังกรถูกบดขยี้แล้ว
และข้าพระองค์ต่อสู้กับศัตรูซึ่งพ่ายแพ้ไปแล้ว
ผู้ที่ความลึกลับและพละกำลังทั้งหมดของเขา
ถูกเอาชนะไปแล้ว

เมื่อข้าพระองค์รู้สึกถึงงูที่ส้นเท้า
ขอทรงให้ข้าพระองค์ระลึกถึงพระองค์ผู้ซึ่งส้นเท้าฟกช้ำ
ผู้ที่เมื่อส้นเท้าฟกช้ำ ทรงขยี้หัวมารร้ายจนแหลก
จิตวิญญาณของข้าพระองค์ยกย่องผู้พิชิตผู้ยิ่งใหญ่ด้วยความ
ปีติยินดี

โปรดรักษาบาดแผลข้าพระองค์ เมื่อได้รับความทุกข์ยากครั้งใหญ่
หากข้าพระองค์เต็มไปด้วยมลทิน

หากความเชื่อข้าพระองค์ได้รับความเสียหาย
หากความหวังของข้าพระองค์กำลังดับลง
หากความรักข้าพระองค์ไม่กระตือรือร้น
หากการปลอบประโลมใจบางอย่างเข้าครอบงำจิตใจ
ข้าพระองค์
หากจิตวิญญาณข้าพระองค์จมอยู่ใต้ความกดดัน
ของการต่อสู้

โอ พระองค์ผู้ซึ่งพระสัญญาทุกอย่างเป็นยารักษา
ทุกการสัมผัสชีวิต
ขอทรงให้นักรบผู้เหนื่อยล้าของพระองค์ได้เข้ามาใกล้
ขอทรงฟื้นฟูข้าพระองค์ เพื่อข้าพระองค์จะลุกขึ้น
ต่อสู้อีกครั้ง
และไม่อ่อนล้าจนกว่าศัตรูจะถูกเหยียบย่ำ

ขอทรงประทานสามัคคีธรรมแก่ข้าพระองค์
เพื่อข้าพระองค์จะต่อต้านซาตาน
ความไม่เชื่อ เนื้อหนัง และโลก
ด้วยความสุขปีติที่ไม่ได้มาจากสิ่งที่ถูกสร้างขึ้น
และซึ่งสิ่งที่ถูกสร้างขึ้นมิอาจทำลายได้

ขอทรงประทานบ่อน้ำพุนิรันดร์แก่ข้าพระองค์
ที่อยู่ในความไม่เปลี่ยนแปลง ในความรักนิรันดร์
และในกฎเกณฑ์ของพระองค์
เมื่อนั้นมือของข้าพระองค์จะไม่มีวันอ่อนแรง
เท้าของข้าพระองค์จะไม่มีวันสะดุดล้ม

ดาบของข้าพระองค์ไม่เคยพัก โล่ของข้าพระองค์
ไม่เคยขึ้นสนิม
หมวกของข้าพระองค์ไม่เคยแตก
เสื้อเกราะของข้าพระองค์ไม่เคยตก
กำลังของข้าพระองค์พักอยู่ในฤทธิ์เดชของพระองค์[7]

วัตถุประสงค์ของการอธิษฐาน

เราควรอธิษฐานเผื่อใครบ้าง? "ธรรมิกชนทุกคน" (เอเฟซัส6:18) เราจะ
ต้องอธิษฐานเพื่อซึ่งกันและกัน ขอให้สังเกตว่าซาตานและวิญญาณชั่วไม่ใช่
วัตถุประสงค์ของการอธิษฐานตามหลักของพระคัมภีร์ พระคัมภีร์ไม่ได้บอกให้
เราพูดว่า "ข้าขอต่อต้านซาตานและอาณาจักรแห่งความมืดของมัน" พระคัมภีร์
ไม่ได้บอกให้เราสั่งซาตานให้คืนฐานที่มั่นแก่เรา พระคัมภีร์ไม่ได้บอกให้เราพูดว่า
"ข้าขอสั่งเจ้า เจ้าวิญญาณชั่ว" พระคัมภีร์ไม่ได้บอกให้เราทำลายวิญญาณแห่ง
ความมืดบอด เทคนิคที่แปลกประหลาดเช่นนี้ไม่มีอยู่ในคำสอนของพระคัมภีร์
เกี่ยวกับสงครามฝ่ายวิญญาณเลย

แล้วอะไรคือสิ่งที่เราจะต้องทำ? นั่นคืออธิษฐานเผื่อผู้อื่น การอธิษฐานเผื่อ
ผู้อื่นมีความสำคัญต่อสุขภาพกายของคริสตจักร เมื่ออวัยวะส่วนหนึ่งในร่างกาย
ของคุณเจ็บป่วย อวัยวะที่เหลือทั้งหมดจะเข้ามาช่วยชูกำลัง ในทำนองเดียวกัน
เมื่อสมาชิกในพระกายของพระคริสต์อ่อนกำลังลง เราก็ควรจะอธิษฐานเผื่อเขา

ผลที่ตามมาก็คือ การอธิษฐานเผื่อสุขภาพฝ่ายวิญญาณของผู้อื่นยังเกิดผล
ดีต่อชีวิตของคุณด้วย ดร. มาร์ติน ลอยด์ โจนส์ ได้ตั้งข้อสังเกตไว้ว่า

> ก่อนที่จะเกิดสงครามกลางเมืองในประเทศสเปน ไม่ว่า
> จะในเมืองบาร์เซโลนา มาดริด หรือในที่อื่น ๆ คลินิกของ
> จิตแพทย์เต็มไปด้วยผู้คนที่เข้ามารับการรักษา แต่ละคน
> ต่างมีปัญหาของตนเอง ไม่ว่าจะเป็นความวิตกกังวล ความ

> กลุ้มใจ หรือการถูกยั่วยุล่อใจต่าง ๆ คนเหล่านี้ต่างพากันมาที่คลินิกเพื่อบำบัดรักษาปัญหาของตน
>
> จากนั้น เมื่อเกิดสงครามกลางเมืองขึ้น สิ่งแรกที่ได้รับผลกระทบมากที่สุดจากสงครามก็คือ ทำให้คลินิกจิตแพทย์และจิตเวชร้างผู้คน คนที่มีปัญหาทางจิตเหล่านี้ถูกบำบัดด้วยความวิตกกังวลที่ใหญ่หลวงกว่า พวกเขากังวลถึงสถานภาพทั้งหมดของพวกเขา จะยังคงมีบ้านอยู่หรือเปล่า? สามีของพวกเขาจะยังคงมีชีวิตอยู่หรือไม่? ลูก ๆ ของพวกเขาจะตายหรือไม่? ความวิตกกังกลที่มากกว่าทำให้ความวิตกกังวลที่เล็กน้อยกว่าหายไปได้ การพุ่งความสนใจไปยังปัญหาที่ใหญ่กว่าทำให้พวกเขาลืมปัญหาส่วนตัวซึ่งเป็นปัญหาเล็กน้อย[8]

คุณอยากเป็นคนที่มีสุขภาพฝ่ายวิญญาณที่แข็งแรงหรือไม่? ถ้าเช่นนั้น จงจดจ่ออยู่กับสิ่งที่สำคัญ จงจดจ่ออยู่กับการอธินฐานเพื่ออาณาจักรของพระเจ้า แล้วคุณก็จะไม่มีปัญหากับความวิตกกังวลในเรื่องที่เล็กน้อยกว่า

มาร์ติน ลอยด์ โจนส์ เขียนต่อไปว่า

> ความกลัวที่มากกว่าจะขจัดความกลัวที่น้อยกว่า และผมได้นำหลักการนี้มาใช้กับการอธิษฐาน เมื่อคุณรู้สึกวุ่นวายสับสนและคุณไม่สามารถลืมตัวเองได้ เมื่อคุณรู้สึกสงสารตัวเอง และเมื่อคุณรู้สึกว่าคุณกำลังประสบกับความยากลำบาก ซึ่งดูเหมือนว่าทุกสิ่งกำลังถาโถมเข้าใส่คุณ วิธีการแก้ไขที่ดีที่สุดวิธีหนึ่งก็คือ การนั่งลงและพูดว่า “เรื่องนั้นเป็นอย่างไร? คนนี้เป็นอย่างไร? คนนั้นเป็นอย่างไร? คริสเตียนในประเทศอื่น ๆ เป็นอย่างไร?” คุกเข่าลงและอธินฐาน

> เผื่อพวกเขา แล้วในไม่ช้าคุณก็จะพบว่า คุณลืมเรื่องตัวเอง
> ไปเสียแล้ว... คุณจะพบว่าในขณะที่คุณอธิษฐานเผื่อ
> พวกเขา คุณก็กำลังแก้ไขปัญหาของคุณเองด้วย และคุณ
> จะได้รับการปลดปล่อย[9]

เป็นสิ่งที่ดีมากที่จะอธิษฐานเผื่อคนอื่น แต่การอธิษฐานของคุณจะไม่มี
ประสิทธิภาพเลยจนกว่าคุณจะได้รู้ถึงสิ่งที่กำลังเกิดขึ้นในชีวิตของคนที่คุณกำลัง
อธิษฐานเผื่อ คุณรู้ถึงปัญหาของคุณเองเป็นอย่างดี แต่คุณไม่จำเป็นจะต้องทุ่มเท
เวลาทั้งหมดเพื่ออธิษฐานสำหรับตัวคุณเอง จงอธิษฐานเผื่อผู้อื่น คอยดูความ
จำเป็นของพวกเขา ความเห็นแก่ตัวจะทำลายมุมมองการมองเห็นนั้น พวกเรา
ส่วนมากมักจะไม่เอาจริงเอาจังกับการอธิษฐานจนกว่าปัญหาจะเกิดขึ้น เรามัก
จะเสียเวลาไปกับปัญหาของตัวเราเองมากกว่าที่จะใช้เวลาเพื่อช่วยเหลือผู้อื่น
นั่นแสดงให้เห็นว่าเรามีตัวเองเป็นศูนย์กลาง

คนที่อยู่รอบ ๆ ตัวคุณล่ะ? คุณเป็นห่วงสภาพฝ่ายจิตวิญญาณของพวกเขา
หรือไม่? คุณได้อธิษฐานเผื่อคู่สมรสของคุณ ลูกของคุณ เพื่อน ๆ ของคุณ
เพื่อนบ้านของคุณ และคนที่ศึกษาพระคัมภีร์ในชั้นเดียวกับคุณหรือไม่? หรือว่า
คุณไม่สนใจพวกเขา?

การอธิษฐานเรียกร้องให้เราสื่อสารซึ่งกันและกัน เพื่อเราจะรู้ว่าเราจะ
อธิษฐานเผื่อเขาในเรื่องอะไร นั่นคือแบบอย่างที่เปาโลได้ให้กับคริสตจักรที่
เอเฟซัส:

> และ[อธิษฐาน]เผื่อข้าพเจ้าด้วย เพื่อว่าเมื่อข้าพเจ้าพูด
> พระองค์จะประทานถ้อยคำแก่ข้าพเจ้าที่จะสำแดงความ
> ล้ำลึกของข่าวประเสริฐอย่างกล้าหาญ เพราะข่าวประเสริฐ
> นี้เองทำให้ข้าพเจ้าเป็นทูตที่ติดโซ่ตรวน และเพื่อว่าข้าพเจ้า
> จะกล้าพูดตามที่ข้าพเจ้าควรจะพูดนั้น

ทีคิกัส ซึ่งเป็นน้องที่รักและเป็นผู้ปรนนิบัติที่ซื่อสัตย์
ในองค์พระผู้เป็นเจ้า จะบอกให้ท่านรู้ทุกสิ่งทุกอย่าง เพื่อ
พวกท่านจะได้รู้ด้วยว่าข้าพเจ้าเป็นอยู่อย่างไรและทำอะไร
ข้าพเจ้าส่งเขาไปหาท่านทั้งหลายเพราะเหตุนี้ คือเพื่อให้
ท่านรู้ความเป็นอยู่ของเรา และเพื่อให้เขาหนุนใจพวกท่าน
(เอเฟซัส 6:19-22)

เนื่องจากเปาโลไม่ได้ต้องการให้ชาวเอเฟซัสอธิษฐานเผื่อท่านโดยที่พวกเขา
ไม่ทราบข้อมูล ท่านจึงได้แจ้งข่าวให้พวกเขาทราบโดยฝากไปกับเพื่อนของท่าน
คือทีคิกัส เปาโลต้องการให้พวกเขาอธิษฐานเผื่อท่านในเรื่องอะไร? สิ่งที่ท่าน
ต้องการให้พวกเขาอธิษฐานเผื่อคือ ให้ท่านมีชัยชนะในสงครามฝ่ายวิญญาณ
ท่านเป็นนักโทษอยู่ในกรุงโรม และท่านต้องการความกล้าหาญที่จะประกาศเรื่อง
ของพระคริสต์ และพระเจ้าทรงตอบคำอธิษฐานนี้ เรารู้ได้จากพระธรรมฟีลิปปี
ว่า ข่าวประเสริฐที่ท่านประกาศเป็นพยานนั้น "เป็นที่รู้กันในหมู่ผู้คุมประจำกอง
บัญชาการทั้งหมดและคนอื่นๆ" (ฟีลิปปี 1:13) ความกล้าหาญของท่านได้ช่วย
ให้ผู้เชื่อคนอื่น ๆ กล่าวพระวจนะของพระเจ้าโดยปราศจากความกลัว (ข้อ 14)
    การอธิษฐานได้ขับเคลื่อนอยู่ในยุทธภัณฑ์ของคุณหรือไม่? ในหนังสือ *รู้จัก
พระเจ้า* ของ เจ. ไอ. แพคเกอร์ ท่านได้กล่าวไว้ว่า

เราต้องเรียนรู้ที่จะประเมินตนเอง ไม่ใช่ด้วยความรู้เกี่ยวกับ
พระเจ้า ไม่ใช่ด้วยของประทานและหน้าที่รับผิดชอบใน
คริสตจักร แต่ด้วยวิธีที่เราอธิษฐานและสิ่งที่เกิดขึ้นใน
ความคิดของเรา ผมคิดว่าพวกเราหลายคนไม่รู้เลยว่าเรา
ตกต่ำจากระดับนี้มากขนาดไหน ขอให้เราทูลขอพระเจ้า
ให้ทรงสำแดงแก่เรา[10]

12

คำสั่งเพื่อชัยชนะ

นายพลนอร์แมน ชวาร์สคอฟ อดีตผู้บัญชาการกองกำลังทหารอเมริกันในสงครามอ่าวเปอร์เซียและเป็นผู้วางแผนยุทธการซึ่งมีชื่อว่า “พายุทะเลทราย” ได้ กล่าวไว้ว่า

> ผมถือว่าตัวเองคือทหารผู้จะพยายามทำหน้าที่ของตนเองให้ดีที่สุด คือ การรับใช้ประเทศชาติ มันตรงกันข้ามกับสิ่งที่คนอื่น ๆ เคยพูดถึงผม ผมไม่เคยยึดถืออยู่กับภาพที่งดงามภายนอก คือการนำกองทหารเข้าสู่รบในสงคราม ผมยอมรับว่าบางครั้งหน้าที่รับผิดชอบของผมในฐานะทหารคนหนึ่งก็ทำให้ผมกลัวแทบตาย แต่ผมก็ตระหนักว่าผมได้รับการฝึกฝนมาก็เพื่อทำหน้าที่ของผม และนั่นเป็นเหตุที่ประเทศสหรัฐอเมริกาต้องมีกองทัพ และเมื่อเกิดวิกฤติการณ์ขึ้น นั่นไม่ใช่เวลาที่ผมจะมากลัวหรือหลบหนี

> หน้าที่รับผิดชอบ ผมพยายามทำให้ดีที่สุด และเมื่อสงคราม สิ้นสุดลง ผมยังคงสามารถพูดได้ว่าผมได้ทำอย่างดีที่สุด และนั่นคือสิ่งที่สำคัญที่สุดสำหรับผม[1]

ในฐานะผู้เชื่อ เราควรทำให้ดีที่สุดในการรับใช้และถวายเกียรติแด่พระคริสต์ผู้ซึ่งเป็นแม่ทัพของรา โดยการตาย การถูกฝังไว้ และการเป็นขึ้นมาจากตายของพระองค์ พระองค์ได้ทรงมีชัยชนะเพื่อผู้เชื่อทุกคนแล้ว พระคริสต์เสด็จมายังโลกในฐานะมนุษย์ "เพื่อโดยทางความตายนั้น พระองค์จะทรงทำลายมารผู้มีอำนาจแห่งความตาย และจะทรงปลดปล่อยบรรดาคนเหล่านั้นที่ตกเป็นทาสมาตลอดชีวิตเนื่องจากความกลัวตาย" (ฮีบรู 2:14-15)

อย่างไรก็ตาม ซาตานและสมุนของมันก็ยังจะคอยทำลายงานซึ่งพระเจ้าได้ทรงกระทำสำเร็จแล้วในชีวิตของลูกของพระองค์ จนกว่าชัยชนะอย่างสมบูรณ์แบบจะมาถึง นั่นหมายความว่าคุณจะต้องต่อสู้และการสู้รบทุกวัน

เราจะตอบสนองต่อการโจมตีของซาตานอย่างไร? ไม่ใช่โดยการใช้วิธีแปลกประหลาดอย่างที่หลาย ๆ คนกำลังใช้กันอยู่ทุกวันนี้ แทนที่จะเป็นเช่นนั้น เปาโลได้ให้คำสั่งห้าประการ คือ "ท่านทั้งหลายจงระมัดระวัง จงมั่นคงในความเชื่อ จงเป็นคนกล้าหาญจงเข้มแข็ง จงทำทุกสิ่งด้วยความรัก" (1 โครินธ์ 16:13-14)

คำสั่งเหล่านี้คือหน้าที่รับผิดชอบโดยย่อของผู้เชื่อในสงครามฝ่ายวิญญาณ โดยการเชื่อฟังคำสั่งเหล่านี้ คุณจะไม่มีความสงสัย ยืนอยู่เหนือความบาปของคุณแทนที่ความไม่แยแสของคุณ และดำเนินชีวิตอย่างสมกับการที่พระเจ้าทรงเรียกคุณ พูดง่าย ๆ ก็คือ นี่เป็นหนทางที่คุณจะทำอย่างดีที่สุดเพื่อพระคริสต์ ต่อไปนี้ให้เรามาพิจารณาคำสั่งแต่ละคำสั่งอย่างละเอียด

จงระมัดระวัง

มากกว่า 70 ปีที่แล้ว เรื่องราวต่อไปนี้เกิดขึ้นในมหาสมุทรแปซิฟิก:

ในตอนกลางดึก ร้อยเอกฮีราตะ มัทซึมุระ ได้ลุกออกมาจากเตียงนอนของเขาซึ่งอยู่ในเรือบรรทุกเครื่องบินฮีริว... และสวมชุดนักบิน จากนั้น เขาได้เล็มปลายเล็บและตัดเส้นผมออกปอยหนึ่งเพื่อส่งให้ครอบครัว เครื่องบินทิ้งระเบิดนากาจิมะ-97 ซึ่งบรรทุกระเบิดทอร์ปีโดไว้เต็มอัตรา 800 กิโล กำลังรอเขาอยู่ ในวันนั้นเครื่องบินรบเป็นลำแรกที่บินออกไป ตามด้วยเครื่องบินทิ้งระเบิด และเครื่องบินคุ้มกัน เป็นเวลาสองชั่วโมงที่พวกเขาบินมุ่งไปทางใต้เหนือหมู่เมฆ แล้วเมื่อกลุ่มเมฆจางลง พวกเขาก็มาปรากฏตัวที่เหนือภูเขาไดมอนด์ เฮด ร้อยเอกมัสซึมุระหันหัวเครื่องบินของเขาพุ่งดิ่งไปยังเพิร์ลฮาเบอร์[2]

จอร์จ แคมป์เบล เจ้าหน้าที่ชั้นผู้น้อยวัย 25 ปีที่ประจำอยู่บนเรือยูเอสเอส เมดูซา ได้เล่าเหตุการณ์ที่จะเกิดขึ้นต่อไปให้ฟังว่า

ผมเพิ่งจะขึ้นไปข้างบนโดยถือถ้วยกาแฟอยู่ในมือ และเริ่มต้นที่จะอ่านหนังสือพิมพ์... ในทันใดนั้น เครื่องบินเหล่านี้ก็ปรากฏตัวขึ้น แต่เราก็เคยทำเช่นนี้เพราะว่าเครื่องบินของเรามักจะแกล้งทำเป็นเข้ามาจู่โจมเสมอ เมื่อเรามองดูรูปร่างภายนอกของเครื่องบินและเห็นเครื่องหมายดวงอาทิตย์ สีแดงเราก็รู้ทันทีว่า นี่ไม่ใช่เรื่องล้อเล่นแต่เป็นเรื่องจริง... ในการถูกโจมตีครั้งแรก เราไม่ได้ยิงตอบโต้มากนัก เมื่อเครื่องบินย้อนกลับมาโจมตีเราเป็นครั้งที่สอง เรายิงปืนใหญ่ต่อสู้บ้าง และเมื่อเครื่องบินกลับมาโจมตีในครั้งที่สาม เราก็ตอบได้เพียงเล็กน้อยเท่านั้น... ความรู้สึกแต่ละครั้งเมื่อถูกโจมตี คือไม่มีเวลาพอที่จะรู้สึกอะไร แต่

> หลังจากที่คุณได้ตระหนักถึงมัน และโดยเฉพาะอย่างยิ่ง
> เมื่อคุณมองไปรอบ ๆ และเห็นสิ่งที่ได้เกิดขึ้น[3]

เกิดอะไรขึ้น? ในวันที่ 7 ธันวาคม 1941 ญี่ปุ่นได้โจมตีฐานทัพที่อ่าวเพิร์ลฮาร์เบอร์ ได้ฆ่าทหารอเมริกันไปกว่า 2,000 คน และทำให้กองกำลังป้องกันแปซิฟิกเป็นอัมพาต ทำไมการโจมตีครั้งนี้จึงก่อให้เกิดความเสียหายอย่างรุนแรง? ก็เพราะว่ามันเป็นการโจมตีอย่างฉับพลัน

ในสงครามฝ่ายวิญญาณ ซาตานก็อยากจะจับคุณด้วยความเฉียบพลัน เพื่อเป้าหมายในการทำลายล้างของมันจะได้สัมฤทธิ์ผล นั่นจึงเป็นเหตุที่เราจำเป็นต้อง "ระมัดระวัง" (1 โครินธ์ 16:13) เราจะต้องประเมินว่าศัตรูของเรากำลังทำอะไรอยู่ คำสั่งนี้มีความจำเป็นมากเพราะว่าผู้เชื่อหลายคนดำเนินชีวิตคริสเตียนแบบขาดสติไม่รู้สึกตัว และนี่คือสิ่งที่เกิดขึ้นในคริสตจักรที่เมืองโครินธ์ แทนที่พวกเขาจะดำเนินชีวิตตามหลักการของพระคัมภีร์ พวกเขากลับดำเนินชีวิตตามหลักปรัชญาของโลกและตามพฤติกรรมอันเลวทรามที่มีอยู่ในวัฒนธรรมของพวกเขา ฉะนั้น พวกเขาจึงพลาดไปจากความชื่นชมยินดีและพระพรจากพระเจ้าด้วยความไม่รู้และการไม่เชื่อฟังพระเจ้า

ระมัดระวังการทดลอง

ผู้เชื่อจะต้องตื่นตัวอยู่เสมอ ไม่เช่นนั้นพวกเขาจะตกเป็นเหยื่อแห่งการทดลองของซาตาน ซาตาน "ดุจสิงโตคำรามเดินวนเวียนเที่ยวเสาะหาคนที่มันจะกัดกินได้" (1 เปโตร 5:8) มันมีเล่ห์เหลี่ยมแพรวพราวและเต็มไปด้วยกลอุบายมากมาย และมันคอยที่จะดักจับผู้เชื่อด้วยอุบายอันชาญฉลาดของมัน โธมัส บรุ๊คส์ เขียนไว้ในหนังสือ *การแก้ไขกลอุบายของซาตานอันทรงคุณค่า* ของเขาว่า

> ซาตานมีบ่วงแร้วสำหรับคนฉลาด และมีบ่วงแร้วสำหรับ
> คนทั่วไป มันมีบ่วงแร้วสำหรับคนหน้าไหว้หลังหลอกและ

มีบ่วงแร้วสำหรับคนซื่อตรง มันมีบ่วงแร้วสำหรับคนที่มี
จิตใจกว้างขวาง และสำหรับคนที่มีแต่ความเกรงกลัว มัน
มีบ่วงแร้วสำหรับคนมีอายุและสำหรับคนหนุ่มสาว มันมี
บ่วงแร้วสำหรับคนร่ำรวยและคนยากจน ความสุขเป็นของ
จิตวิญญาณที่ไม่ตกอยู่ในบ่วงแร้วของมาร[4]

คุณจัดการกับการทดลองของซาตานอย่างไร? ไม่ใช่ด้วยการเผชิญหน้ากับ
วิญญาณชั่วและพูดว่า "ซาตาน เราขอผูกมัดเจ้า" ไม่ใช่โดยการเข้าร่วมสัมมนา
เพื่อศึกษาวิธีอันลึกลับในการทำสงคราม พระคัมภีร์เพียงแค่สั่งให้เราต่อสู้ ถ้า
คุณต่อสู้ พระเจ้าสัญญาว่าซาตานจะหนีคุณไป (ยากอบ 4:7)

ระมัดระวังพวกผู้สอนเทียมเท็จ

คุณจำเป็นต้องเฝ้าระมัดระวังพวกผู้สอนเทียมเท็จ อย่าลืมว่าซาตานมักจะ
ปลอมตัวเป็นทูตของความสว่างและเป็นผู้รับใช้ของความชอบธรรม (2 โครินธ์
11:13-15) สิ่งหนึ่งที่แสดงออกถึงการโกหกของมันก็คือ การแพร่ขยายผู้สอน
เทียมเท็จผู้ซึ่งอยู่รายล้อมข่าวประเสริฐและคริสตจักร พระเยซูคริสต์ได้ทรงเตือน
ว่า "พระคริสต์เทียมเท็จและผู้เผยพระวจนะเทียมเท็จหลายคน[จะ]ปรากฏขึ้น
แสดงหมายสำคัญและการอัศจรรย์ที่ยิ่งใหญ่ เพื่อล่อลวงแม้พวกที่พระเจ้าทรง
เลือกถ้าเป็นได้" (มัทธิว 24:24)

แต่อย่างไรก็ตาม ข้อเท็จจริงที่น่าเศร้าก็คือ พวกเขาจะลงเอยด้วยการนำคน
ที่มาคริสตจักรหลายคนหลงไป ในมัทธิว 7:21-23 พระเยซูตรัสว่า

"ไม่ใช่ทุกคนที่เรียกเราว่า 'องค์พระผู้เป็นเจ้า [องค์พระผู้
เป็นเจ้า]' จะได้เข้าในแผ่นดินสวรรค์ แต่ผู้ที่ปฏิบัติตาม
พระทัยพระบิดาของเรา ผู้สถิตในสวรรค์จึงจะเข้าได้ เมื่อถึง
วันนั้นจะมีคนจำนวนมากร้องแก่เราว่า 'องค์พระผู้เป็นเจ้า

ข้าพระองค์ได้เผยพระวจนะในพระนามของพระองค์ และได้ขับผีออกในพระนามของพระองค์ และได้ทำการแห่งฤทธานุภาพมากมายในพระนามของพระองค์ไม่ใช่หรือ?' เมื่อนั้นเราจะกล่าวแก่พวกเขาว่า 'เราไม่เคยรู้จักพวกเจ้าเลย เจ้าผู้ทำความชั่ว จงไปเสียให้พ้นหน้าเรา' "

องค์พระผู้เป็นเจ้ากำลังตรัสอะไร? พระองค์กำลังตรัสถึงหลายคนที่คิดว่าตนเองเป็นผู้เชื่อแต่ในความเป็นจริงแล้วพวกเขาไม่ได้เป็นเลย ผมเชื่อว่าคริสตจักรในปัจจุบันนี้เต็มไปด้วยคนที่ไม่ใช่ผู้เชื่อแต่พวกเขาไม่รู้ตัวเลย คนเหล่านี้บางคนคิดว่าพวกเขาสามารถขับผีออกได้ด้วยพระนามของพระเยซู พวกเขาคิดว่าทุกสิ่งทุกอย่างกำลังไปได้ด้วยดี แต่พวกเขากำลังถูกหลอก เพราะว่าเมื่อวันพิพากษามาถึง พวกเขาจะประหลาดใจอย่างยิ่ง

บางทีคำเตือนของพระเยซูในมัทธิวบทที่ 7 อาจจะทำให้คุณประหลาดใจว่า *คนที่ไม่ใช่ผู้เชื่อจะสามารถขับผีออกและทำหมายสำคัญและการอัศจรรย์ได้หรือ?* อาจจะมีความเป็นไปได้สามอย่างคือ ประการแรก เขาทำการอันน่าอัศจรรย์โดยฤทธิ์อำนาจของพระเจ้า เป็นเรื่องธรรมดาที่บางครั้งพระเจ้าทรงใช้คนที่ไม่เชื่อให้กระทำการในลักษณะนี้ อย่างไรก็ตาม พระองค์ยังเคยใช้บาลาอัมผู้เผยพระวจนะที่เห็นแก่เงิน และเคฟาสมหาปุโรหิตผู้ชั่วช้าเพื่อพยากรณ์ความจริงของพระองค์

ประการที่สอง เป็นไปได้ว่าผู้ไม่เชื่อเหล่านี้ที่ซึ่งเชื่อว่าพวกเขาสามารถเทศนาขับผี และกระทำการอัศจรรย์และหมายสำคัญได้ อาจถูกซาตานล่อลวง หรืออาจเป็นส่วนหนึ่งในกลอุบายล่อลวงของซาตาน โมเสสได้เตือนชนชาติอิสราเอลเกี่ยวกับผู้เผยพระวจนะเท็จซึ่งอาจทำการอัศจรรย์และหมายสำคัญว่า

"ถ้าในท่ามกลางท่านเกิดมีผู้เผยพระวจนะหรือผู้ฝันเห็นเหตุการณ์ขึ้น และสำแดงหมายสำคัญหรือการอัศจรรย์แก่ท่าน และหมายสำคัญหรือการอัศจรรย์ซึ่งเขาบอกท่านนั้นสำเร็จจริง ถ้าเขากล่าวว่า 'ให้เราติดตามพระอื่นๆ กันเถิด

(ซึ่งเป็นพระที่ท่านไม่รู้จัก) และให้เรามาปรนนิบัติ
พระเหล่านั้น' ท่านอย่าเชื่อฟังคำของผู้เผยพระวจนะหรือ
ผู้ฝันเห็นเหตุการณ์คนนั้น เพราะพระยาห์เวห์พระเจ้า
ของพวกท่านทรงลองใจพวกท่านดู เพื่อจะได้ทรงทราบว่า
พวกท่านรักพระยาห์เวห์พระเจ้าของท่านด้วยสุดจิตสุดใจ
ของท่านหรือไม่? ท่านทั้งหลายจงดำเนินตามพระยาห์เวห์
พระเจ้าของท่านและยำเกรงพระองค์ และรักษาพระบัญญัติ
ของพระองค์ และเชื่อฟังพระสุรเสียงของพระองค์ และ
ท่านจงปรนนิบัติพระองค์และติดสนิทอยู่กับพระองค์ แต่
ผู้เผยพระวจนะหรือผู้ฝันเห็นเหตุการณ์คนนั้นต้องมีโทษ
ถึงตาย เพราะเขาได้พูดให้กบฏต่อพระยาห์เวห์พระเจ้า
ของท่านผู้ทรงนำท่านออกจากแผ่นดินอียิปต์ และทรงไถ่
ท่านออกจากแดนทาส เพื่อผลักดันท่านออกไปจากทางซึ่ง
พระยาห์เวห์พระเจ้าของท่านทรงบัญชาให้ท่านดำเนิน
โดยวิธีนี้ท่านจึงจะขจัดความชั่วไปจากท่ามกลางท่าน"
(เฉลยธรรมบัญญัติ 13:1-5)

หมายสำคัญและการอัศจรรย์เหล่านี้อาจมาจากซาตาน อาจเป็นเหมือนสิ่งที่
ได้พูดไว้เกี่ยวกับนักมายากลของอียิปต์ที่เลียนแบบการอัศจรรย์ของโมเสสได้

พระเยซูทรงตรัสเป็นนัยว่า พวกผู้นำศาสนายิวขับผีออกได้ด้วยฤทธิ์อำนาจ
ของซาตานเมื่อพระองค์ตรัสว่า "ถ้าเราขับผีออกโดยเบเอลเซบูล ลูกน้องของท่าน
ทั้งหลายขับมันออกโดยอำนาจของใครเล่า?" (มัทธิว 12:27) พระธรรมกิจการ
ก็ได้อธิบายถึงงานของพวกพ่อมดหมอผี (กิจการ 8.9-11) และพวกบุตรชายของ
เสวาที่สามารถขับผีออกได้ (กิจการ 19:13-14) ไม่ต้องสงสัยเลยว่าหลายคน
ในทุกวันนี้ที่อ้างพระนามของพระเยซูและทำการอัศจรรย์และหมายสำคัญนั้น
ในความเป็นจริงแล้ว พวกเขาได้รับอำนาจมาจากซาตาน

พระคัมภีร์บอกเราว่า การเน้นเรื่องการอัศจรรย์และเรื่องเหนือธรรมชาตินั้นเป็นลักษณะของยุคสุดท้าย การล่อลวงของซาตานนั้นรวมถึง "การอิทธิฤทธิ์ทุกอย่าง ทั้งหมายสำคัญ และการอัศจรรย์จอมปลอม" (2 เธสะโลนิกา 2:9) จะมีวิญญาณ "ผีที่ทำหมายสำคัญ" (วิวรณ์ 16:14) โธมัส ไอซ์ และ โรเบิร์ต ดีน ได้แสดงความเห็นในเรื่องนี้ว่า

> เมื่อตรวจสอบเรื่องนี้ในแสงสว่างของพระคัมภีร์แล้ว สงครามฝ่ายวิญญาณใหม่ที่เกิดขึ้นนี้ ค่อนข้างจะใกล้เคียงกับการละทิ้งความเชื่อที่จะเกิดขึ้นในปลายยุคสุดท้ายของคริสตจักร ยิ่งกว่านั้น คำสอนเรื่องสงครามฝ่ายวิญญาณแบบใหม่นี้ ดูจะคล้ายคลึงกับระบบของศาสนาเทียมเท็จที่อยู่ภายใต้การนำของผู้พยากรณ์เทียมเท็จซึ่งจะเกิดขึ้นในช่วงเวลาของการทนทุกข์ครั้งใหญ่
>
> ดูเหมือนจะเป็นไปได้มากกว่าที่ว่าซาตานและสมุนของมันกำลังให้ประสบการณ์ในรูปแบบของ "พลังอำนาจ" ให้กับพวกผู้สนับสนุนเรื่องสงครามฝ่ายวิญญาณแบบใหม่ทั้งหลายที่พวกเขากำลังแสวงหาเพื่อใช้ในการหลอกลวงตัวพวกเขาเอง เนื่องจากคนเหล่านี้มีแนวโน้มที่จะเน้นแต่เฉพาะเรื่องซาตาน (ซึ่งเป็นความคิดที่ผิด) พวกเขาจึงเปิดโอกาสให้ซาตานเข้ามาโจมตีทางฝ่ายเนื้อหนัง และโดยเฉพาะอย่างยิ่ง เป็นเพราะการขาดความรอบรู้ การได้รับอิทธิพลของระบบของโลก และโดยคำสอนเท็จของมัน[5]

อาจเป็นไปได้อีกด้วยว่า บางคนที่อ้างตนทำการอัศจรรย์และหมายสำคัญนั้นโกหกหลอกลวง คำกล่าวอ้างของพวกเขาที่ว่าสามารถขับผีและรักษาโรคได้อาจจะเป็นคำกล่าวอ้างเท็จและกุเรื่องขึ้นมาเท่านั้น

ผู้ไม่เชื่อ คนที่หลอกลวงตนเองก่อนสามารถพูดได้ว่า “เราเทศนา ขับผีออกและทำการอัศจรรย์มากมาย” พวกเขาสามารถอ้างว่าพระเจ้าทรงทำงานผ่านพวกเขา และคนที่ได้พบเห็นพวกเขาก็อาจจะเชื่อเช่นนั้นเหมือนกัน แต่ผู้ไม่เชื่อ (ไม่ว่าการทำหมายสำคัญและการอัศจรรย์ของเขาจะได้รับอนุญาตจากพระเจ้าหรือมาจากซาตาน หรือเกิดจากเล่ห์กลอุบาย) จะไม่มีส่วนในอาณาจักรของพระคริสต์เลย (มัทธิว 7:23) นี่จึงเป็นสาเหตุที่พระเยซูต้องการให้คุณสร้างชีวิตของคุณขึ้นบนรากฐานที่มั่นคงด้วยการเชื่อฟังพระวจนะของพระเจ้า ไม่ใช่ตั้งอยู่บนพื้นทรายที่ไม่แน่นอนแห่งหมายสำคัญและการอัศจรรย์ (ข้อ 24-27)

ทำไมคุณต้องเฝ้าระมัดระวังพวกผู้สอนเทียมเท็จ? เพราะว่าผู้สอนเทียมเท็จเหล่านี้ใช้พระวจนะของพระเจ้าแต่บิดเบือนคำสอนในนั้น สิ่งที่พวกเขาสอนนั้นดูเหมือนสอดคล้องกับคำสอนของพระคัมภีร์ แต่มันจะทำให้วิญญาณจิตของเราห่างไกลไปจากความเชื่อ

วิญญาณชั่วรู้ว่า (ซึ่งไม่ได้รู้จริง ๆ) การคาดเดาจะต้องถูกใส่ลงไปในความคิดของผู้คน ในหนังสือ *จดหมายสกรูเทป* (The Screwtape Letters) ของ ซี. เอส. ลูว์อิส ที่กล่าวถึงคำแนะนำของผีอาวุโสที่ให้แก่ผีอ่อนหัดว่า

> มนุษย์ของคุณเกิดความคุ้นเคยกับการมีคำสอนที่ขัดแย้งไม่ลงรอยกันมากมายผสมปนเปอยู่ในหัวของเขาตั้งแต่สมัยที่เขายังเป็นเด็กแล้ว เขาไม่ได้คิดว่าหลักคำสอนเป็นเรื่อง “ถูก” หรือ “ผิด” แต่เขาคิดว่ามันเป็น “วิชาการ” หรือ “การปฏิบัติตาม”... ดังนั้น วิธีที่ดีที่สุดที่จะดึงเขาออกมาจากคริสตจักรก็คือ การใช้คำพูดที่น่าหลงใหลไม่ใช่การโต้แย้ง[6]

ในความเป็นจริงแล้ว ซาตานใช้วิธีการนี้ได้อย่างเกิดผล มันได้แทรกซึมเข้าไปในมหาวิทยาลัย โรงเรียนพระคริสตธรรม คริสตจักร และที่เรียกว่ารายการวิทยุคริสเตียน และรายการทีวีคริสเตียนด้วยคำสอนมากมายที่ไม่ถูกต้อง

นี่เป็นเรื่องน่ากลัว เพราะว่าคำสอนผิดเหล่านี้ "ทำลายพวกคนฟัง"
(2 ทิโมธี 2:14) คำภาษากรีกของคำว่า "ทำลาย" หมายถึง การพลิกคว่ำ หรือ
การกลับหน้า ซึ่งก็คือการพังทลายอย่างสิ้นเชิง เปโตรใช้คำ ๆ เดียวกันนี้เมื่อเขา
พูดถึงการที่พระเจ้าทรงทำลายเมืองโสโดมและเมืองโกโมราห์ (2 เปโตร 2:6)
คำสอนเทียมเท็จนั้นมีภัยอันตราย ไม่มีอะไรดีเลย จึงไม่น่าแปลกที่พระคัมภีร์
มีคำเตือนอย่างมากมายเกี่ยวกับคำสอนเทียมเท็จ พระเยซูตรัสว่า "จงระวัง
พวกผู้เผยพระวจนะเทียมเท็จ ที่มาหาท่านนุ่งห่มเหมือนแกะ แต่ภายในนั้น
ร้ายกาจเหมือนหมาป่า" (มัทธิว 7:15) ยอห์นเน้นย้ำว่า "เดี๋ยวนี้ศัตรูของพระคริสต์
จำนวนมากก็มาแล้ว" (1 ยอห์น 2:18) เปาโลเตือนว่าวิญญาณชั่วทั้งหลาย
ที่ล่อลวงกำลังหลุดลอยอยู่ตามคริสตจักร (1 ทิโมธี 4:1)

เนื่องจากคำสอนเทียมเท็จระบาดอยู่ทั่วไปในคริสตจักรทุกวันนี้ ดังนั้น
จึงเป็นสิ่งสำคัญที่คุณจะต้องตรวจสอบรากฐานชีวิตของคุณ บางทีคุณอาจจะ
นับถือพระคริสต์และเป็นคนเคร่งศาสนา แต่คุณจะต้องสร้างชีวิตของคุณ
บนศิลา เพราะถ้าคุณสร้างบนทราย มันจะพังทลายลงเมื่อการพิพากษามาถึง
ผมขอบอกคุณจากใจจริงของผมว่า "จงพิจารณาตัวเองดูว่าท่านทั้งหลายดำรง
อยู่ในความเชื่อหรือไม่" (2 โครินธ์ 13:5)

ถ้าคุณเป็นผู้เชื่อที่แท้จริง คุณจะป้องกันตัวเองจากอันตรายของคำสอนผิด
ได้อย่างไร? ก็โดยการฝึกฝนการสังเกตวิญญาณ เปาโลกล่าวว่า "จงอุตส่าห์ถวาย
ตัวท่านเองที่พระเจ้าทรงรับรองแล้วแด่พระองค์ เป็นคนงานที่ไม่อับอาย สอน
พระวจนะแห่งความจริงอย่างถูกต้อง" (2 ทิโมธี 2:15) การสังเกตวิญญาณจะ
เพิ่มพูนมากขึ้นเมื่อมีการศึกษาพระคัมภีร์อย่างเอาจริงเอาจังและอย่างสัตย์ซื่อ
การศึกษาพระคัมภีร์เท่านั้นที่คุณจะได้ค้นพบหลักการและความจริงที่จำเป็น
เพื่อการแยกแยะระหว่างความจริงและปลอม

เหมือนที่เปาโลได้เตือนสติผู้นำคริสตจักรเอเฟซัสเกี่ยวกับผู้สอนเทียมเท็จ
ท่านกล่าวว่า "บัดนี้ข้าพเจ้าขอมอบท่านไว้กับพระเจ้าและพระวจนะแห่ง
พระคุณของพระองค์ซึ่งสามารถเสริมสร้างท่านและให้ท่านมีมรดกร่วมกับ

คนทั้งปวงที่ได้รับการชำระให้บริสุทธิ์" (กิจการ 20:32 TNCV) เปาโลรู้ว่าการ
เอาใจใส่ศึกษาพระคัมภีร์จะช่วยปกป้องคริสตจักรจากคำสอนปลอม

ถ้าคุณปฏิบัติต่อพระวจนะของพระเจ้าอย่างไม่สนใจและไม่เอาใจใส่ มัน
ก็เป็นเรื่องง่ายที่คุณจะหลงไปกับคำโกหกของซาตาน จงป้องกันตัวคุณเองจาก
คำโกหกของมันด้วยการศึกษาพระวจนะของพระเจ้าอย่างระมัดระวัง ชื่นชม
ยินดี และอย่างสัตย์ซื่อ

ระมัดระวังการเสด็จกลับมาของพระคริสต์

อีกเรื่องหนึ่งที่เราควรระมัดระวังก็คือ การเสด็จกลับมาของพระคริสต์
ชาวโครินธ์พลาดโอกาสที่จะได้รับชัยชนะ เพราะว่าพวกเขาไม่ระมัดระวังใน
การดำเนินชีวิตคริสเตียน พวกเขาพ่ายแพ้ต่อการทดลอง ความไม่แยแส ผู้สอน
เทียมเท็จ และขาดการอธิษฐาน พวกเขาไม่พร้อมสำหรับการเสด็จกลับมาของ
พระคริสต์ พวกเขาจะต้องเปลี่ยนแปลงความประพฤติโดยการตื่นตัวขึ้น คือ
โดยการเรียนรู้และนำหลักการของพระวจนะของพระเจ้าไปประยุกต์ใช้ อย่างไร
ก็ตาม คนมากมายในคริสตจักรทุกวันนี้ก็เป็นเช่นนั้นเหมือนกัน

> กลางคืนล่วงไปมากแล้ว และรุ่งเช้าก็ใกล้เข้ามา ให้เรา
> เลิกบรรดากิจการแห่งความมืด และสวมเครื่องอาวุธแห่ง
> ความสว่าง 13ให้เราประพฤติตัวเรียบร้อยสมกับเวลา
> กลางวัน ไม่ใช่เลี้ยงเสพสุราเมามาย ไม่ใช่หยาบโลนลามก
> ไม่ใช่วิวาทริษยากัน 14แต่ท่านทั้งหลายจงประดับกายด้วย
> พระเยซูคริสต์องค์พระผู้เป็นเจ้า และอย่าจัดเตรียมอะไรไว้
> เพื่อสนองตัณหาของเนื้อหนัง (โรม 13:12-14)

เราจำเป็นต้องตื่นตัว เพราะเราไม่รู้ว่าพระเยซูจะเสด็จกลับมาวันไหน
(มัทธิว 25:13) ยอห์นเขียนไว้ว่า "จง[ติดสนิท]อยู่ในพระองค์ เพื่อว่าเมื่อพระองค์

ทรงปรากฏ เราจะได้มีความมั่นใจ และไม่ต้องหลบพระพักตร์พระองค์ด้วยความ
ละอาย เมื่อพระองค์เสด็จมา" (1 ยอห์น 2:28) แล้วคุณล่ะ? คุณพร้อมสำหรับ
การเสด็จกลับมาของพระคริสต์หรือไม่?

จงมั่นคง

เรายังได้รับคำสั่งให้ "มั่นคงในความเชื่อ" (1 โครินธ์ 16:13) นั่นหมายถึง การ
หยั่งรากหรือวางรากฐานลงบนพระวจนะของพระเจ้า ความเชื่อของชาวโครินธ์
นั้นเป็นแบบเลื่อนลอย แทนที่จะยึดมั่นอยู่กับพระวจนะอันมหัศจรรย์ที่พระเจ้า
ได้ทรงสำแดงไว้ พวกเขากลับผสมผสานพระวจนะของพระเจ้ากับหลักปรัชญา
ของมนุษย์ พวกเขายึดถือคำสอนของมนุษย์ว่ามีสิทธิอำนาจเท่าเทียมกับพระวจนะ
อันบริสุทธิ์ของพระเจ้า และนำคำสอนเหล่านี้เข้ามาในคริสตจักร

นี่เป็นเรื่องที่ไร้สาระสิ้นดี เพราะไม่มีอะไรจะมาเทียบเท่าพระวจนะของ
พระเจ้าได้ พระคัมภีร์เท่านั้นที่ได้รับการดลใจจากพระเจ้า (2 ทิโมธี 3:16;
2 เปโตร1:20-21)

คริสเตียนชาวโครินธ์ยอมรับคำสอนที่ผสมผสานของศาสนาเทียมเท็จและ
ศาสนาคริสต์ พวกเขายอมรับคำสอนอย่างเต็มใจและนำคำสอนเทียมเท็จซึ่ง
มาจากศาสนาของพวกเขาเข้ามาในคริสตจักร เป็นเรื่องน่าเศร้ามาก ที่ผู้คนซึ่ง
ยืนอยู่ในสถานนมัสการและแช่งด่าพระเยซู (โดยอ้างว่าได้รับการดลใจจาก
พระวิญญาณบริสุทธิ์) (1 โครินธ์ 12:2-3)! ยิ่งกว่านั้น ชาวโครินธ์บางคนยังปฏิเสธ
การเป็นขึ้นมาของพระเยซูคริสต์ด้วย (1 โครินธ์ 15:12)

แล้วเปาโลตอบสนองต่อคริสตจักรที่มีสภาพย่ำแย่แบบนี้อย่างไร? ท่าน
แนะนำให้พวกเขาจัดการอบรมเพื่อให้ผู้นำคริสตจักรเรียนรู้วิธีการขับผีออก
หรือไม่? ท่านสั่งให้พวกเขาผูกมัดวิญญาณที่ครอบครองเมืองโครินธ์อยู่หรือไม่?
ไม่ใช่เลย เปาโลบอกให้พวกเขายืนหยัดในความเชื่อ พวกเขาต้องการคำยืนยัน
เกี่ยวกับสิทธิอำนาจแห่งพระวจนะของพระเจ้า พระบุคคลของพระเยซูคริสต์
และการเป็นขึ้นมาจากความตายของพระคริสต์ ซึ่งสิ่งเหล่านี้เป็นแก่นหลักสำคัญ
ในความเชื่อของคริสเตียน

แต่น่าเสียดาย สัญลักษณ์ของสงครามฝ่ายวิญญาณทุกวันนี้คือการเน้นประสบการณ์มากกว่าพระวจนะของพระเจ้า ตัวอย่างเช่น ศิษยาภิบาลคนหนึ่งได้เขียนไว้ว่า

> พระเจ้าทรงใช้ประสบการณ์ของเราเพื่อช่วยให้เราเข้าใจสิ่งที่พระองค์ทรงสอนไว้ในพระคัมภีร์มากยิ่งขึ้น หลายครั้งที่เราต้องเปลี่ยนศาสนศาสตร์ของเรา... เราจะไม่เข้าใจความจริงบางอย่างในพระคัมภีร์จนกว่าเราจะมีประสบการณ์ในเรื่องนั้น เช่น กรณีเรื่องการรักษาโรค ผมไม่เข้าใจพระคัมภีร์ในบางตอนเกี่ยวกับเรื่องการรักษาโรค จนกระทั่งผมมีประสบการณ์ในการอธิษฐานรักษาโรค[7]

ดร.เคน ซาร์เลส ได้ตอบโต้เรื่องนี้ว่า

> ถ้าศาสนศาสตร์ของเราถูกต้องตามคำสอนของพระคัมภีร์ พระเจ้าจะนำให้เรามีประสบการณ์เพื่อสนับสนุนศาสนศาสตร์นั้น ไม่ใช่ให้มีประสบกาณ์เพื่อเปลี่ยนแปลงศาสนศาสตร์ เพราะว่าพระเจ้าจะขัดแย้งพระองค์เองไม่ได้ ดังนั้น แทนที่จะเริ่มต้นด้วยการตีความพระคัมภีร์อย่างถูกต้องและให้พระคัมภีร์อธิบายประสบการณ์ของเขา แต่ดูเหมือนวิมเบอร์จะเริ่มต้นด้วยประสบการณ์ และใช้ประสบการณ์นั้นเพื่อเข้าใจคำสอนของพระคัมภีร์[8]

อาชิบาลด์ อเล็กซานเดอร์ ได้กล่าวไว้ในหนังสือ *ความคิดเห็นตามประสบการณ์ของศาสนา* (Thoughts on Religious Experience) อย่างน่าสนใจว่า

ในการตัดสินเกี่ยวกับประสบการณ์ทางศาสนานั้น เราจะ
ต้องระลึกไว้เสมอว่าความจริงของพระเจ้านั้นมีบันทึกอยู่
ในพระคัมภีร์แล้ว ไม่เช่นนั้น ประสบการณ์ของเราก็จะ
ทำลายความกระตือรือร้นทางฝ่ายวิญญาณของเราซึ่ง
มักจะเป็นอย่างนี้เสมอ ผู้นำที่มีชื่อเสียงหลายคนมักจะ
คิดว่าความรู้สึกทุกอย่างทางศาสนานั้นเป็นสิ่งที่ดี ดังนั้น
พวกเขาจึงไม่สนใจที่จะแยกแยะระหว่างความจริงและ
ความเท็จ สิ่งที่พวกเขาสนใจก็คือความรู้สึกตื่นเต้นของ
พวกเขาเอง โดยไม่คิดถึงผลเสีย ความรุนแรง และการที่
มันจะนำให้พวกเขาหลงไปจากความเชื่อ[9]

เคล็ดลับที่จะทำให้เรามั่นคงก็คือ การเข้าใจความจริงที่พระเจ้าทรงสำแดง
ไว้ในพระวจนะของพระองค์ จงตรวจสอบให้แน่ใจว่าความเข้าใจของคุณนั้น
ตรงตามคำสอนของพระคัมภีร์

จงเติบโตขึ้น
นักเขียนคนหนึ่งได้เสนอแบบคำอธิษฐานเพื่อการเผชิญหน้ากับอำนาจแห่ง
ความมืดชั่วร้าย ดังนี้

ในพระนามของพระเยซูคริสต์เจ้าและโดยฤทธิ์อำนาจแห่ง
พระโลหิตของพระองค์ ข้าพเจ้าขอทำลายฐานที่มั่น
ทุกระดับของ_____ (เลือกรายการต่าง ๆ จากรายการ
ฐานที่มั่นของซาตานที่คุณอยากจะทำลาย คุณอาจจะ
เพิ่มเติมก็ได้ รายการเหล่านี้เป็นเพียงข้อเสนอแนะเท่านั้น)[10]

รายการฐานที่มั่นของซาตานที่ผู้เขียนคนนี้เสนอแนะนั้นมีถึง 32 รายการ ซึ่งก็รวมถึงการล่วงประเวณี การแช่งด่า และภาษาหยาบคาย การหย่าร้าง เพื่อน ๆ ความกดดัน ความหยิ่งยะโส การละเลยการศึกษาพระคัมภีร์และการอธิษฐาน

นี่เป็นวิธีที่คริสเตียนจะเติบโตขึ้นในชีวิตคริสเตียนหรือไม่? การเติมคำลงในช่องว่างและอ่านคำอธิษฐานซ้ำไปซ้ำมาจะทำลายฐานที่มั่นของซาตานได้หรือไม่? คริสเตียนชาวโครินธ์มีประสบการณ์มากมายเกี่ยวกับปัญหาเดียวกันนี้ แต่คุณจะไม่พบว่าเปาโลบอกให้พวกเขาใช้สูตรพิเศษในลักษณะที่กล่าวมานี้ ท่านเพียงแต่บอกให้พวกเขา "จงทำตัวเหมือนผู้ชาย" (1 โครินธ์ 16:13 ดูเชิงอรรถ)

เปาโลกำลังบอกให้ชาวโครินธ์เติบโตขึ้น แต่แทนที่จะเติบโตเป็นผู้ใหญ่ ชาวโครินธ์หลายคนกลับต่อสู้และทะเลาะเบาะแว้งกัน ผละออกจากคำสอนผิดหนึ่งไปยังอีกคำสอนหนึ่ง เปาโลบอกพวกเขาว่า "พี่น้องทั้งหลาย ข้าพเจ้าไม่อาจจะพูดกับท่าน เหมือนพูดกับพวกที่อยู่ฝ่ายจิตวิญญาณ แต่ต้องพูดเหมือนพวกที่อยู่ฝ่ายเนื้อหนัง เหมือนกับพวกที่เป็นทารกในพระคริสต์ ข้าพเจ้าเลี้ยงพวกท่านด้วยน้ำนม ไม่ใช่ด้วยอาหารแข็ง เพราะว่าเมื่อก่อนท่านไม่สามารถรับ และเดี๋ยวนี้ท่านก็ยังคงไม่สามารถรับได้" (1 โครินธ์ 3:1-2)

เปาโลปฏิบัติต่อชาวโครินธ์ราวกับว่าพวกเขาเป็นเด็ก ผลของการชิงดีชิงเด่นทำให้ผู้เชื่อต้องฟ้องร้องกัน แม้การนมัสการพวกเขาเองก็ยังมีลักษณะเป็นเด็กเพราะว่ามันเป็นไปตามอารมณ์แทนที่จะเป็นคำสอนที่ถูกต้อง

เพราะว่าพวกเขายังไม่เติบโต พวกเขาจึงไม่สามารถต่อต้านการโจมตีของซาตานได้ ถ้าชาวโครินธ์เติบโตฝ่ายวิญญาณ พวกเขาก็จะจัดการกับการทะเลาะเบาะแว้งและความไม่ถูกต้องทั้งหลาย อารมณ์ความรู้สึกของพวกเขาควรจะนำให้เขาเชื่อฟังความจริงในพระวจนะของพระเจ้า

ในฐานะผู้เชื่อ เราได้รับความคาดหวังให้เติบโตขึ้นเป็นผู้ใหญ่ฝ่ายวิญญาณ เราจะเติบโตขึ้นได้อย่างไร? ไม่ใช่จากการเผชิญหน้ากับอำนาจแห่งความมืดและพยายามทำลายฐานที่มั่นของซาตาน แทนที่จะเป็นเช่นนั้น เปโตรกล่าวว่า

"เช่นเดียวกับทารกแรกเกิด จงปรารถนาน้ำนมฝ่ายวิญญาณที่ไร้สิ่งเจือปน เพื่อโดยน้ำนมนั้นพวกท่านจะเติบโตขึ้นสู่ความรอด" (1 เปโตร 2:2)

ทุกวันนี้คริสเตียนหลายคนมีความรู้พระวจนะของพระเจ้าเพียงผิวเผิน ซึ่งอาจเป็นเพราะพวกเขาถือเอาประสบการณ์หรือความรู้สึกว่าเป็นความจริงของพระเจ้า หรือถือเอาความสะดวกสบายส่วนตัวและความสำเร็จเป็นสิ่งสำคัญหลักในชีวิตของพวกเขา นี่คือสิ่งที่ผมเรียกว่า "คริสเตียนทารก" แต่เปาโลกล่าวว่า "เพื่อเราจะไม่เป็นเด็กอีกต่อไป ถูกซัดไปซัดมาและพัดไปพัดมาด้วยลมคำสั่งสอนทุกอย่าง ด้วยเล่ห์กลของมนุษย์ ตามอุบายที่ฉลาดในการล่อลวง แต่ให้เรายึดถือความจริงด้วยความรัก เพื่อจะเจริญขึ้นในทุกด้านสู่พระองค์ผู้เป็นศีรษะคือพระคริสต์" (เอเฟซัส 4:14-15)

จงเข้มแข็ง

องค์การอัลฟา-โอเมกาเอเนอจี่ส์ (Alpha-Omega Energies) ซึ่งเป็นองค์การพันธกิจเดินทางเพื่อการประกาศข่าวประเสริฐ องค์การนี้อ้างในหนังสือ *ความจริงมนการปลดปล่อย* (The Truth in Deliverance) ของพวกเขาว่า ทุกคนในโลกนี้จำเป็นต้องได้รับการปลดปล่อยจากวิญญาณชั่ว:

> ใครบ้างที่ต้องได้รับการปลดปล่อย? ทุกคนที่สืบเชื้อสายมาจากอาดัมที่ได้รับสืบทอดการล่วงละเมิด (ความปรารถนาชั่ว) จากบรรพบุรุษของเขา (อพยพ 20:5-6) โดยหากเขาไม่ได้รับการปลดปล่อยด้วยความจริงแล้ว บุคคลนี้ก็ตกอยู่ในการเป็นทาส ความไม่จริง การหลอกลวง การคิดแง่ลบ ความโง่เขลา ความเจ็บป่วย และความชั่วร้าย และเขาเองอาจจะไม่รู้ตัวด้วยซ้ำ...
>
> ในการปลดปล่อยนั้น เราได้หลุดพ้นจากวิญญาณทั้งหลายและความปรารถนาต่าง ๆ ที่ทำให้จิตใจของเรา

บิดเบือนไปและหลอกลวงเรา วิญญาณในที่นี้คืออะไร? ความโกรธก็เป็นวิญญาณ ความผูกพยาบาทและการสงสาร ตัวเองก็เป็นวิญญาณ ความเกลียดชัง ความอิจฉา ความ เจ็บป่วย ความวิตกกังวล การหลอกลวง ความเย่อหยิ่ง ความกลัว การกบฏ การแก้แค้น ความอาย ความอวดดี ความสับสน ความเกียจคร้าน ความเศร้า การแก้ตัว การ เสพติด ความหยิ่งผยอง ความโหดเหี้ยม การเคร่งกฎนิยม การรักร่วมเพศ ความคลั่งไคล้ศาสนา การบ่น การโกหก เหล่านี้ล้วนแต่เป็นวิญญาณทั้งสิ้น

คำทุกคำในพจนานุกรมซึ่งอธิบายเกี่ยวกับความชั่ว เจตนาร้าย หรือบาปที่ต่อต้านพระเจ้าล้วนแต่เป็นชื่อของ วิญญาณชั่ว... ถ้าปรากฏว่าในชีวิตของคุณมีอาการหรือ มีความปรารถนาที่ว่านี้ แสดงว่ามีวิญญาณหลบซ่อนอยู่ใน ชีวิตของคุณ และคุณจะต้องได้รับการปลดปล่อย[11]

ในภาคผนวกของหนังสือเล่มนี้ประกอบไปด้วย:

รายการความปรารถนา 1,700 อย่างที่เป็นสิ่งชั่วร้ายใน สายพระเนตรของพระเจ้า คนที่มีความปรารถนาเช่นนี้จะ ไม่มีส่วนในแผ่นดินของพระเจ้า... แต่ละคำศัพท์ในรายการ เหล่านี้ คือการฝ่าฝืนหรือวิญญาณชั่วนั่นเอง... รายการทั้ง 1,700 รายการนี้ปรับปรุงมาจากรายการทั้งหมดซึ่งมีถึง 7,600 รายการ[12]

รายการต่าง ๆ ที่ว่านี้รวมถึงอะไรบ้าง? มีทุกสิ่งทุกอย่างไล่ตั้งแต่ สิว โรค ไขข้อ การเป็นไข้ขี้เกียจ ความหน้าด้าน และความเป็นแบบโลก ตามพันธกิจการ

ประกาศข่าวประเสริฐนี้ คนใดคนหนึ่งจะมีประกบการณ์กับการปลดปล่อยได้
ก็ต่อเมื่อเขาผูกมัดและขับวิญญาณชั่วหรือผีออกเสียก่อน ในการทำเช่นนี้ คนนั้น
จะต้องพูดคำอธิษฐานต่อไปนี้

> ในพระนามและพระโลหิตของพระเยซู
> ข้าพเจ้าขอผูกมัดและต่อว่าเจ้าวิญญาณชั่วของ_____
> และข้าขอสั่งเจ้าให้ออกมาจากข้าเดี๋ยวนี้ให้หมดและโดยสิ้นเชิง....
> ขอบคุณพระเยซู[13]

นอกจากคำอธิษฐานนี้แล้ว พันธกิจนี้ยังมีคำสอนแนะนำต่อไปนี้อีกด้วย:

> พูดกับวิญญาณชั่วโดยตรง แล้วให้ไอและถุยมันออกมา การ
> ไอมีความจำเป็นต่อการขับไล่วิญญาณออกมา... และการ
> ไอจะยังมีความจำเป็นอยู่จนกว่าวิญญาณจะออกมา ถ้า
> วิญญาณยังคงดื้อดึงหรือขัดขืน เราก็อาจจะต้องใช้คำสั่ง....
> อย่ายอมให้วิญญาณชั่วพูดและเปลี่ยนแปลงคำ
> อธิษฐาน เพราะถ้าคำอธิษฐานถูกเปลี่ยนไป วิญญาณชั่วก็
> ไม่จำเป็นต้องเชื่อฟังและมันก็รู้ดี[14]

เห็นได้ชัดว่าวิธีการดังกล่าวไม่ได้เป็นไปตามหลักของพระคัมภีร์ คุณจะไม่พบ
คำสอนเช่นนี้ในพระคัมภีร์เลย

เปาโลเป็นคนที่รักพระวจนะของพระเจ้ามาก และท่านต้องการที่จะเชื่อฟัง
พระวจนะเหนือสิ่งอื่นใด แม้ว่าบางครั้งท่านอาจจะต้องต่อสู้กับความบาปที่อยู่
ภายในก็ตาม:

"ด้วยว่าในตัวข้าพเจ้า คือในเนื้อหนังของข้าพเจ้าไม่มี
ความดีใดอยู่เลย เพราะว่าเจตนาดีข้าพเจ้าก็มีอยู่ แต่การดี
นั้นไม่สามารถทำได้เลย คือว่าการดีนั้นซึ่งข้าพเจ้าปรารถนา
ทำ ก็ไม่ได้ทำ แต่การชั่วซึ่งข้าพเจ้าไม่ปรารถนาทำ ก็ยัง
ทำอยู่ ถ้าแม้ข้าพเจ้ายังทำสิ่งซึ่งไม่ปรารถนาจะทำ ก็ไม่ใช่
ตัวข้าพเจ้าเป็นผู้ทำ แต่บาปซึ่งอยู่ในตัวข้าพเจ้านั่นเอง
เป็นผู้ทำ

ดังนั้นข้าพเจ้าจึงพบว่ามีกฎธรรมดาอย่างหนึ่ง คือ
เมื่อไรที่ข้าพเจ้าตั้งใจจะทำความดี ก็มักจะเลือกทำชั่วซึ่ง
อยู่ใกล้ตัว เพราะว่าส่วนลึกในใจของข้าพเจ้านั้น ก็ชื่นชม
ในธรรมบัญญัติของพระเจ้า แต่ข้าพเจ้าเห็นมีกฎอีกอย่าง
หนึ่งอยู่ในอวัยวะของข้าพเจ้า ซึ่งต่อสู้กับกฎแห่งจิตใจของ
ข้าพเจ้า และชักนำให้อยู่ใต้บังคับกฎแห่งบาป ซึ่งอยู่ใน
อวัยวะของข้าพเจ้า โอย ข้าพเจ้าเป็นคนน่าสมเพชอะไร
เช่นนี้? ใครจะช่วยให้พ้นจากร่างกายแห่งความตายนี้"
(โรม 7:18-24)

ปัญหาไม่ได้อยู่ที่วิญญาณชั่ว เปาโลดิ้นรนต่อสู้กับเนื้อหนัง คริสเตียนทุกคน
ก็เผชิญกับปัญหาอย่างเดียวกันนี้ และไม่มีเวทมนตร์หรือวิธีการพิเศษใด ๆ ที่จะ
ปลดปล่อยให้เราเป็นอิสระจากสิ่งนี้ เปาโลเองแสดงให้เห็นว่าท่านปรารถนาจะ
หลุดพ้นจากอำนาจของความบาป และมีชัยชนะเหนือมันอย่างสิ้นเชิงโดยพระเยซู
คริสต์เมื่อพระองค์เสด็จมาพร้อมกับสง่าราศี (ข้อ 25)

แต่ก่อนที่วันเวลานั้นจะมาถึง ผู้เชื่อจะต้องทำอย่างไร? เปาโลกล่าวว่า "จง
เข้มแข็ง" (1 โครินธ์ 16:13) คริสเตียนชาวโครินธ์ต้องการคำสั่งนี้เป็นพิเศษ
เพราะว่าพวกเขาอ่อนแอฝ่ายวิญญาณ พวกเขาปล่อยให้เนื้อหนังเข้ามาครอบงำ
ชีวิต ไม่ว่าเนื้อหนังจะบอกให้พวกเขาทำอะไรพวกเขาก็พร้อมที่จะทำ

ความหมายตามตัวอักษรของคำสั่งนี้คือ "จงเข้มแข็ง" คุณไม่สามารถทำให้ตนเองมีกำลังเข้มแข็งได้ นั่นเป็นงานของพระเจ้า ในเอเฟซัส 3:16 เปาโลกล่าวว่าเราได้รับ "ความเข้มแข็งภายในจิตใจด้วยฤทธานุภาพที่มาทางพระวิญญาณของพระองค์" เมื่อคุณมอบถวายชีวิตของคุณไว้กับพระวิญญาณของพระเจ้า คุณจะได้รับการเสริมกำลังโดยพระกำลังของพระองค์

ชาวโครินธ์อ่อนแอฝ่ายวิญญาณเท่านั้นยังไม่พอ พวกเขายังถูกหลอกด้วยว่าตนเองนั้นเข้มแข็ง นี่เป็นสาเหตุที่เปาโลตำหนิพวกเขาว่า "เพราะว่าใครทำให้ท่านวิเศษกว่าคนอื่น? ท่านมีอะไรที่ไม่ได้รับมา? ถ้าท่านได้รับมา ทำไมจึงโอ้อวดเหมือนกับว่าท่านไม่ได้รับมา?" (1 โครินธ์ 4:7) เปาโลกำลังพูดว่า "อะไรทำให้พวกคุณคิดว่าตัวเองยอดเยี่ยมมาก? ถ้าคุณแตกต่างจากคนอื่น นั่นก็เป็นเพราะว่าพระเจ้าทรงกระทำให้คุณเป็นเช่นนั้น ถ้าคุณมีบางสิ่งบางอย่าง นั่นก็เป็นเพราะว่าพระเจ้าทรงประทานให้คุณ"

พระเจ้าประทานกำลังฝ่ายวิญญาณแก่เราเมื่อเราพยายามฝึกฝนวินัยและควบคุมตนเองแทนที่จะปล่อยตัวไปตามโลก เนื้อหนัง และวิญญาณชั่ว นั่นเป็นสาเหตุที่เปาโลเชื่อมโยงชีวิตคริสเตียนกับการฝึกวินัยของนักกรีฑา:

ท่านทั้งหลายรู้แล้วไม่ใช่หรือว่าพวกที่วิ่งแข่งนั้นก็วิ่งด้วยกันทุกคน แต่คนที่ได้รางวัลนั้นมีเพียงคนเดียว? จงวิ่งเหมือนผู้ที่จะชิงรางวัลให้ได้ ส่วนนักกีฬาทุกคนก็ควบคุมตัวเองในทุกด้าน พวกเขาทำเพื่อจะได้มงกุฎใบไม้ที่ร่วงโรยได้ แต่มงกุฎของเราจะไม่ร่วงโรยเลย ดังนั้นข้าพเจ้าไม่ได้วิ่งแข่งโดยไม่มีเป้าหมาย ข้าพเจ้าไม่ได้ต่อสู้เหมือนอย่างนักมวยที่ชกลม แต่ข้าพเจ้าทุบตีร่างกายและควบคุมมันไว้ เพราะเกรงว่าเมื่อข้าพเจ้าประกาศข่าวประเสริฐแก่คนอื่นแล้วตัวเองกลับเป็นคนที่ใช้การไม่ได้ (1 โครินธ์ 9:24-27)

ชาวกรีกมีเทศกาลแข่งขันกีฬาครั้งใหญ่สองเทศกาล นั่นคือโอลิมปิกเกมส์และอิสเมียนเกมส์ การแข่งขันกีฬาอีสเมียนนั้นจัดขึ้นที่เมืองโครินธ์ นักกีฬาที่จะเข้าแข่งขันจะต้องผ่านการฝึกอบรมอย่างเข้มงวดมาแล้วสิบเดือน และเขาจะต้องใช้เวลาในช่วงเดือนสุดท้ายที่เมืองโครินธ์ และจะต้องฝึกฝนทุกวันในสนามกีฬา วินัยเช่นนี้มีความจำเป็นต่อชัยชนะ

ในทางฝ่ายวิญญาณ ไม่มีคริสเตียนคนใดจะประสบความสำเร็จโดยไม่ฝึกวินัย ถ้านักวิ่งคาคหวังชัยชนะ เขาจะต้องดูแลเอาใจใส่สิ่งต่าง ๆ อย่างระมัดระวัง เช่น อาหาร การพักผ่อน และการบริหารกำลังกาย เช่นเดียวกัน ผู้เชื่อก็จะต้องทำตามแบบแผนการฝึกฝนซึ่งอยู่ในพระวจนะของพระเจ้า ผู้เชื่อไม่ควรเข้าสู่สงครามด้วยความรู้สึก 50-50 เขาจะต้องฝึกวินัยความคิดจิตใจของเขาตามมาตรฐานแห่งพระวจนะของพระเจ้า

ขอให้สังเกตว่ากำลังฝ่ายวิญญาณนั้นไม่เกี่ยวข้องกับการทำลายฐานที่มั่นของซาตานหรือการออกคำสั่งกับพลังของความมืดเลย เปาโลไม่ได้บอกให้คริสเตียนชาวโครินธ์พูดต่อวิญญาณชั่วโดยตรงด้วยถ้อยคำที่ว่า “ข้าของผูกมัดและสั่งเจ้า” ท่านไม่ได้สั่งให้พวกเขาเป่ามันออกมา ไอมันออกมา หรือออกคำสั่งให้มันออกมาในรูปแบบใดรูปแบบหนึ่ง

ปัญหาก็คือผู้เชื่อบางคนไม่ยอมลงทุนฝึกวินัย แทนที่จะอุทิศชีวิตต่อพระวิญญาณบริสุทธิ์ พวกเขากลับปล่อยตัวไปกับโลก เนื้อหนัง และวิญญาณชั่ว การปล่อยตัวเช่นนี้ทำให้พวกเขาไม่เติบโตในฝ่ายวิญญาณ และไม่มีประสิทธิภาพในการปรนนิบัติรับใช้พระเจ้า แล้วพวกเขาก็มองหาทางแก้ไขแบบสำเร็จรูป เช่น คำอธิษฐานสำเร็จรูป ถ้อยคำที่ลึกลับ หรือการไอบริสุทธิ์

แล้วคุณล่ะ? คุณยอมให้พระเจ้าทรงเสริมกำลังแก่คุณหรือไม่? คุณมีชีวิตที่มีวินัยและควบคุมตนเองหรือเปล่า? คุณศึกษาพระวจนะของพระเจ้า อธิษฐานและมีสามัคคีธรรมกับผู้เชื่อคนอื่น ๆ อย่างสม่ำเสมอหรือไม่? คุณเชื่อฟังหลักการจากพระวจนะของพระเจ้าหรือไม่? คุณเต็มใจที่จะดำเนินชีวิตเพื่อพระเจ้าหรือไม่?

จงทำทุกสิ่งด้วยความรัก

ขอให้จินตนาการว่าคุณสวมชุดสำหรับออกรบเรียบร้อย และพร้อมที่จะออกไป
ต่อสู้ คุณเพิ่งจะได้รับคำสั่งสี่ประการเพื่อการออกไปทำสงคราม มาถึงตอนนี้
เปาโลกล่าวว่า "จงทำทุกสิ่งด้วยความรัก" (1 โครินธ์ 16:14) คำสั่งสุดท้ายนี้
เป็นความสมดุลระหว่างการไม่ถอยยอมแพ้และความรักที่ไม่ท้อถอยล้มเหลว
ทั้งสองอย่างนี้มีความจำเป็นต่อการเกิดผล ถ้าคุณมีความรักมากเกินไปและมี
หลักคำสอนไม่เพียงพอ คุณก็จะเป็นคนอ่อนไหว ถ้าคุณมีหลักคำสอนมากเกินไป
และมีความรักไม่มากพอ ทัศนคติของคุณก็จะรุนแรง

คริสเตียนชาวโครินธ์ไม่ได้มีท่าทีแห่งความรัก พวกเขาต่อสู้ซึ่งกันและกัน
พวกเขาประพฤติผิดศีลธรรม พวกเขาฟ้องร้องกันและกัน พวกเขาทำให้ผู้เชื่อที่
อ่อนแอสะดุด และขาดความเคารพยำเกรงบนโต๊ะอาหารขององค์พระผู้เป็นเจ้า
เปาโลจึงเรียกร้องให้พวกเขาคิดถึงทั้งหลักคำสอนและความรัก

หน้าที่รับผิดชอบของคุณในสงครามฝ่ายวิญญาณคืออะไร? หน้าที่ของคุณ
คือ จงสวมใส่ยุทธภัณฑ์ทั้งชุดของพระเจ้าด้วยการอธิษฐาน จงระมัดระวัง มั่นคง
เติบโต เข้มแข็ง และรัก นี่เป็นคำสั่งจากพระวจนะของพระเจ้าเพื่อการดำเนินชีวิต
ที่มีชัยชนะ ถ้าคุณให้สิ่งเหล่านี้เป็นรากฐานในชีวิตของคุณ คุณจะชนะการต่อสู้!

คำแนะนำเพื่อการศึกษา

ก่อนที่จะเริ่มศึกษาหนังสือ *ยืนหยัดอย่างมั่นคง* เล่มนี้เป็นการส่วนตัวหรือ
เป็นกลุ่ม กรุณาใช้เวลาในการอ่านคำแนะนำเพื่อการศึกษา

ถ้าคุณกำลังศึกษาเป็นการส่วนตัว คุณอาจจะต้องดัดแปลงในบางหัวข้อ
(เช่น หัวข้อการทำความคุ้นเคย) และคุณจะต้องเขียนคำตอบของคุณลงในสมุด
อีกเล่มหนึ่งต่างหาก คุณอาจจะพบว่ามันน่าตื่นเต้นและมีแรงกระตุ้นมากกว่า
ถ้าจะศึกษาร่วมกับคู่หูของคุณ ซึ่งคุณสามารถจะแบ่งปันคำตอบหรือความเข้าใจ
แก่เขาได้

ถ้าคุณเป็นผู้นำกลุ่ม คุณอาจจะต้องขอให้สมาชิกในกลุ่มอ่านแต่ละบทและ
คุณจะต้องศึกษาคำถามต่าง ๆ ให้ละเอียดก่อนที่จะรวมกลุ่ม การทำแบบนี้
อาจไม่ง่ายนักสำหรับผู้ใหญ่ที่ไม่ค่อยมีเวลา ดังนั้น จงหนุนใจพวกเขา ช่วยพวกเขา
ที่จะจัดหาเวลาในการอ่าน เช่น จะอ่านวันละกี่หน้า และให้พวกเขาเลือกเวลา
ในแต่ละวันหรือในแต่ละสัปดาห์เพื่ออุทิศให้การศึกษา พวกเขาจะต้องตอบ
คำถามโดยเขียนลงในสมุดต่างหาก

ขอให้สังเกตว่าแต่ละช่วงตอนจะมีรายการต่อไปนี้รวมอยู่ด้วย:

หัวข้อบท—สรุปเนื้อหาของแต่ละบทสั้น ๆ

สร้างความคุ้นเคย—กิจกรรมที่จะช่วยให้สมาชิกในกลุ่ม
เกิดความคุ้นเคยกับหัวเรื่องหรือคุ้นเคยซึ่งกันและกัน

คำถามที่มีในกลุ่ม—รายการคำถามที่ใช้หนุนใจแต่ละคน
หรือการมีส่วนร่วมในกลุ่ม

คำถามเพื่อการประยุกต์ใช้—การประยุกต์ความรู้ที่ได้รับ
จากการศึกษาพระคัมภีร์ไปใช้ในการดำเนินชีวิต (หมายเหตุ:
คำถามต่าง ๆ เหล่านี้เป็นคำถามที่กลุ่มจะต้องตอบตัวเอง
ถ้าพวกเขาไม่อยากจะแสดงความคิดเห็นในกลุ่ม)

เน้นการอธิษฐาน—ข้อเสนอแนะให้มีคนหนึ่งเป็นผู้นำ
อธิษฐานหมุนเวียนกันไปเรื่อย ๆ

มอบหมายงาน—กิจกรรมหรือการเตรียมตัวที่จะต้อง
ทำให้เสร็จก่อนการประชุมในแต่ละครั้ง

ต่อไปนี้เป็นเคล็ดลับที่จะช่วยให้คุณนำกลุ่มศึกษากลุ่มย่อยได้อย่างมี
ประสิทธิภาพ:

อธิษฐานเผื่อสมาชิกกลุ่มแต่ละคน ทูลขอพระเจ้าให้
ช่วยคุณในการสร้างบรรยากาศที่ทุกคนรู้สึกสบายใจที่จะ
แบ่งปันซึ่งกันและกันและแบ่งปันกับคุณ

หนุนใจสมาชิกในกลุ่มที่จะนำพระคัมภีร์และเนื้อหาใน
หนังสือตอนที่จะศึกษามาด้วยทุกครั้ง

เริ่มและจบให้ตรงเวลา โดยเฉพาะอย่างยิ่งในการประชุม
ครั้งแรก เพราะว่าการประชุมครั้งแรกจะเป็นแนวทางสำหรับ
การประชุมที่เหลือทั้งหมด

เริ่มต้นการศึกษาด้วยการอธิษฐาน ทูลขอให้พระวิญญาณ
บริสุทธิ์ที่จะทรงเปิดจิตใจและความคิด และทรงประทาน
ความเข้าใจเพื่อการนำความจริงของพระองค์ไปประยุกต์ใช้
ให้ทุกคนมีส่วนร่วม ผู้เรียนรู้จะได้รับประโยชน์เพียง 10%
จากการฟัง 20% จากการเห็น 65% จากการฟังและ
การเห็น และได้รับถึง 90% จากการฟัง การเห็น และจาก
การกระทำ

เตรียมสถานที่พบปะกันให้ดูผ่อนคลาย จัดเก้าอี้ให้เป็น
วงกลมหรือครึ่งวงกลม การทำเช่นนี้จะทำให้สมาชิกมีการ
สื่อสารกันทางตาและทำให้การอภิปรายมีรสชาติขึ้น คุณเอง
ก็จะต้องผ่อนคลายทั้งทางด้านทัศนคติและกริยาท่าทาง
จงเต็มใจที่จะแบ่งปันเกี่ยวกับตัวคุณเอง

๑

เข้าสู่สนามรบ

หัวข้อบท ในฐานะผู้เชื่อ เราจะต้องกระทำตามบทบาทของเราในสงครามแห่ง
ความขัดแย้งระหว่างพระเจ้าและซาตาน

สร้างความคุ้นเคย (เลือกอย่างใดอย่างหนึ่ง)

1. เมื่อคนหนึ่งคนใดมีความขัดแย้งกับอีกคนหนึ่ง โดยปกติแล้วอะไรคือ
   จุดเริ่มต้นของความขัดแย้ง? ความขัดแย้งระหว่างบุคคลจะแสดงออก
   อย่างไร?

2. สมมุติว่าคุณเป็นนายจ้าง คุณจะรู้สึกอย่างไรถ้าพนักงานของคุณซึ่ง
   คุณรักมากและไว้วางใจมากที่สุดหันมาต่อต้านคุณและพยายามจะ
   ทำลายธุรกิจของคุณ? โดยเป้าหมายสูงสุดของเขาก็คือพยายามทำลาย
   คุณนั่นเอง

คำถามที่มีในกลุ่ม

1. พระเจ้าทรงประทานฐานะอันสูงส่งอะไรให้กับลูซิเฟอร์?
2. ซาตานภาคภูมิใจในเรื่องอะไร? ความภาคภูมิใจนี้ก่อให้เกิดอะไร? มันแสดงออกอย่างไร?
3. กองทัพของซาตานแผ่ขยายออกไปอย่างไร? คุณเห็นผลกระทบของซาตานที่มีต่อโลกปัจจุบันอย่างไร?
4. ทำไมพระเยซูคริสต์จึงเป็นเป้าหมายหลักของซาตาน?
5. จงอธิบายถึงพระประสงค์ของพระเจ้าในการส่งอัครเทวทูต มีคาเอลมาช่วยทูตสวรรค์อีกองค์หนึ่งซึ่งถูกซาตานขัดขวาง? คุณพอจะบอกชื่อประเทศที่เมื่อก่อนเคยต่อต้านพระเจ้า แต่เดี๋ยวนี้ไม่ต่อต้านแล้วได้หรือไม่?
6. คุณคิดว่าซาตานกำลังเล่นงานอิสราเอลในปัจจุบันนี้อย่างไร?

คำถามเพื่อการประยุกต์ใช้

1. การอวดตัวของซาตานคือจุดเริ่มต้นของการล้มลง ในที่สุดก็แผ่ขยายมาถึงมวลมนุษย์ ความบาปแห่งการอวดตัวเป็นบ่อเกิดของความบาปอื่น ๆ อย่างไร?
2. ความขัดแย้งระหว่างพระเจ้าและซาตานแสดงออกในชีวิตของคุณอย่างไร? จงหาความแตกต่างระหว่างผลของพระวิญญาณที่พระคริสต์ทรงสร้างขึ้นกับผลของเนื้อหนังที่ซาตานให้การสนับสนุน? คุณกำลังสำแดงผลแบบไหนในชีวิตของคุณ?
3. คุณได้เรียนรู้อะไรจากแบบอย่างการอธิษฐานของดาเนียลที่เดินหน้าอธิษฐานเผื่อประชาชนของเขา? คุณควรจะอธินฐานเพื่อแผนการของพระเจ้าต่อโลกนี้อย่างไร?

เน้นการอธิษฐาน

ทูลขอพระเจ้าที่จะช่วยให้คุณเข้าใจถึงผลที่เกิดขึ้นอันเนื่องมาจากความขัดแย้ง
ระหว่างพระเจ้ากับซาตาน และทูลขอพระเจ้าที่จะทรงประทานกำลังแก่คุณ
ในการต่อสู้กับการทดลองที่ซาตานนำเข้ามาในชีวิตของคุณ

งานมอบหมาย

1. อ่านบทที่ 2 ของหนังสือเล่มนี้และตอบคำถาม
2. อ่าน 1 ทิโมธี 2:1-2 เขียนคำอธิษฐานที่เจาะจงสำหรับผู้นำของโลก
   โดยสะท้อนถึงบทบาทของเขาในสงครามฝ่ายวิญญาณ

2

ซาตานเป็นเครื่องมือของพระเจ้า

หัวข้อบท พระเจ้าทรงใช้แม้แต่ซาตานและวิญญาณชั่วเพื่อกระทำให้
พระประสงค์อันยิ่งใหญ่ของพระองค์ที่มีต่อผู้เชื่อและผู้ไม่เชื่อนั้นสำเร็จ

สร้างความคุ้นเคย (เลือกอย่างใดอย่างหนึ่ง)

1. คุณจะสร้างแรงจูงใจให้นักกีฬาอย่างไรเพื่อให้เขาหมั่นฝึกซ้อมเตรียมตัว
   ไว้สำหรับการแข่งขัน? ลักษณะเช่นนี้เกี่ยวข้องกับการที่คริสเตียนต้อง
   เผชิญกับการถูกข่มเหงหรือความทุกข์ทรมานอย่างไร?
2. ถ้าคุณมีลูก การกระทำแบบไหนที่ทำให้คุณต้องฝึกวินัยพวกเขา? ขอให้
   ยกตัวอย่าง?

คำถามที่มีในกลุ่ม

1. พวกที่รณรงค์เคลื่อนไหวในเรื่องสงครามฝ่ายวิญญาณสรุปถึงความ
   เป็นไปได้ที่วิญญาณชั่วจะเข้าสิงในผู้เชื่ออย่างไร? เหตุผลของพวกเขา
   ผิดหรือถูกอย่างไร?

2. ทำไมพระเจ้าจึงทรงอนุญาตให้ซาตานก่อความเดือดร้อนให้โยบ? โยบ
   ได้เรียนรู้อะไรจากความลำบากของเขา?

3. พระเจ้าทรงใช้ประสบการณ์แห่งความยากลำบากของเปาโลและเปโตร
   เพื่อเสริมสร้างความเชื่อของพวกเขาให้เข้มแข็งอย่างไร?

4. ทำไมพระเจ้าจึงทรงอนุญาตให้วิญญาณชั่วมาทรมานซาอูล? อะไร
   จะต้องเกิดขึ้นก่อนที่ซาตานและวิญญาณชั่วจะสามารถเข้ามาทรมาน
   คนใดคนหนึ่งได้?

5. ทำไมเปาโลจึงแข็งใจให้คริสตจักรโครินธ์มอบคนที่ไม่ยอมกลับใจใหม่
   ไว้กับซาตาน? ทำไมคริสตจักรจึงไม่ควรละเลยการลงวินัย?

6. จงอธิบายว่าพวกที่สนับสนุนเรื่องสงครามฝ่ายวิญญาณทุกวันนี้กลาย
   มาเป็นอุปสรรคต่อสิ่งที่พระเจ้าต้องการให้สำเร็จอย่างไร?

คำถามเพื่อการประยุกต์ใช้

1. การทดสอบของโยบเป็นข้อยืนยันถึงสิทธิอำนาจสูงสุดของพระเจ้าที่มี
   เหนือชีวิตของเรา ดังนั้น ถ้าคุณพบกับความทุกข์และคุณไม่เข้าใจว่า
   พระเจ้ากำลังทำอะไร จงนึกถึงบทเรียนที่คุณได้เรียนรู้จากโยบ บทเรียนนี้
   จะเป็นแหล่งเล้าโลมจิตใจของคุณ

2. คุณได้เห็นว่าพระเจ้าทรงสำแดงความรักของพระองค์อย่างเจาะจง
   ต่อคุณในเรื่องใด ขอให้อ่านสิ่งที่ซามูเอล บอลตัน พูดอีกครั้งหนึ่ง
   (อยู่ในตอนท้ายของบทที่ 2) นอกจากนี้ มีอะไรอีกหรือไม่ที่คุณเห็นว่า
   พระเจ้าได้ทรงสำแดงความรักของพระองค์แก่คุณ?

เน้นการอธิษฐาน

ทูลขอพระเจ้าที่ประทานความรู้สึกที่ไวต่อสิทธิ์ขาดของพระองค์ที่มีเหนือชีวิต
ของเรา และทูลขอพระองค์ให้ทรงสำแดงความจริงจากพระธรรมโรม 8:28 แก่คุณ

งานมอบหมาย

1. อ่านบทที่ 3 ของหนังสือเล่มนี้และตอบคำถาม

2. ในสองสามวันที่จะถึงนี้ ขอให้คุณจดบันทึกอุปสรรคต่าง ๆ ที่เกิดขึ้น
   กับคุณ ในทีแรกคุณตอบสนองมันอย่างไร? หลังจากที่คุณเขียนรายการ
   อุปสรรคหลาย ๆ อย่างแล้ว ให้พิจารณาถึงอุปสรรคเหล่านี้ภายใต้
   แผนการของพระเจ้าที่มีต่อชีวิตของคุณ

3

ซาตานโจมตีคริสตจักร

หัวข้อบท พระเจ้าทรงอนุญาตให้ซาตานโจมตีคริสตจักรของพระองค์ ในบางกรณี
ก็เพื่อการพิพากษา แต่บางกรณีก็มีจุดประสงค์เพื่อเสริมสร้างความเชื่อและ
การอุทิศถวายตัว

สร้างความคุ้นเคย (เลือกอย่างใดอย่างหนึ่ง)

1. พระเยซูคริสต์ทรงเตือนคริสตจักรห้าแห่งที่กระทำบางสิ่งบางอย่างซึ่ง
   ไม่เป็นที่พอพระทัยพระองค์ ขอให้เขียนสิ่งที่คริสเตียนทุกวันนี้นิยมกัน
   ซึ่งคุณคิดว่าเป็นสิ่งที่พระเจ้าไม่พอพระทัย
2. คุณมักจะตอบสนองอย่างไรเมื่อพระเจ้าทรงเปิดโอกาสให้คุณได้เป็น
   พยานเพื่อพระคริสต์?

คำถามที่มีในกลุ่ม

1. จงเปรียบเทียบความแตกต่างระหว่างคำสอนในพระคัมภีร์ที่ว่า เราได้รับ
   การปกป้องไว้จากวิญญาณชั่วกับคำสอนเกี่ยวกับ "สงครามเพื่อแย่งชิง
   อาณาเขต"

2. อะไรคือสิ่งที่คริสตจักรเอเฟซัสล้มเหลว? และอะไรคือผลจากการ
   ล้มเหลวนี้?

3. อะไรคือปัญหาพื้นฐานของคริสตจักรเปอร์กามัม? อะไรเป็นแรงจูงใจ
   ให้พวกเขาทำเช่นนั้น?

4. พระเยซูคริสต์ทรงหนุนใจสมาชิกคริสตจักรธิยาทิราที่ไม่ได้ติดตามสิ่งที่
   เรียกว่าความล้ำลึกของซาตานอย่างไร? ทำไมคริสตจักรจึงจำเป็นต้อง
   เข้าใจถึงความแตกต่างอย่างชัดเจนระหว่างสิ่งที่ถูกต้องและสิ่งที่ผิด?

5. อะไรคือผลของการกลับใจเชื่อที่แท้จริง? การกลับใจเชื่อที่แท้จริง
   เกี่ยวข้องกับแผนการในการต่อสู้ในสงครามฝ่ายวิญญาณของพระเจ้า
   อย่างไร?

6. จงยกตัวอย่างสิ่งที่คริสตจักรในทุกวันนี้เหมือนกับคริสตจักรเลาดีเซีย
   พระเยซูคริสต์ต้องการให้คริสตจักรประเภทนี้ทำอะไร?

7. อะไรคือสิ่งที่คริสตจักรลาเดลเฟียได้ถือรักษาไว้? ทำไมการถือรักษา
   สิ่งนั้นไว้จึงเกิดผลมาก?

8. พระเจ้าทรงปกป้องคริสตจักรสเมอร์นาอย่างไร? ทำไมจึงปกป้องอย่างนั้น?

คำถามเพื่อการประยุกต์ใช้

1. คุณกำลังตกอยู่ในอันตรายของการสูญเสียความรักดั้งเดิมไปหรือเปล่า?
   หรือว่าคุณได้สูญเสียมันไปแล้ว? จงระลึกคิดถึงเวลาที่คุณสนิทสนมกับ
   พระเยซู คือเมื่อชีวิตใหม่ของคุณในพระองค์นั้นมีชีวิตชีวาน่าตื่นเต้น
   และเมื่อคุณมีประสบการณ์ที่น่าตื่นเต้น เมื่อคุณเป็นอิสระจากอำนาจ
   ของความบาป มีอะไรที่เข้ามาทดแทนสิ่งเหล่านี้ในชีวิตของคุณหรือเปล่า?

ถ้ามี คุณจำเป็นต้องกลับใจใหม่ และทูลขอพระเจ้าให้ทรงโปรดอภัย
แก่คุณที่คุณรู้สึกเฉยเมยต่อพระองค์

2. การดำเนินชีวิตอยู่ในโลกแห่งวัตถุนิยมอย่างทุกวันนี้เป็นการทดลองที่
ยิ่งใหญ่มาก สำหรับคริสเตียนหลายคน โลกนี้เล่นงานคุณและดึงคุณ
ออกจากการปรนนิบัติรับใช้พระเยซูด้วยความรักอย่างไร? คุณจะทำ
อะไรเพื่อต่อสู้กับการทดลองของโลกนี้?

3. พระเจ้าทรงใช้ทั้งการประกาศพระกิตติคุณและการข่มเหงเพื่อปกป้อง
คริสตจักรของพระองค์ในโลกนี้? คุณต้องทำอะไรเพื่อพระเจ้า เพื่อให้
ทั้งสองสิ่งนั้นเป็นจริงในชีวิตของคุณ? อะไรจะเกิดขึ้นเมื่อคุณได้ฉวย
โอกาสที่พระเจ้าประทานให้เพื่อประกาศพระกิตติคุณ? ส่วนใหญ่แล้ว
คุณจะถูกข่มเหงเนื่องจากความเชื่อของคุณเมื่อไหร่? คุณเต็มใจที่จะ
รับหรือเปล่า?

เน้นการอธิษฐาน

ทูลขอพระเจ้าให้ประทานความรักอันยิ่งใหญ่แก่คุณเพื่อคุณจะรักพระองค์ ซึ่ง
เป็นผลมาจากการที่คุณตั้งใจจะดำเนินชีวิตต่างไปจากโลกนี้ อธิษฐานขอให้
พระเจ้าทรงประทานโอกาสที่คุณจะได้แบ่งปันเรื่องของพระคริสต์

งานมอบหมาย

1. อ่านบทที่ 4 ของหนังสือเล่มนี้และตอบคำถาม

2. จดบันทึกโอกาสที่พระเจ้าทรงเปิดให้คุณในสัปดาห์นี้เพื่อปรนนิบัติ
รับใช้คนที่ยังไม่เชื่อ นี่อาจจะไม่ใช่โอกาสที่จะแบ่งปันพระกิตติคุณ
โดยตรงก็ได้ แต่อาจจะเป็นโอกาสที่จะสร้างความสัมพันธ์ที่จะนำไป
ถึงการประกาศพระกิตติคุณ

4

หน้าที่ของผู้เชื่อ

หัวข้อบท เราเติบโตในพระคริสต์เมื่อเราเชื่อฟังพระองค์ ซึ่งก็รวมถึงการเต็มใจ
ที่จะอดทนต่อความยากลำบาก การต่อสู้อย่างเต็มกำลังความเชื่อ และการยืนหยัด
อย่างมั่นคงในการต่อสู้

สร้างความคุ้นเคย (เลือกอย่างใดอย่างหนึ่ง)

1. อัครทูตเปาโลเปรียบเทียบคริสเตียนกับทหาร คุณจะอธิบายถึงลักษณะ
   หน้าที่ของทหารได้อย่างไร?
2. อะไรที่มักจะขัดขวางคุณเพื่อไม่ให้คุณกระทำสิ่งที่พระเจ้าคาดหวัง
   ให้คุณทำ?

คำถามที่มีในกลุ่ม

1. คริสเตียนจะต้องทำอะไรก่อนที่เขาจะมีคุณสมบัติของทหารที่ดีซึ่ง
   สามารถอดทนต่อความยากลำบากได้?

2. เมื่อเราเผชิญหน้ากับศัตรู เราจะนำเอาคำหนุนใจจากชีวิตของ
   พระคริสต์มาใช้อย่างไร?

3. จงอธิบายว่าพระกิตติคุณแห่งความมั่งคั่งตรงข้ามกับคำสอนของ
   พระคัมภีร์ในเรื่องการเป็นสาวกอย่างไร?

4. พระคัมภีร์บอกให้เราต่อสู้ซาตานอย่างไร? ในการต่อสู้เช่นนั้นพระคัมภีร์
   เรียกร้องให้เราต้องรู้อะไร?

5. สงครามแบบไหนที่เรากำลังเข้าไปมีส่วนร่วม? คุณจะอธิบายถึงอาวุธ
   ที่พระเจ้าประทานให้คุณเพื่อการสงครามนี้อย่างไร?

6. จงอธิบายเกี่ยวกับทัศนคติในการดำเนินชีวิตคริสเตียนที่เรื่อย ๆ และ
   ที่เคร่งครัดที่สุด? การเน้นอย่างสุดขั้วในแต่ละแบบผิดอย่างไร?

คำถามเพื่อการประยุกต์ใช้

1. ในลูกา 9 พระเยซูทรงเปิดโอกาสให้คนสามคนได้ติดตามพระองค์
   แต่พวกเขาแต่ละคนก็มีอะไรบางอย่างที่ปิดกั้นเขาไว้จากการอุทิศตัว
   อย่างสิ้นเชิง แล้วคุณหล่ะ? จงสำรวจตัวคุณเองว่ามีอะไรที่ปิดกั้นคุณไว้
   จากการติดตามพระเยซูคริสต์อย่างสิ้นสุดจิตสุดใจหรือไม่?

2. ประสบการณ์ในชีวิตคริสเตียนของเราต่างไปจากประสบการณ์ของ
   เปาโลอย่างไร? จะต้องเกิดอะไรขึ้นในชีวิตของคุณก่อน ก่อนที่คุณจะ
   มีชีวิตดังคำอธิบายของเจ. ซี. ไรลี?

3. อ่านมัทธิว 4:1-11 พระเยซูทรงต่อสู้กับมารอย่างไร? คุณได้เรียนรู้อะไร
   จากแบบอย่างของพระคริสต์เมื่อคุณถูกทดลองให้ทำบาป?

เน้นการอธิษฐาน

ทูลขอพระเจ้าให้ประทานความรู้แก่คุณในสงครามฝ่ายวิญญาณที่กำลังเกิดขึ้น
อยู่ทุกวัน ทูลขอพระองค์ให้ช่วยคุณที่จะประยุกต์เอาความรู้ในพระคัมภีร์ไปใช้
ทุกครั้งที่คุณถูกทดลองให้ทำบาป

งานมอบหมาย

1. อ่านบทที่ 5 ของหนังสือเล่มนี้และตอบคำถาม
2. ให้ทบทวนรายการยุทธภัณฑ์ของคริสเตียนอีกครั้งหนึ่ง ต่อจากนั้นให้พิจารณา ยุทธภัณฑ์ทีละอัน แล้วตอบว่าทำไมพระเจ้าจึงทรงจัดเตรียมยุทธภัณฑ์นั้นให้?

5

การทรงเรียกให้ถวายตัว

หัวข้อบท พระเจ้าทรงเรียกคริสเตียนทุกคนคาดเข็มขัดแห่งความจริง เพื่อให้เขาถวายตัวและพร้อมสำหรับการต่อสู้

สร้างความคุ้นเลย (เลือกอย่างใดอย่างหนึ่ง)

1. ก่อนที่คุณจะออกจากบ้านไปทำงาน ไปโรงเรียน หรือไปทำธุระบางอย่าง คุณจะต้องทำอะไร? ทำไม?
2. จงอธิบายถึงขบวนการเปลี่ยนแปลงที่เกิดขึ้นเมื่อดักแด้เปลี่ยนไปเป็นผีเสื้อ เมื่อมันเป็นผีเสื้อแล้วมันทิ้งอะไรไว้?

คำถามที่มีในกลุ่ม

1. ซาตานพยายามทำให้คุณสงสัยพระเจ้าอย่างไร? คุณควรจะตอบสนองอย่างไร?
2. ทำไมการดำเนินชีวิตคริสเตียนในวัฒนธรรมไทยจึงยากลำบาก?

3. การสวมเข็มขัดแห่งความจริงจะเตรียมคริสเตียนให้พร้อมสำหรับการ
   ต่อสู้อย่างไร?

4. การอุทิศชีวิตเกี่ยวข้องอะไรกับการจำนนต่อพระคริสต์? เราจะต้อง
   ได้รับการเปลี่ยนแปลงอะไรก่อนที่มันจะเกิดขึ้น?

5. การแสวงหาสิ่งประเสริฐที่สุดเรียกร้องให้เราต้องทำอะไร?

คำถามเพื่อการประยุกต์ใช้

1. จงอธิบายถึงสถานการณ์ที่คุณเคยสงสัยพระเจ้า อะไรเป็นเหตุให้คุณ
   สงสัยพระองค์? ความยากลำบากแบบไหนที่คุณพบซึ่งเป็นอุปสรรค
   ต่อความสัมพันธ์ของคุณกับพระเยซูคริสต์? เมื่อคุณได้ระบุถึงสาเหตุ
   เหล่านั้นแล้ว จงหาทางหลีกเลี่ยงมัน หรือเตรียมพร้อม หากมันจะ
   เกิดขึ้นอีกในอนาคต

2. จงวิเคราะห์ระดับการถวายของคุณต่อพระคริสต์และต่องานของ
   พระองค์? มันเกี่ยวข้องอย่างไรกับความเอาจริงเอาจังของชายหนุ่ม
   ที่สมัครเข้าเป็นทหารในกองทัพอิสราเอล เพื่อจะได้ไปอยู่ในส่วนที่มี
   ความยากลำบากที่สุด? คุณบอกได้ไหมว่ามีใครบ้างที่จะรับใช้ก็ต่อเมื่อ
   สถานการณ์สะดวกสบาย หรือรับใช้ตามใจของเขา? จงอ่านโรม 12:1-2
   และตรวจสอบให้แน่ใจว่าคุณดำเนินชีวิตเหมือนกับคนที่ได้ตัดสินใจ
   แล้วที่จะติดตามพระเยซู

3. คุณรู้สึกผิดต่อคริสเตียนคนอื่น ๆ หรือไม่ ที่คุณปิดบังปัญหาหรือการ
   ต่อสู้ดิ้นรนกับความบาป? อย่ายอมให้ซาตานทำเช่นนี้กับคุณ จงแบ่งปัน
   ความทุกข์ใจกับเพื่อนคริสเตียนที่คุณสนิทสนม และให้พระเจ้าทรง
   ใช้เขาเพื่อหนุนใจและให้คำแนะนำแก่คุณ

เน้นการอธิษฐาน

ทูลขอพระเจ้าทรงช่วยคุณให้พร้อมสำหรับการต่อสู้ โดยการสำแดงให้คุณเห็นว่า
คุณจะรับการเปลี่ยนแปลงจิตใจเสียใหม่อย่างไร ทูลขอพระเจ้าทรงสำแดงแก่
คุณว่ามีส่วนใดในชีวิตของคุณที่จำเป็นต้องมอบถวายไว้ให้อยู่ใต้การควบคุมของ
พระองค์อย่างสิ้นเชิง

งานมอบหมาย

1. อ่านบทที่ 6 ของหนังสือเล่มนี้แล้วตอบคำถาม

2. ให้ทำรายการการถวายตัวทุกอย่างของคุณ เช่น งานของคุณ หน้าที่
   รับผิดชอบในคริสตจักรหรือการศึกษาพระคัมภีร์ และอื่น ๆ อันไหน
   ที่เกี่ยวข้องกับหน้าที่อันไหนเกี่ยวข้องกับคน อันไหนเกี่ยวข้องกับการ
   ปรนนิบัติรับใช้พระคริสต์

6

ปกป้องความคิดและอารมณ์ของเรา

หัวข้อบท เพื่อป้องกันความคิดและอารมณ์ของคุณจากการโจมตีของซาตาน คุณจะต้องสวมเกราะป้องกันอกแห่งความชอบธรรมเป็นเครื่องป้องกันอก

สร้างความคุ้นเคย (เลือกอย่างใดอย่างหนึ่ง)

1. คุณสร้างความเพลิดเพลินให้กับตัวคุณเองด้วยวิธีใด? อะไรเป็นสิ่งที่คุณปรารถนามากที่สุดในชีวิต?
2. คุณเคยมีความขัดแย้งอะไรอันเนื่องมาจากการเป็นคริสเตียนของคุณ?

คำถามที่มีในกลุ่ม

1. ซาตานพยายามทำอะไรต่อผู้เชื่อเมื่อมันโจมตีความคิดและอารมณ์ของเขา?
2. บรรดาผู้สนับสนุนและเคลื่อนไหวเรื่องสงครามฝ่ายวิญญาณทุกวันนี้ผิดพลาดในการทำตามแบบอย่างของพระเยซูและอัครทูตของพระองค์อย่างไร?

3. ทำไมเกราะป้องกันอกแห่งความชอบธรรมจึงไม่ได้หมายถึงความ
   ชอบธรรมของเราเอง?
4. เกิดอะไรขึ้นกับแต่ละคนในวินาทีที่เขาได้รับความรอด? ทำไมจึงเป็น
   สิ่งจำเป็น?
5. ในการพยายามดำเนินชีวิตอย่างบริสุทธิ์นั้นเราถูกเรียกร้องให้ทำอะไร?

คำถามเพื่อการประยุกต์ใช้

1. ซาตานประสบความสำเร็จมากที่สุดในการโจมตีความคิดและจิตใจ
   ของคุณด้วยวิธีใด? โลกมีอิทธิพลต่อคุณมากที่สุดในเรื่องอะไร? การ
   อุทิศตัวเพื่อดำเนินชีวิตตามความชอบธรรมของพระเยซูคริสต์ช่วยคุณ
   ในการต่อสู้กับการโจมตีของซาตานอย่างไร?
2. คุณมีทัศนคติต่อการกลับใจเชื่ออย่างไร? คุณยอมรับว่าคุณทำบาปต่อ
   พระเจ้า แต่ไม่ทำอะไรเพื่อกำจัดมันออกไปจากชีวิตของคุณหรือไม่?
   ถ้าเป็นเช่นนั้นคุณก็ยังไม่ได้กลับใจเชื่อจริง ๆ จงทำให้การกลับใจเชื่อ
   ของคุณเป็นเรื่องจริงจังโดยการละทิ้งความบาปเสีย

เน้นการอธิษฐาน

ทูลขอพระเจ้าให้ทรงสำแดงความบาปที่คุณปิดซ่อนไว้และยังไม่ได้จัดการกับมัน
จงจดจำ สดุดี 139:23-24 ไว้ในความคิดของคุณและให้ข้อพระคัมภีร์นี้เป็น
คำอธิษฐานของคุณ

งานมอบหมาย

1. อ่านบทที่ 7 ของหนังสือเล่มนี้และตอบคำถาม
2. ในสัปดาห์หน้า คุณจะต้องจดบันทึกทุกครั้งเมื่อคุณพบว่าตัวเองเห็นดี
   เห็นงามหรือได้รับอิทธิพลจากแนวความคิดของโลก ให้ขีดเส้นใต้

สิ่งเหล่านั้นที่ขัดแย้งกับพระวจนะของพระเจ้า อันไหนที่คุณจะต้อง
ละทิ้ง จงสร้างนิสัยที่จะน้อมนำความคิดทุกอย่างให้เชื่อฟังพระคริสต์

7

ข่าวประเสริฐแห่งสันติสุข

หัวข้อบท การขาดความมั่นใจว่าเรามีสันติสุขกับพระเจ้า ทำให้เราไม่สามารถ
ยืนหยัดอย่างมั่นคงในการต่อสู้กับซาตานได้

สร้างความคุ้นเคย (เลือกอย่างใดอย่างหนึ่ง)

1. คุณรู้สึกอย่างไรเมื่อคุณต้องเผชิญหน้ากับใครตามลำพังคนเดียว? ความ
   รู้สึกของคุณจะแตกต่างออกไปอย่างไรในสถานการณ์เดียวกันนี้ หาก
   คุณมีเพื่อนยืนอยู่เคียงข้าง?
2. ขอให้คิดถึงครั้งล่าสุดที่คุณเผชิญกับสถานการณ์ซึ่งพระเจ้าตรัสอย่าง
   ชัดเจนว่าคุณควรจะทำสิ่งใดสิ่งหนึ่งอย่างเจาะจงซึ่งคุณไม่อยากจะทำ?
   จะเกิดอะไรขึ้นถ้าคุณเชื่อฟัง? และจะเกิดอะไรขึ้นถ้าคุณไม่เชื่อฟัง?

คำถามที่มีในกลุ่ม

1. ทำไมจึงเป็นเรื่องสำคัญที่จะต้องเข้าใจว่าเอเฟซัส 6:5 ไม่ได้กล่าวถึง การประกาศข่าวประเสริฐ?

2. จงอธิบายถึงสงครามระหว่างพระเจ้าและมนุษย์? ทำไมมนุษย์ทุกคน จึงกลายเป็นศัตรูกับพระเจ้า?

3. พระเจ้าทรงสร้างสันติภาพกับคุณอย่างไร? พระองค์ทรงรักษามันไว้ อย่างไร?

4. คุณจะต้องทำอะไรกับคำสอนหรือประสบการณ์ที่คริสเตียนคนอื่น ๆ อ้างว่าเขามี?

5. อะไรที่ทำให้คริสเตียนมีความสามารถที่จะยืนหยัดอย่างมั่นใจใน ท่ามกลางสงครามฝ่ายวิญญาณ?

คำถามเพื่อการประยุกต์ใช้

1. คุณจะตอบสนองอย่างไรถ้ามีใครบางคนพยายามโจมตีความเชื่อ ของคุณ โดยบอกว่าความเชื่อของคุณไม่ถึงมาตรฐาน? คุณจะแบ่งปัน ความจริงอะไรแก่เขาที่แสดงว่าคุณมีสันติสุขกับพระเจ้าแล้ว? คุณจะ แบ่งปันอะไรกับเขาเกี่ยวกับพระคริสต์เพื่ออธิบายสิ่งที่พระองค์ทรง กระทำเพื่อบาปของคุณ?

2. เนื่องจากพระเยซูคริสต์มหาปุโรหิตผู้ยิ่งใหญ่ได้อธิษฐานเผื่อคุณต่อ พระเจ้าอยู่เป็นประจำ? พระองค์ทรงเรียกร้องอะไรจากคุณ? เนื่องจาก คุณไม่ได้เป็นศัตรูกับพระเจ้าแล้ว แต่เป็นบุตรของพระองค์ อะไรที่ แสดงว่าคุณมีความสัมพันธ์กับพระเจ้า?

เน้นการอธิษฐาน

ให้ขอบพระคุณพระเจ้าที่ทรงกระทำสันติภาพกับคุณโดยการอุทิศถวายของ
พระเยซูคริสต์ ขอบคุณพระองค์สำหรับพระเยซูคริสต์ที่ทรงเป็นคนกลางระหว่าง
คุณกับพระเจ้า

งานมอบหมาย

1. อ่านบทที่ 8 ของหนังสือเล่มนี้และตอบคำถาม
2. วางแผนที่จะบอกคนที่ยังไม่เป็นคริสเตียนเกี่ยวกับสันติสุขที่พระเจ้า
   ทรงประทานให้ในพระเยซูคริสต์ ใช้ข้อพระคัมภีร์ในบทนี้หรือจาก
   ตอนอื่น ๆ เพื่อย้ำเตือนความจริงที่ว่าคนที่ยังไม่รู้จักกับพระเจ้าคือ
   ศัตรูของพระองค์

8

โล่แห่งความเชื่อ

หัวข้อบท วิธีดีที่สุดในการป้องกันตัวเองจากศรเพลิงแห่งการทดลองของซาตาน
คือยกโล่แห่งความเชื่อในพระเจ้าขึ้นมา

สร้างความคุ้นเคย (เลือกอย่างใดอย่างหนึ่ง)

1. อะไรคือประโยชน์ของการฝึกฝน? การฝึกฝนมีผลต่อการกระทำสิ่งใด
   สิ่งหนึ่งของคุณอย่างไร?
2. มักจะเกิดอะไรขึ้นเมื่อคุณผ่านความทุกข์ยากลำบาก? ความทุกข์ยาก
   ลำบากมีผลต่อความสัมพันธ์ของคุณกับพระเจ้าอย่างไร?

คำถามที่มีในกลุ่ม

1. อะไรคือความแตกต่างของยุทธภัณฑ์แต่ละอย่าง? ทำไมจึงต้องต่างกัน?
2. ให้เขียนคำจำกัดความของคำว่าความเชื่อ? ทำไมความเชื่อจึงเป็น
   สิ่งจำเป็นสำหรับการต่อสู้กับซาตาน?

3. จงอธิบายว่าการใช้ความเชื่อเกี่ยวข้องกับการเชื่อฟังอย่างไร?
4. เกิดอะไรขึ้นเมื่อความเชื่อของเราถูกทดสอบด้วยความทุกข์ยาก?
5. จงอธิบายว่าซาตานทดลองพระเยซูคริสต์ในถิ่นทุรกันดารอย่างไร? ซาตานใช้วิธีอะไรเพื่อทดลองเรา?
6. หนทางเดียวในการป้องกันตัวเองจากการทดลองของซาตานคืออะไร? หนทางนี้เรียกร้องให้คุณทำอะไร?

คำถามเพื่อการประยุกต์ใช้

1. อ่านฮีบรู 11 คุณได้เรียนรู้อะไรจากบรรพบุรุษแห่งความเชื่อเหล่านี้ซึ่ง คุณสามารถนำไปประยุกต์ใช้ในชีวิตของคุณได้?
2. คุณมีประสบการณ์กับการทดลองอย่างไรในทุกวันนี้? คุณวางแผนที่ จะใช้โล่แห่งความเชื่อเพื่อป้องกันตัวเองจากการทดลองของซาตาน อย่างไร?

เน้นการอธิษฐาน

ทูลขอพระเจ้าให้ความเชื่อของคุณเข้มแข็งโดยช่วยให้คุณดำเนินชีวิตแต่ละวัน ด้วยความเข้าใจฝ่ายวิญญาณ ทูลขอพระองค์ให้ช่วยคุณประยุกต์พระดำรัสของ พระองค์ไปใช้ในเหตุการณ์ต่าง ๆ ที่พยายามจะดึงคุณออกไปจากการพึ่งอาศัย พระองค์

งานมอบหมาย

1. อ่านบทที่ 9 ของหนังสือเล่มนี้และตอบคำถาม
2. ในช่วงเวลาเฝ้าเดี่ยวของคุณ จงสร้างนิสัยเหล่านี้ ทุกครั้งที่คุณพบคำสั่ง ที่คุณสามารถประยุกต์เข้ากับชีวิตของคุณได้โดยตรง ขอให้จดไว้ คิดถึงคำสั่งนี้บ่อย ๆ เมื่อคุณต้องการให้การดำเนินชีวิตประจำวัน ของคุณเชื่อฟังคำสั่งเหล่านี้

9

สง่าราศีในอนาคตของผู้เชื่อ

หัวข้อบท สองวิธีการที่ซาตานมักจะใช้เล่นงานผู้เชื่อก็คือ ความท้อใจและความ
สงสัย แต่โดยการสวมหมวกเหล็กแห่งความรอด เราจะสามารถต่อสู้กับการ
ทดลองได้

สร้างความคุ้นเคย (เลือกอย่างใดอย่างหนึ่ง)

1. อะไรคือเป้าหมายที่สำคัญที่สุดของนักกีฬาเมื่อเขาวิ่งแข่งขัน? คุณคิด
   ว่าการฝึกฝนของเขาจะเป็นอย่างไร ถ้าเขาไม่มีเป้าหมาย?

2. คุณเคยดูแลอะไรเพื่อคนใดคนหนึ่งหรือไม่? อะไรคือความรับผิดชอบ
   ที่คุณจะต้องมี? เหตุผลอะไรที่คุณจะเลิกการดูแลสิ่งนั้น?

คำถามที่มีในกลุ่ม

1. ความรอดสามด้านคืออะไรบ้าง? อธิบายแต่ละด้านในชีวิตของคุณ

2. อะไรคือผลของการรู้ว่าอนาคตอันมีสง่าราศีของคุณนั้นมั่นคงอยู่ใน
   พระคริสต์?

3. ซาตานพยายามทำให้ผู้เชื่อท้อใจอย่างไร?
4. ซาตานพยายามทำให้ผู้เชื่อสงสัยอะไร? ทำไม?
5. จงบอกถึงลักษณะเจ็ดประการที่ทำให้เรามั่นใจว่าพระเยซูทรงยึดเราไว้ตลอดนิรันดร์?
6. อะไรคือการรับประกันที่พระเจ้าทรงประทานให้เราเพื่อยืนยันถึงความรอดอันแท้จริงของเรา? สิ่งที่รับประกันนี้ทำงานอย่างไร?
7. อะไรป้องกันเราให้ปลอดภัยจากการโจมตีของซาตาน?

คำถามเพื่อการประยุกต์ใช้

1. ความชื่นชมยินดีกับความทุกข์ยากของคุณอยู่ในระดับไหน? บ่อยครั้งแค่ไหนที่คุณเน้นที่ความทุกข์ยากมากว่าผลประโยชน์ ตามข้อพระคัมภีร์ในโรม 5:25 อะไรคือผลดีอันเนื่องมาจากความทุกข์ยากของเรา? คุณจะเปลี่ยนผลของความทุกข์ไปเป็นเป้าหมายในชีวิตของคุณได้อย่างไร?
2. เรื่องอะไรที่คุณมักจะท้อใจบ่อย ๆ? คุณสงสัยเกี่ยวกับความรอดคุณบ่อยแค่ไหน? คุณคิดว่าหมวกเหล็กแห่งคามหวังในความรอดจะสามารถช่วยคุณเปลี่ยนสิ่งที่ทำให้ท้อใจมาเป็นสิ่งที่ดี และเปลี่ยนความสงสัยให้เป็นการไว้วางใจในพระเจ้าอย่างสิ้นเชิงได้อย่างไร?

เน้นการอธิษฐาน

ทูลขอพระเจ้าช่วยคุณให้ชื่นชมยินดีในความรอดที่พระองค์ประทานให้กับคุณ ขอบคุณพระองค์ที่ทรงจัดเตรียมความมั่นคงในความรอด เพียงแต่คุณมองไปยังสิ่งที่คุณจะมีในสวรรค์ มันก็จะช่วยให้ชีวิตของคุณในโลกนี้ดีขึ้น

งานมอบหมาย

1. อ่านบทที่ 10 ของหนังสือเล่มนี้และตอบคำถาม
2. อ่านโรม 8 ทำเครื่องหมายแต่ละประโยคที่แสดงว่าพระวิญญาณ
   บริสุทธิ์ทรงรับประกันความมั่นคงในความรอดของเรา เขียนคำ
   รับประกันแต่ละอย่างลงไปเมื่อคุณเกิดความท้อใจหรือสงสัย ขอให้
   ย้อนกลับมาอ่านสิ่งที่คุณได้เขียนไว้อีกครั้งหนึ่ง

10

ดาบของพระวิญญาณ

หัวข้อบท บางทีอาวุธที่ใช้ได้อย่างหลากหลายซึ่งพระเจ้าได้ทรงจัดเตรียมไว้ให้
คุณในฐานะคริสเตียนก็คือดาบของพระวิญญาณ โดยดาบของพระวิญญาณ
คุณสามารถต่อต้านการโจมตีของซาตานและยังสามารถทำลายล้างการ
ครอบครองของซาตานเพื่อนำความจริงไปยังคนที่หลงหายได้ด้วย

สร้างความคุ้นเคย (เลือกอย่างใดอย่างหนึ่ง)

1. เมื่อคุณต้องขับรถไปยังที่ซึ่งคุณไม่รู้จัก ทำไมคุณต้องมีแผนที่? ทำไม
   คุณต้องการหนังสือคู่มือ เมื่อคุณซื้อเครื่องมือเครื่องใช้ใหม่?

2. เมื่อคุณแบ่งปันข่าวประเสริฐแก่คนอื่น ๆ ได้ และบอกพวกเขาว่า
   พระเยซูคริสต์ได้ทรงกระทำอะไรเพื่อพวกเขาบ้าง คุณได้รับการ
   ตอบสนองแบบไหน? จงอธิบาย

คำถามที่มีในกลุ่ม

1. เนื่องจากพระวจนะของพระเจ้ามีสิทธิอำนาจ คริสเตียนควรจะ
   ตอบสนองต่อพระวจนะของพระเจ้าอย่างไร? ทำไม?

2. พระวจนะของพระเจ้ามีความเพียงพอในเรื่องอะไร?

3. ทำไมการใช้พระวจนะของพระเจ้าในลักษณะของการป้องกันจึงเป็น
   สิ่งสำคัญ?เนื่องจากผู้เชื่อไม่สามารถผูกมัดซาตานได้ เราควรจะทำอะไร?

4. การตอบสนองของพระเยซูต่อการทดลองสามครั้งของซาตานให้
   บทเรียนอะไรกับเราเกี่ยวกับการนำพระวจนะของพระเจ้าไปประยุกต์ใช้?

5. หมายสำคัญและการอัศจรรย์จำเป็นต่อการประกาศพระกิตติคุณ
   หรือไม่? ทำไมจำเป็น และทำไมไม่จำเป็น?

6. ซาตานจู่โจมการใช้ดาบของพระวิญญาณในการประกาศพระกิตติคุณ
   อย่างไร?

คำถามเพื่อการประยุกต์ใช้

1. ให้ทบทวนเนื้อหาตอนที่กล่าวถึงคุณลักษณะของพระวจนะของพระเจ้า
   คุณลักษณะเหล่านี้หนุนใจให้คุณนำเอาพระวจนะของพระเจ้าไปใช้
   อย่างเอาจริงเอาจังในเรื่องใด?

2. เนื่องจากพระวจนะของพระเจ้าเป็นเครื่องป้องกัน คุณจึงสามารถใช้
   พระวจนะเพื่อป้องกันการโจมตีของซาตานได้ การทดลองในเรื่องอะไร
   ที่คุณต้องต่อสู้มากที่สุด? ค้นหาว่าพระวจนะของพระเจ้าสอนเกี่ยวกับ
   การทดลองเหล่านี้ว่าอย่างไร เพื่อในครั้งต่อไปเมื่อคุณพบการทดลอง
   แบบนี้อีก คุณจะได้พร้อมที่จะต่อสู้

3. คุณได้หว่านพระวจนะของพระเจ้าหรือไม่? คุณแบ่งปันข่าวประเสริฐ
   ของพระเยซูคริสต์กับคนที่ยังไม่ได้รับความรอดเมื่อพระเจ้าเปิดโอกาส
   ให้คุณหรือไม่? หรือคุณยังอายอยู่ ขอให้สังเกตในมัทธิว 13:8 ผู้หว่าน
   เมล็ดพืชแบ่งแยกว่า เขาจะหว่านที่ไหน เขาไม่มีหน้าที่รับผิดชอบที่จะ

หว่านเมล็ดลงบนดินดีเท่านั้นความรับผิดชอบคือหว่านเมล็ด คุณจะเริ่ม
หว่านเมล็ดแห่งพระวจนะที่ไหน?

เน้นการอธิษฐาน

ทูลขอพระเจ้าช่วยคุณให้พร้อมและเต็มใจที่จะอธิบายถึงความหวังใจที่คุณมี
(1 เปโตร 3:15) ทูลขอพระเจ้าให้ช่วยคุณระลึกถึงคำสอนจากพระวจนะของ
พระองค์เกี่ยวกับการต่อสู้ที่คุณกำลังต่อสู้อยู่

งานมอบหมาย

1. อ่านบทที่ 11 ของหนังสือเล่มนี้และตอบคำถาม
2. ให้ทบทวนเรื่องผีเสื้อ นักพฤกษศาสตร์ และผึ้ง นิสัยการศึกษา
   พระคัมภีร์ของคุณเป็นเหมือนกับอะไรในสามอย่างนี้? จงเริ่มต้นเสีย
   วันนี้ที่จะอ่านและศึกษาพระคัมภีร์ด้วยทัศนคติแบบผึ้ง คุณจะต้อง
   ศึกษาเพื่อเชื่อฟังพระวจนะของพระเจ้าโดยการประยุกต์คำสอนนั้น
   ไปใช้ในชีวิต อย่าปล่อยให้วันเวลาผ่านไป โดยที่คุณไม่ได้ขุดค้นความจริง
   จากพระวจนะของพระเจ้า

11

คำอธิษฐานในสนามรบ

หัวข้อบท ในขณะที่เรากำลังเตรียมพร้อมเพื่อการต่อสู้โดยการสวมยุทธภัณฑ์ฝ่ายวิญญาณที่พระเจ้าทรงจัดเตรียมให้ เราจะต้องอุทิศตัวอธิษฐานอย่างสม่ำเสมอ เพื่อยุทธภัณฑ์นั้นจะมีประสิทธิภาพมากที่สุด

สร้างความคุ้นเคย (เลือกอย่างใดอย่างหนึ่ง)

1. คำต่อไปนี้คำไหนที่อธิบายถึงชีวิตในการอธิษฐานของคุณได้ดีที่สุด? เอาจริงเอาจังสนิทสนม น่าเบื่อหน่าย บางครั้งบางคราว ไม่น่าเชื่อถือ ชื่นชมยินดี เงียบ ๆ ไม่มี บ่อย ๆ จงบอกเหตุผลว่าทำไม?

2. การสงครามในสมัยใหม่ให้ความสำคัญกับการสื่อสาร ในระหว่างสงครามอ่าวเปอร์เซีย แนวป้องกันอะไรของอิรักที่กองทัพอเมริกันพยายามจะทำลายก่อน? ผลเป็นอย่างไร? คุณคิดว่าซาตานพยายามกำจัดอะไรก่อนในสงครามฝ่ายวิญญาณ?

คำถามที่มีในกลุ่ม

1. ทำไมการอธิษฐานในสงครามฝ่ายวิญญาณเพื่อจัดการกับซาตานจึงมักไม่ได้ผล?
2. ทำไมการอธิษฐานจึงมีความสำคัญต่อการสวมใส่ยุทธภัณฑ์? อะไรคือผลจากการไม่อธิษฐาน?
3. การอธิษฐานตลอดเวลาหมายความว่าอะไร? คุณจะบอกพระเจ้าเกี่ยวกับการไม่อธิษฐานของคุณอย่างไร?
4. พระวิญญาณบริสุทธิ์ทรงช่วยให้เราอธิษฐานอย่างไร?
5. ในเวลาที่พระเยซูเผชิญการทดลองในสวนเกทเสมนี พระองค์ทรงเอาชนะซาตานอย่างไร? พระองค์ทรงสอนเหล่าสาวกของพระองค์เกี่ยวกับการอธิษฐานอย่างไร?
6. เราอธิษฐานเพื่อใคร? เราจะรู้ได้อย่างไรว่าเราควรอธิษฐานเผื่อเขาในเรื่องไหน?

คำถามเพื่อการประยุกต์ใช้

1. คุณอธิษฐานบ่อยแค่ไหน? คุณอธิษฐานอย่างไร? คุณอธิษฐานเมื่อไหร่? คุณใช้เวลามากเท่าไหร่? จงเรียนรู้ที่จะเพิ่มพูนทัศนคติในการอธิษฐานเสมอ เริ่มต้นด้วยการใคร่ครวญพระวจนะของพระเจ้า เมื่อคุณศึกษาพระคัมภีร์ทุกวัน ยอมให้พระวิญญาณของพระเจ้าพัฒนาความรู้สึกที่ไวต่อเรื่องฝ่ายวิญญาณที่เกิดรอบตัวคุณ จงพยายามมองสิ่งต่าง ๆ ด้วยสายตาของพระเจ้า
2. การอธินฐานเป็นงานที่ยากลำบากซึ่งคุณก็รู้ดีอยู่แล้ว บ่อยแค่ไหนที่คุณตั้งใจเพื่อใช้เวลาอธิษฐาน แต่ก็เป็นเหมือนกับสาวกที่อยู่ในสวนเกทเสมนี คือ ไม่เฝ้าระวังการอธิษฐาน เมื่อไรคุณจึงรู้ตัวว่าขาดการอธิษฐาน? เมื่อไหร่หรือในสถานการณ์ไหนที่คุณพบว่าคุณป้องกันตัวเองได้ดีที่สุด? เมื่อคุณเริ่มห่างเหิน อะไรเป็นอุปสรรคขัดขวางคุณ

ในการอธิษฐาน? และเพียงแค่คุณระลึกถึงว่าพระเจ้าสั่งให้คุณอธิษฐาน
อยู่เสมอ คุณก็จะได้เห็นว่าการต่อสู้กับการทดลองและการป้องกันตัว
ของคุณมีมากขึ้น

เน้นการอธิษฐาน

ทูลขอพระเจ้าให้ทรงสำแดงพระองค์แก่คุณเมื่อคุณกำลังใคร่ครวญถึงพระลักษณะ
ของพระองค์ และทูลขอพระองค์ให้ทรงสำแดงความบาปของคุณและการที่คุณ
คิดว่าคุณไม่ต้องพึ่งพระองค์ สิ่งเหล่านี้มักจะกันคุณออกจากการสามัคคีธรรม
กับพระองค์

งานมอบหมาย

1. อ่านบทที่ 12 ของหนังสือเล่มนี้และตอบคำถาม
2. เลือกคำอธิษฐานในพระคัมภีร์ที่คุณชื่นชอบแล้วศึกษาคำอธิษฐานนั้น
   แต่ละคนอธิษฐานเพื่ออะไร? ทำไม? คุณได้เรียนรู้อะไรจากคำอธิษฐาน
   นั้น? และคุณประยุกต์คำอธิษฐานนั้นไปใช้ในชีวิตอย่างไร?

12

คำสั่งเพื่อชัยชนะ

หัวข้อบท ความสำเร็จในสงครามฝ่ายวิญญาณของเราขึ้นอยู่กับคำสั่งห้าประการ
ซึ่งอัครพูดเปาโลได้กล่าวไว้ใน 1 โครินธ์ 16 นั่นก็คือ จงระมัดระวัง จงยึดมั่น
จงเติบโต จงเข้มแข็ง และจงรัก

สร้างความคุ้นเคย (เลือกอย่างใดอย่างหนึ่ง)

1. อะไรที่คุณกำลังทำอยู่ซึ่งเรียกร้องให้คุณต้องระมัดระวัง? จะเป็น
   อันตรายมากขนาดไหนหากคุณไม่ระมัดระวัง?
2. คุณได้สร้างวินัยให้กับตนเองจนเป็นนิสัยในเรื่องอะไร? ทำไม? จะเกิด
   อะไรขึ้นถ้าคุณไม่ทำเช่นนั้น?

คำถามที่มีในกลุ่ม

1. คุณจะป้องกันตัวเองจากการโจมตีของซาตานอย่างไร?
2. คุณจะต้องเตรียมพร้อมรับการโจมตีประเภทไหน?

3. อะไรคือคำอธิบายสามประการที่เราจะใช้กับคนที่ชอบอ้างว่าสามารถขับผีได้ ทำการอัศจรรย์และหมายสำคัญได้?
4. วิธีที่ดีที่สุดในการป้องกันตัวเองจากอิทธิพลของคำสอนผิด ๆ คืออะไร?
5. คุณจะ "มั่นคงในความเชื่อ" ได้อย่างไร?
6. คุณจะต้องใช้อะไรตรวจสอบประสบการณ์ของคุณว่าถูกต้องหรือไม่?
7. ผู้เชื่อจะต้องทำอะไรเพื่อจะเติบโต? ทำไมยังมีผู้เชื่อเป็นจำนวนมากที่ยังไม่เติบโต?
8. คุณจะเชื่อฟังคำสั่งของพระเจ้าเพื่อจะเข้มแข็งได้อย่างไร?

คำถามเพื่อการประยุกต์ใช้

1. จากคำสั่งที่ให้เราระมัดระวัง มั่นคง และเติบโต อะไรคือองค์ประกอบที่สำคัญที่คุณจะต้องมี เพื่อคุณจะสามารถเชื่อฟังคำสั่งเหล่านั้นได้? คุณจะให้เวลามากเท่าไหร่และทุ่มเทมากแค่ไหนเพื่อจะทำสิ่งนั้น?
2. ถ้านักกีฬาต้องคอยดูแลเรื่องอาหาร การพักผ่อน และการฝึกฝน เพื่อจะประสบความสำเร็จในการแข่งขัน คุณเองจะต้องคอยดูแลเรื่องอะไรบ้าง เพื่อคุณจะประสบความสำเร็จในสงครามฝ่ายวิญญาณ? จงพิจารณาดูวินัยของคุณในเรื่องการจัดการกับความบาป การอุทิศตัวเพื่อการอธิษฐาน การศึกษาพระคัมภีร์ และการสามัคคีธรรมร่วมกับผู้เชื่อคนอื่น ๆ คุณจะต้องฝึกฝนในเรื่องอะไรเป็นพิเศษ?

เน้นการอธิษฐาน

ทูลขอพระเจ้าให้ช่วยคุณเชื่อฟังพระองค์มากขึ้น เพราะว่าคุณเห็นถึงสงครามฝ่ายวิญญาณที่รุมเร้าคุณอยู่ ทูลขอพระองค์ให้ช่วยคุณอุทิศตัวต่อพระวจนะของพระองค์ และมอบถวายชีวิตไว้ภายใต้การควบคุมของพระวิญญาณมากขึ้น

งานมอบหมาย

ทบทวนงานมอบหมายของบทที่แล้ว คุณได้พบว่ามันมีประโยชน์ต่อการ
ดำเนินชีวิตติดตามพระคริสต์ของคุณอย่างไร? ถ้ายังมีงานมอบหมายอะไรที่คุณ
จำเป็นต้องทำให้เสร็จ ก็จงทำให้เสร็จ อย่าลืมหลักการที่คุณได้เรียนรู้มาแล้ว
จงตรวจสอบดูให้แน่ใจว่าคุณได้อุทิศตัว เพื่อคุณจะได้รับการเปลี่ยนแปลงให้
เป็นเหมือนพระคริสต์มากขึ้น

หมายเหตุ

บทนำ

1. C. S. Lewis, *The Screwtape Letters* (New York: Macmillan, 1961), 3.

2. John Dart, "Evangelicals, Charismatics Prepare for Spiritual Warfare," *Los Angeles Times,* February 17, 1990, F16.

3. Archibald Alexander, *Thoughts on Religious Experience* (Carlisle, PA: The Banner of Truth Trust, 1978), xviii.

บทที่ 1: เข้าสู่สนามรบ

1. *Los Angeles Times*, November 20, 1991, A23.

บทที่ 2: ซาตานเป็นเครื่องมือของพระเจ้า

1. C. Fred Dickason, *Angles Elect and Evil,* (Chicago: Moody, 1975), 191.

2. C. Fred Dickason, *Demon Possession and the Christian*, (Westchester, IL: Crossway, 1987), 40.

3. Dickason, *Demon Possession*, 127.

4. Dickason, *Demon Possession*, 157.

5. Dickason, *Demon Possession*, 273.

6. Merrill F. Unger, *What Demons Can Do to Saints* (Chicago: Moody, 1977), 51-52.

7. Jonathan Edwards, *The Experience That Counts!* edited by N.R. Needham (London: Grace Publications Trust, 1991), 89-90.

8. Charles Hodge, *Commentary on the Epistle to the Romans* (Grand Rapids, MI: Eerdmans, 1972), 395.

9. Edwards, *Experience,* 99.

10. J. I. Packer, *Knowing God* (Downers Grove, IL: InterVarsity, 1973), 227.

11. Gleason L. Archer Jr., *The Book of Job* (Grand Rapids, MI: Baker, 1982), 18.

12. Jerry Bridges, *Trusting God* (Colorado Springs, CO: NavPress, 1988), 122.

13. R. C. H. Lenski, *The Interpretation of S. Luke's Gospel* (Minneapolis, MN: Augsburg, 1961), 1034.

14. Homer A. Kent Jr., *The Pastoral Epistles* (Chicago: Moody, 1986), 94.

15. Samuel Bolton, *The True Bounds of Christian Freedom* (Edinburgh, Scotland: The Banner of Truth Trust, 1964), 25.

บทที่ 3: ซาตานโจมตีคริสตจักร

1. Timothy M. Warner, *Engaging the Enemy: How to Fight and Defeat Territorial Demons*, ed. C. Peter Wagner (Ventura, CA: Regal, 1991), 52.

2. Steven Lawson, "Defeating Territorial Spirits," *Charisma and the Christian Life*, April 1990, 48.

3. C. Peter Wagner, "Territorial Spirits and World Mission," *Evangelical Missions Quarterly*, July 1989, 286.

4. John Dawson, "Winning the Battle for Your Neighborhood," *Charisma and the Christian Life*, April 1990, 60-61.

5. Cited in Win Worley, *Battling the Hosts of Hell: Diary of an Exorcist* (Lansing, IL: H.B.C., 1980), 195

6. Sinclair Ferguson. "The Fear of the Lord: Seeing God As He Is," *Discipleship Journal* 52 (1989): 42.

7. Herbert B. Workman, *Persecution in the Early Church* (Cincinnati, OH: Jennings and Graham, n.d.), 103-4.

บทที่ 4: หน้าที่ของผู้เชื่อ

1. Mark I. Bubeck, *The Adversary: The Christian versus Demon Activity* (Chicago: Moody, 1975), 78.

2. Ken L. Sarles, "A Theological Evaluation of the Prosperity Gospel," *Bibliotheca Sacra* 143 (October–December 1986): 336, 344–45.

3. ต้องการข้อมูลเพิ่มเติม ขอให้ดูหนังสือของ John F. MacArthur, *Charismatic Chaos* (Grand Rapids, MI: Zondervan, 1992), chapter 12.

4. William Hendriksen, *Exposition of Thessalonians, Timothy, and Titus* (Grand Rapids, MI: Baker, 1957), 315.

5. J. C. Ryle, Holiness (Hertfordshire, England: Evangelical Press, 1989), 62.

6. D. Martyn Lloyd-Jones, The Christian Soldier (Grand Rapids, MI: Baker, 1977), 179.

7. รายละเอียดเพิ่มเติม อ่านได้จากหนังสือของ John MacArthur, Jr., *Our Sufficiency in Christ* (Dallas: Word, 1991) chapter 12.

บทที่ 5: การทรงเรียกให้ถวายตัว

1. Theodore Roosevelt (speech, Hamilton Club, Chicago, April 10, 1899).

2.   Peter Masters, *The Healing Epidemic* (London: The Wakeman Trust, 1988), 92.

3. Mark I. Bubeck. *The Satanic Revival* (San Bernardino, Calif: Here's Life, 1991, 11.

4. Saint Augustine, *The City of God* (Garden City, NY: Image, 1958), 14:28.

5. Neil T. Anderson. *The Bondage Breaker* (Eugene, Ore.: Harves House, 1990), หน้า 149-51.

6. Anderson, *Bondage Breaker*, chapter 4.

7. Charles H. Spurgeon, *The Soul-Winner* (New York: Revell, 1895), 28-29.

8.   Thomas Watson, *A Body of Divinity* (Carlisle, PA: The Banner of Truth Trust, 1986), 241, 247.

9. James Montgomery Boice, *Philippians: An Expositional Commentary* [Grand Rapids: Zondervan, 19711. หน้า 55.

บทที่ 6: ปกป้องความคิดและอารมณ์ของเรา

1. John Bunyan, *The Holy War* (Springdale, PA: Whitaker, 1985), 5-9.
2. Timothy M. Warner, *Spiritual Warfare: Victory over the Powers of This Dark World* (Wheaton, IL: Crossway, 1991), 19.
3. C. Peter Wagner, *How to Have a Healing Ministry* (Ventura, Calif: Regal, 1988), หน้า 25.
4. Peter Masters, *The Healing Epidemic* (London: The Wakeman Trust, 1988), 62, 82-83.
5. J. C. Ryle, Holiness, (Welwyn, England: Evangelical Press, 1979), 555.
6. *Webter's Ninth New Collegiate Dictionary.*
7. William Gurnall, *The Christian in Complete Armour* (Carlisle, PA: The Banner of Truth Trust, 1967), 1, 453.

บทที่ 7: ข่าวประเสริฐแห่งสันติสุข

1. Peter Masters, *The Healing Epidemic* (London: The Wakeman Trust, 1988), 15-16.

บทที่ 8: โล่แห่งความเชื่อ

1. Ben Patterson, "Cause for Concern," *Christianity Today*, August 8, 1986, 20.

2. See my book *Charismatic Chaos* (Grand Rapids, MI: Zondervan, 1992), chapter 6.

3. Dick Bernal, *Engaging the Enemy: How to Fight and Defeat Territorial Spirits*, ed., C. Peter Wagner (Ventura, CA: Regal, 1991), 98, 107.

4. D. Martyn Lloyd-Jones, *Spiritual Depression: Its Causes and Cure* (Grand Rapids, MI: Eerdmans, 1965), 227-28.

5. Cited in Harold Ivan Smith, "Six and Singlness the Second Time Around," *Christianity Today,* May 25, 1979, 18.

บทที่ 9: สง่าราศีในอนาคตของผู้เชื่อ

1. Peter H. Davids, *Wrestling with Dark Angels*, eds. C. Peter Wagner and Douglas Pennoyer (Ventura, CA: Regal, 1990), 220, 233.

2. J. I. Packer, "Poor Health May Be the Best Remedy," *Christianity Today*, May 21, 1982, 15.

3. Joni Erickson Tada, *A Step Further* (Grand Rapids, MI: Zondervan, 1978), 136, 140-41, 155.

4. John Murray, *The Epistle to the Romans* (Grand Rapids, MI: Eerdmans, 1965), 165.

5. Leon Morris, *The Gospel According to John* (Grand Rapids, MI: Eerdmans, 1971), 521.

6. C. Fred Dickason, *Demon Possession and the Christian* (Westchester, IL: Crossway, 1987), 162.

7. C. Fred Dickason, *Demon Possession and the Christian* (Westchester, IL: Crossway, 1987), 163.

8. C. Fred Dickason, *Demon Possession and the Christian* (Westchester, IL: Crossway, 1987), 163.

9. Frederick S. Leahy, *Satan Cast Out: A Study in Biblical Demonology* (Carlisle, PA: The Banner of Truth Trust, 1975), 96.

บทที่ 10: ดาบของพระวิญญาณ

1. Vera Kadaeva, "Taking the Gospel to the Barricades," *Grace Today*, November 24, 1991, 1-4.

2. C. Fred Dickason, *Demon Possession and the Christian* (Westchester, IL: Crossway, 1987), 199-205.

3. John MacArthur, *The MacArthur New Testament Commentary: Mathew 16-23* (Chicago: Moody, 1988), 33-34.

4. John Wimber and Kevin Springer, *Power Evangelism* (Ventura, CA: Regal, 2009), 19, เน้นความโดยผู้เขียน.

5. John Wimber, quoted in C. Peter Wagner and Douglas Pennoyer, eds., *Wrestling with Dark Angels* (Ventura, CA: Regal, 1990), 31.

6. Peter Masters and John C. Whitcomb, *The Charismatic Phenomenon* (London: The Wakeman Trust, 1982), 79.

7. Ken L. Sarles, "An Appraisal of the Signs and Wonders Movement," Bibliotheca Sacra 145 (January--March 1988): 80.

8. Charles Hodge, *An Exposition of the Second Epistle to the Corinthians* (Grand Rapids, MI: Ferdmans, n.d.), 290-91.

บทที่ 11: คำอธิษฐานในสนามรบ

1. John Wimber and Kevin Springer, *Power Healing* (San Francisco: Harper & Row, 1987), 209-10.

2. Mark I. Bubeck, *The Adversary: The Christian versus Demon Activity* (Chicago: Moody, 1975), 106.

3. Mark I. Bubeck, *The Adversary: The Christian versus Demon Activity* (Chicago: Moody, 1975), 148.

4. Mark I. Bubeck, *The Adversary: The Christian versus Demon Activity* (Chicago: Moody, 1975), 150-151.

5. Richard Baxter, *The Practical Works of Richard Baxter* (Ligonier, PA: Soli Deo Gloria, 1990), 1,484.

6. D. Martyn Lloyd-Jones, *The Christian Soldier* (Grand Rapids, MI: Baker, 1977), 342.

7. Cited in Arthur G. Bennett, ed., *The Valley of Vision: A Collection of Puritan Prayers and Quotations* (Carlisle, PA: The Banner of Truth Trust, 1975), 181.

8. D. Martyn Lloyd-Jones, *The Christian Soldier* (Grand Rapids, MI: Baker, 1977), 357.

9. D. Martyn Lloyd-Jones, *The Christian Soldier* (Grand Rapids, MI: Baker, 1977), 358.

10. J. I. Packer, *Knowing God* (Downers Grove, IL: InterVarsity, 1973), 27.

บทที่ 12: คำสั่งเพื่อชัยชนะ

1. Norman Schwarzkopf, quoted in "A Mud Soldier's General Reflects on the Risks of War," *U.S. News and World Report*, February 11, 1991, 37.

2. Tom Mathews, "Remembering Pearl Harbor," *Newsweek*, November 25, 1991, 30.

3. Tom Mathews, "Remembering Pearl Harbor," *Newsweek*, November 25, 1991, 38

4. Thomas Brooks, *Precious Remedies against Satan Devices* (Carlisle, PA: The Banner of Truth Trust, 1987), 28.

5. Thomas Ice and Robert Dean, *A Holy Rebellion* (Eugene, OR: Harvest, 1990), 187.

6. C. S. Lewis, *The Screwtape Letters* (New York: Macmillan, 1961), 8.

7. John Wimber and Kevin Springer, *Power Evangelism* (San Francisco: Harper & Row, 1986), 88-89.

8. Ken L. Sarles, "An Appraisal of the Signs and Wonders Movement," *Bibliotbeca Sacva* 145 (January-March 1988): 69-70.

9. Archibald Alexander, *Thoughts on Religious Experience* (Carlisle, PA: The Banner of Truth Trust, 1978), xviii.

10. Mark I. Bubeck, *The Satanic Revival* (San Bernardino, CA: Here's Life, 1991), 183-84.

11. Alpha-Omega Energies, *The Truth in Deliverance* (Austin, TX: Alpha-Omega Energies, n.d.), 3-4.

12. Alpha-Omega Energies, *The Truth in Deliverance* (Austin, TX: Alpha-Omega Energies, n.d.), 172.

13. (Alpha-Omega Energies, *The Truth in Deliverance* (Austin, TX: Alpha-Omega Energies, n.d.), 21.

14. (Alpha-Omega Energies, *The Truth in Deliverance* (Austin, TX: Alpha-Omega Energies, n.d.), 21-22.

เกรซบรรณสาร

พันธกิจ

เกรซบรรณสารเป็นโครงการภายใต้มูลนิธิมหกิจพระคุณของแบ๊บติสต์ในประเทศไทย จัดตั้งขึ้นเพื่ออบรมคริสตจักรไทยเกี่ยวกับวรรณกรรมพระคัมภีร์เชิงปฏิรูปเพื่อถวายพระเกียรติสิริแด่พระเจ้า เราปรารถนาที่จะเป็นผู้นำในการสร้างสรรค์หนังสือวรรณกรรมและแหล่งข้อมูลของหนังสือต่างๆ เพื่อถวายพระเกียรติแด่พระคริสต์และส่งเสริมหลักการของพระคัมภีร์

วิสัยทัศน์

เราปรารถนาชูใจคริสเตียนไทยรายบุคคลเพื่อเติบโตขึ้นในความเชื่อและรู้สึกมีความมั่นใจในการเสวนากับคนอื่นๆ ในเรื่องพระเยซูคริสต์ เราปรารถนาที่จะหนุนใจคนทั่วไปที่กำลังศึกษาหรืออยากศึกษาคริสตศาสนาเป็นครั้งแรกให้สามารถเจาะลึกลงไปข้างในได้ และเราอยากช่วยเหลือผู้คนภายนอกคริสตจักรที่กำลังตั้งคำถามเกี่ยวกับความเชื่อของพวกเขาและเห็นความเชื่อมโยงเกี่ยวกับคริสตศาสนา

เรามุ่งมั่นที่จะแบ่งบันแนวความคิดแบบคริสเตียนที่เป็นนวัตกรรมใหม่เพื่อให้ผู้คนจากทุกภูมิหลังสามารถมีความเข้าใจเกี่ยวกับความเชื่อของคริสเตียนได้

ติดต่อ สอบถามข้อมูลเพิ่มเติม ได้ที่:

www.GraceBannasan.com

facebook.com/gracebannasan

@gracebannasan

instagram/gracebannasan

The Master's Academy International
www.tmai.org
publishing@tmai.org